केवळ मैत्रीसाठी...

उमेश कदम

मेहता पब्लिशिंग हाऊस

Please contact us at **Mehta Publishing House,** Pune 411030.
✆ +91 020-24476924 / 24460313
Email : production@mehtapublishinghouse.com
Website : www.mehtapublishinghouse.com

- *या पुस्तकातील लेखकाची मते, घटना, वर्णने ही त्या लेखकाची असून त्याच्याशी प्रकाशक सहमत असतीलच असे नाही.*

KEVAL MAITRISATHI by UMESH KADAM

केवळ मैत्रीसाठी... : उमेश कदम / कथासंग्रह

Email : author@mehtapublishinghouse.com

प्रकाशक : सुनील अनिल मेहता, मेहता पब्लिशिंग हाऊस,
१९४१, सदाशिव पेठ, माडीवाले कॉलनी, पुणे – ४११०३०.

अक्षरजुळणी : इफेक्ट्स, २१/६ब, आयडिअल कॉलनी, कोथरूड, पुणे ३८.

मुद्रक : ट्रिनिटी ॲकॅडमी फॉर कॉर्पोरेट ट्रेनिंग लिमिटेड,
नऱ्हे इंडस्ट्रिअल एरिया, नऱ्हे, पुणे – ४१.

मुखपृष्ठ : फाल्गुन ग्राफिक्स

प्रकाशनकाल : ऑगस्ट, २००९ / पुनर्मुद्रण : डिसेंबर, २०१६

किंमत : ₹ १८०

P Book ISBN 9788184980394
E Book ISBN 9789386342348
E Books available on : play.google.com/store/books
www.amazon.in
https://books.apple.com

चोखंदळ वाचक, लेखक आणि माझे चाहते

श्री. प्रकाश चांदे, डोंबिवली

यांना केवळ (आमच्या) मैत्रीसाठी...

अभिप्राय

चांगल्या कथांचा नजराना

दैनिक लौकिक ६.१२.२००९

मुशाफिरीत उमगला माणूस

दैनिक देशदूत ११.४.२०१०

वेगळ्या विषयांवरील पुस्तके

उच्च शिक्षणासाठी त्यांनी परदेश प्रवास केला. नंतरच्या काळातही सातत्याने परदेश प्रवास करण्याचे प्रसंग त्यांच्यावर आले. १९९८ पासून ते आंतरराष्ट्रीय रेड क्रॉससाठी युद्धविषयक कायद्यांचे विभागीय कायदा सल्लागार म्हणून काम पाहतात. या प्रवासात त्यांनी विविध देशांमध्ये नाना प्रकारच्या व्यक्ती भेटल्या. यापैकी अनेकजण त्यांचे जिवलग मित्र बनले. अशा मित्रांच्या कथा त्यांनी 'केवळ मैत्रीसाठी' या पुस्तकातून मांडल्या आहेत. अलंकारिक भाषेचा वापर न करता साध्या, सोप्या शब्दात मांडलेल्या या कथा आपल्याशा वाटतात.

दैनिक नवशक्ती २५-१०-२००९
दैनिक पुण्यनगरी १३-९-२००९
दैनिक वृत्त ३०-९-२००९

लेखकाविषयी

उमेश कदम यांच्या 'संहार', 'उद्ध्वस्त', 'निर्दय', 'अमानुष', 'जिहाद', आणि 'धर्मांतर' या कादंबऱ्या आणि 'दूरची माती, जवळची नाती,' 'केवळ मैत्रीसाठी...', 'एक होता मित्र...', 'शापित भूमी', 'दृष्टीपलीकडील सृष्टी' आणि 'आफ्रिकी आतषबाजी' हे कथासंग्रह प्रकाशित झाले आहेत. त्यांचे शालेय शिक्षण बार्शी, जयसिंगपूर, गडहिंग्लज व कोल्हापूर येथे, तर आंतरराष्ट्रीय कायद्याचे उच्चशिक्षण व प्रशिक्षण इंग्लंड (लंडन विद्यापीठ), हॉलंड, स्वित्झर्लंड व ग्रीस येथे झाले. आंतरराष्ट्रीय कायद्याच्या पदव्युत्तर अभ्यासक्रमासाठी त्यांना राष्ट्रकुल शिष्यवृत्ती मिळाली होती. १९८०पासून १९९८ पर्यंत त्यांनी या विषयाचे अध्यापन केले. १९९८ पासून ते आंतरराष्ट्रीय रेड क्रॉसमध्ये वरिष्ठ कायदा सल्लागार या पदावर काम करत आहेत. त्यांनी १९९८ ते २००३ पर्यंत दिल्ली येथील दक्षिण आशिया विभागीय कार्यालय, २००४ ते २००८ पर्यंत कुआलालंपूर, मलेशिया येथील दक्षिण-पूर्व व पूर्व आशिया विभागीय कार्यालय, २००९ ते २०११ पर्यंत इथिओपिया येथील कार्यालय व जून २०११ ते मार्च २०१६ पर्यंत केनियाची राजधानी नैरोबी येथील पूर्व आफ्रिका विभागीय कार्यालय येथे काम केले. मे २०१६ पासून ते सुदान येथील कार्यालयात काम करत आहेत. त्यांना लिहिण्याव्यतिरिक्त चित्रकला व शिल्पकला यांचीही आवड आहे. आपले वडील कादंबरीकार बाबा कदम यांच्याकडून त्यांना लेखनाची प्रेरणा मिळाली.

मैत्री होण्यापूर्वी...

'केवळ मैत्रीसाठी...' मधील जवळजवळ सर्व कथा वेगवेगळ्या देशांतील वास्तव्यादरम्यान आलेल्या अनुभवांवर आधारित आहेत. या संग्रहाच्या धर्तीचा 'दूरची माती, जवळची नाती' हा संग्रह फेब्रुवारी २००८मध्ये प्रकाशित झाला. त्याला मिळालेला प्रतिसाद पाहूनच 'केवळ मैत्रीसाठी...' लिहायचे ठरवले. सुरुवातीस विद्यार्थी व नंतर आंतरराष्ट्रीय कायद्याचा अध्यापक, संशोधक व व्यावसायिक या नात्याने आजवर दीडशेपेक्षा जास्त वेळा परदेश प्रवास व वास्तव्याचा योग आला. एका बाजूला कामकाज व्यवस्थित चालू होते; पण त्याचबरोबर प्रत्येक खेपेस नवीन काहीतरी शिकायला किंवा अनुभवायला मिळाले. एकाच ठिकाणी पुन:पुन्हा गेले तरी प्रत्येक वेळी त्या ठिकाणचे एखादे अनोखे रूप पहायला मिळाले. नवख्या ठिकाणी गेल्यावर तेथील ठराविक पर्यटनस्थळे मला मोहवत नाहीत. तेथील सर्वसामान्य माणूस मला आकर्षित करतो. त्याचे राहणीमान, त्याच्या चालीरीती व त्याच्या समस्या जाणून घ्यायचा मी प्रयत्न करतो. एखादे नवे ठिकाण अथवा नवा देश केवळ तटस्थपणे पाहण्यापेक्षा त्याच्याशी समरस होऊन तो समजावून घेण्यास मी प्राधान्य देतो. त्यासाठी तेथे जाण्यापूर्वी त्या ठिकाणाविषयी थोडेफार वाचन करतो. त्यामुळे तेथील सामाजिक, आर्थिक व राजकीय पार्श्वभूमी समजायला व सद्य:स्थितीचे आकलन व्हायला मदत होते. तेथे गेल्यानंतर त्या ठिकाणाचे, तेथील वातावरणाचे व लोकांचे निरीक्षण करतो. त्यासाठी मध्यमवर्गीय व गोरगरीब जनता वास्तव्य करत असलेल्या वस्त्यांच्या गल्ली-बोळांतून भटकणे, त्यांची भाजी मंडई व बाजारातून फिरत राहणे, त्यांची उपाहारगृहे व बारमध्ये जाऊन तेथील वातावरणाचे व लोकांचे निरीक्षण करणे, एखाद्या परिचिताचे घर पाहून येणे, जवळपासच्या एखाद्या खेड्यात जाऊन तेथील जीवनशैली जवळून अनुभवणे, सर्वसाधारण लोकांच्या वाहतुकीच्या

साधनाने प्रवास करणे, टॅक्सी ड्रायव्हर, हॉटेल उपाहारगृहांतील कर्मचारी किंवा रस्त्यावरील विक्रेते यांच्याशी संवाद साधून गप्पा मारणे, स्थानिक वर्तमानपत्र बारकाईने वाचणे असे विविध मार्ग मी अवलंबले आहेत. अर्थात या विचित्र छंदापायी काही वेळा मी अडचणीतही आलो होतो. एक मात्र खरे, असे निरीक्षण व अवलोकन करता करता कित्येक कथांची बीजे कळत-नकळत मनात रुजली.

लिहिण्यासाठी माझा आणखी एक छंद उपयोगाला आला, तो म्हणजे मित्र जमविण्याचा! त्यांच्याशी गप्पा-विनोद करता करता कित्येक कथा सुचल्या. त्यांच्यापैकी बरेच माझ्या कथांमधली पात्रे बनली. या संग्रहातील सर्व कथांमध्ये कमी-अधिक प्रमाणात वास्तव व कल्पित यांचा अशा रीतीने संयोग साधण्याचा प्रयत्न केला आहे, की त्यातील वास्तव कोणते व कल्पना कोणती याचा वाचणाऱ्याला संभ्रम पडावा.

लिहावेसे का वाटले याचा विचार करताना असे जाणवले, की आपण आपल्याला आलेले गंमतशीर किंवा विस्मयजनक अनुभव जसे आपल्या मित्रांना उत्साहाने रंगवून सांगतो, तसेच मराठी वाचकांस सांगावेत हीच लिहिण्यामागची प्रेरणा होती. हे करत असताना त्या वाचकांस एखाद्या अनोख्या विश्वाचे दर्शन घडवावे व तसे करत असताना त्यांचे थोडेफार मनोरंजनही करावे असे वाटले. खरे सांगायचे म्हणजे, केवळ त्या अनोळखी वाचकांशी जवळीक व शक्य झाल्यास मैत्री होते का हे अजमावण्यासाठीच हा खटाटोप केला आहे!

उमेश कदम

अनुक्रमणिका

सेरिमती जुंगा

"मिस्टर कॅडॅम, तुम्हाला आमच्याबरोबर न्यू स्कॉटलंड यार्डकडे यावे लागेल!" इन्स्पेक्टर ग्रॅहॅम म्हणाले.

"ठीक आहे!" मी म्हणालो. मला त्यांच्याबरोबर जाणे भागच होते. सेरिमतीने मला भलत्याच अडचणीत टाकले आहे असा विचार करत मी हॉस्टेलच्या दारात उभ्या असलेल्या, लाल-निळा सायरन लावलेल्या पांढऱ्या गाडीत जाऊन बसलो. ड्रायव्हरने गाडी व्हिक्टोरिया स्ट्रीटवरील न्यू स्कॉटलंड यार्ड या लंडनच्या पोलीस मुख्यालयाकडे घेण्यासाठी सुरू केली. मी गेल्या ४-५ दिवसांपासूनच्या घटना आठवून हा प्रसंग टाळता आला असता का, याचा विचार करू लागलो. सेरिमतीची व माझी ओळख फक्त पंधरा दिवसांपूर्वीच झालेली.

१९८३ चा डिसेंबर महिना होता. माझे लंडनच्या व्हिन्सेंट स्क्वेअर येथील हॉस्टेल नाताळच्या सुट्टीनिमित्त तीन आठवडे बंद राहणार होते. त्यामुळे ज्या राष्ट्रकुल संघटनेची शिष्यवृत्ती मला मिळाली होती, तिच्या संपर्क अधिकाऱ्याने माझी तेवढ्या कालावधीसाठी राहायची सोय ब्रुन्सविक स्क्वेअर येथील 'इंटरनॅशनल हॉल' या हॉस्टेलमध्ये केली होती. त्यावर्षीच्या सप्टेंबरमध्येच मी लंडन विद्यापीठात आंतरराष्ट्रीय कायद्याच्या पदव्युत्तर अभ्यासक्रमास सुरुवात केली होती. नाताळच्या सुट्टीत कोल्हापूरला अथवा अन्य कोठेतरी जाण्यापेक्षा अभ्यासाची उजळणी करायचे मी ठरवले होते. 'इंटरनॅशनल हॉल' मध्ये राहायला गेलेल्या दुसऱ्याच दिवशी सकाळी नाश्त्याच्या वेळी सेरिमतीची व माझी ओळख झाली होती. त्या वेळी हॉस्टेलमध्ये माझ्या सारखेच वीस-पंचवीस परदेशी विद्यार्थी राहत होते. बाकीचे सगळे सुट्ट्यांवर गेलेले. मी त्या दिवशी नाश्त्याला गेलो, तेव्हा तेथे एक २७-२८ वर्षांचा तरुण भेटला. सहा फूट उंच, अंगाने सुदृढ, डोक्यावर कुरळे केस, गव्हाळ रंग, लांब व सरळ नाक व ओठांवर दाट मिशांचा झुपका असलेला तो तरुण कोणत्या देशातून आला असावा, याचा मी विचार करत होतो. तो एका टेबलापाशी बसून नाश्ता करत होता. मी माझा

ट्रे घेऊन त्याच्या टेबलाजवळ त्याची ओळख काढायच्या निमित्ताने जाऊन म्हणालो, "मी इथे बसलो तर चालेल का?"

एक भले मोठे सॉसेज कापता-कापता माझ्याकडे पाहून त्याने मंद स्मितहास्य केले व म्हणाला, "या, या, बसा. इथे दुसरं कोणीच बसलेलं नाही!"

मी बसल्यावर त्याच्याशी हस्तांदोलन केले व म्हणालो, "मी उमेश कदम, भारतातून आंतरराष्ट्रीय कायद्याचा अभ्यासक्रम करण्यासाठी आलो आहे!"

"असं का? छान. मी डॉक्टर सेरिमती जुंगा. मी फिजीहून आलोय. या हॉस्टेलच्या मागेच बालआरोग्य संस्था आहे, तिथे पदव्युत्तर अभ्यासक्रम करतो आहे!" तो म्हणाला.

आम्ही गप्पा मारत नाश्ता करू लागलो. तो खूप बोलका होता. सेरिमतीने दोन वर्षांपूर्वी ऑस्ट्रेलियातील क्विन्सलँड विद्यापीठातून एम.बी.बी.एस. केले होते. त्याला फिजी सरकारची लंडनमधील अभ्यासक्रमासाठी शिष्यवृत्ती मिळाली होती. दोन वर्षांपूर्वीच त्याचा विवाह झाला होता. त्याची बायको फिजीची राजधानी सुवा येथील न्यूझीलँडच्या दूतावासात साहाय्यिकेची नोकरी करत होती.

पहिल्या भेटीतच माझी व सेरिमतीची मैत्री झाली. माझा समवयस्क सेरिमती अतिशय मनमिळाऊ व गप्पिष्ट होता. आम्ही जवळजवळ रोजच नाश्त्याच्या वेळी किंवा संध्याकाळच्या जेवणाच्यावेळी भेटत असू. सेरिमतीमुळे मलाही एकाकीपणा जाणवत नव्हता.

त्या सुमारास सूर्य आठ-साडेआठला उगवायचा व दुपारी चारच्या सुमारास मावळायचा. बऱ्याच वेळा पाऊस, बर्फ व झोंबणारा वाराही असायचा. लंडनची थंडी मी पहिल्यांदाच अनुभवत होतो. माझा बराचवेळ तेथून जवळच असलेल्या रसेल स्क्वेअर येथील प्रगत विधिअध्ययन संस्थेच्या ग्रंथालयात जायचा. असेच ७-८ दिवस गेले असावेत. शनिवारी सकाळी सेरिमती व मी नऊच्या सुमारास नाश्ता करत होतो. त्यादिवशी कित्येक दिवसांनंतर लख्ख ऊन पडले होते. नाश्ता होत आला तेव्हा सेरिमतीने विचारले, "उमेश, आज काय करतो आहेस?"

"काहीच नाही, खोलीतच काहीतरी वाचत बसेन म्हणतोय. आज ग्रंथालयालाही सुट्टी आहे!" मी म्हणालो.

"पायी फिरून लंडन पाहायला जायचं का?"

"पायी? खूप वेळ लागेल!" मी म्हणालो. अर्थात मला पायी फिरायला खूप आवडते, पण एखादे महानगर फिरून पाहायाचे म्हणजे चांगलेच चालावे लागणार असा मी विचार केला.

"अरे, आज हवा फिरायला मस्त आहे आणि आपण फक्त ठरावीक ठिकाणंच पाहायला जायचं! हे पाहा, आत्ता वाजलेत साडेनऊ. आपण दहा-सव्वादहाला बाहेर

पडून येथून पिकॅडली, बकिंगहॅम पॅलेस असे करत वेस्टमिन्स्टरला संसद पाहून आल्डविच मार्गे सेंट पॉल्स कॅथिड्रल व तेथून सिटीमार्गे लंडन टॉवरला पोहोचायचं. टॉवर ब्रिजला थांबून तेथून भुयारी रेल्वेने परत यायचं. गप्पा मारत मारत ५-६ तास सहज निघून जातील! वाटेतच कुठेतरी लंच घेऊ!'' सेरिमतीने सुचवले.

''जवळजवळ १५-२० किलोमीटरचा फेरफटका होईल!'' एव्हाना मला लंडन शहराची भौगोलिक माहिती बऱ्यापैकी झालेली. तेवढं अंतर मी चालू शकत होतो.

''तुझा अभ्यास फारच चाललाय हल्ली! जरा मधून मधून नेहमीच्या दिनक्रमातून बदलही हवा!'' सेरिमती मला उद्युक्त करण्याच्या हेतूने म्हणाला.

त्याच्या प्रस्तावावर विचार करून मी म्हणालो, ''ठीक आहे, जाऊ! सव्वादहा वाजता निघू!''

आम्ही ठरल्याप्रमाणे बाहेर पडलो. ब्लुम्सबरी स्ट्रीट, ऑक्सफर्ड स्ट्रीट व शाफ्ट्सबरी अॅव्हेन्यूमार्गे पिकॅडलीला पोहोचलो. तेथून रिजेंट स्ट्रीटमार्गे बकिंगहॅम पॅलेसकडे गेलो. तेथून वेस्टमिन्स्टर अॅबे, ब्रिटिश संसद यांच्या समोरून स्ट्रँडमार्गे सेंट पॉल्स कॅथिड्रलकडे गेलो. आम्ही सर्व ठिकाणे पूर्वी पाहिलेलीच होती, त्यामुळे कोठेही आत गेलो नाही. आमच्या गप्पा अखंड चालू होत्या. आम्ही आपापल्या देशांविषयी एकमेकांना माहिती देत होतो. राजकीय व्यवस्था व राजकारण, संस्कृती, भाषा, चाली-रीती, सामाजिक प्रश्न, भोजनातले वैविध्य अशा विषयांवर बोलता बोलता वेळ कसा गेला कळले नाही. सेंट पॉल्स कॅथिड्रल जवळ पोहोचलो तेव्हा दुपारचा एक वाजला होता. सेरिमती म्हणाला, ''चल, काहीतरी खाऊन घेऊया, मला कडकडून भूक लागली आहे!''

''ठीक आहे. काय खायचंय तुला? सँडविच किंवा पिझ्झा चालेल?'' मी विचारले.

''छे, ते काय जेवण झालं?'' चेहऱ्यावर नाराजी प्रदर्शित तो म्हणाला.

''मग काय खावंसं वाटतंय तुला?'' मी विचारले.

''अरे, मस्तपैकी तिखट व मसालेदार चिकन करी व भात खावासा वाटतोय! एखादं भारतीय तंदुरी रेस्टॉरंट शोधूया!''

लंडनमध्ये अशा 'भारतीय' उपाहारगृहांना तोटा नव्हता. आम्ही कॅथिड्रल जवळच्या कॅनन स्ट्रीटवर असे एखादे उपाहारगृह दिसते का पाहू लागलो पण नेमके तेच सापडेना. शेवटी मॅन्शन हाउस स्टेशनजवळ एक पाकिस्तानी हलाल उपाहारगृह दिसले.

''उमेश, जेवायचंय इथे? तुला चालेल का? तू भारतीय आहेस म्हणून विचारलं!'' हसत हसत सेरिमतीने विचारलं. भारत-पाकिस्तान यांचे संबंध सर्वज्ञात होते.

''मला नक्कीच चालेल! पाकिस्तानी जेवण व भारतीय जेवण यात फारसा फरक नाहीच.''

आम्ही त्या उपाहारगृहात गेलो. मी चिकनकरी, थोडा भात व एक नान घेतलं. सेरिमतीने तीन नान, एक चिकन करी, एक बीफ खिमा व मोठी प्लेट भात यांवर ताव मारला. जेवण अतिशय चविष्ट होते. जेवल्यावर एक मोठा ढेकर देऊन सेरिमती म्हणाला, ''चला, आता टॉवर ऑफ लंडनकडे जाऊ.''

तसं पाहिलं तर त्या यथेच्छ जेवणानंतर एक छान झोप काढावी असे मला वाटत होते पण ते शक्य नव्हते. आम्ही तेथून टॉवर ऑफ लंडन व तेथून जवळच्याच टॉवर ब्रिजकडे गेलो. नेमके त्याचवेळी पुलावरील सर्व वाहतूक थांबवून पुलाच्या मध्यापासूनच्या रस्त्याच्या दोन्ही बाजू वर केल्या गेल्या व एका जहाजासाठी टेम्स नदीचा प्रवाह मोकळा केला गेला. ती गंमत पाहत पाहत मी म्हणालो, ''सेरिमती, आता चार वाजत आलेत. परतायचं का हॉस्टेलवर?''

हवा अंधारी झाली होती. ते पाहून तो म्हणाला, ''चल, निघू या! कोणत्या मार्गाने जायचं?''

''आता चालत नाही हं, भुयारी रेल्वेने जाऊ. खूप झालं चालणं!'' मी म्हणालो.

''ठीक आहे! चल, टॉवर हिल स्टेशन इथून दूर नाही.''

आम्ही रेल्वेने हॉस्टेलजवळच्या रसेल स्क्वेअर स्टेशनला पोहोचलो तेव्हा जवळजवळ पाच वाजत आले होते. दहा वाजल्यापासून आमचा वेळ कसा गेला समजले नाही. हॉस्टेलवर पोहोचल्यावर सेरिमतीचा निरोप घेता घेता मी सहजच म्हणालो, ''आता संध्याकाळी एक-दोन स्कॉच घेऊन मस्त झोपावंसं वाटतंय!''

त्यावेळी तसे का म्हणालो याचा आता पश्चात्ताप वाटत होता. मी तसे म्हटल्यावर सेरिमती उत्साहाने म्हणाला, ''माझ्याकडे कॅप्टन मॉर्गन जमेकन् रमची बाटली आहे. घ्यायची का आपण?''

मला भारतातील 'ओल्ड मंक' रमची आठवण झाली. मी विचार केला की चला, आज सारा दिवस याच्या सहवासात घालवायचा योग असावा. त्याला होकार देत मी म्हणालो, ''ठीक आहे. सात वाजता येऊ तुझ्या खोलीवर?''

''ये, मी सोडा व वेफर्स आणून ठेवतो. नंतर जेवायला जाऊ कुठे तरी!''

मी माझ्या खोलीवर गेलो. गरम शॉवर घेतल्यावर चालण्यामुळे आलेला बराचसा शीण निघून गेला. राहिलेला शिणवटा घालवण्यासाठी कॅप्टन मॉर्गन तयार होताच! सात वाजता सेरिमतीच्या खोलीच्या दारावर टक् टक् केले. त्याने दार उघडले. पाहतो तर त्याने अभ्यासाचे टेबल बरोबर मधोमध ठेवून त्यावर एक स्वच्छ पांढरा टेबल क्लॉथ अंथरलेला. दोन्ही बाजूला दोन खुर्च्या. टेबलावर ग्लास व कॅप्टन मॉर्गन रमची जरा कमी झालेली मोठी बाटली ठेवलेली. मधोमध एका मोठ्या बाऊलमध्ये वेफर्स काढलेले. एका बाजूला सोडा व कोका कोलाचे कॅन्स ठेवलेले. सगळी जय्यत तयारी त्याने करून ठेवली होती.

"ये उमेश, आता मस्तपैकी श्रमपरिहार करूया!" असे म्हणून त्याने ग्लास भरले. आमच्या गप्पा पुढे सुरू झाल्या. सेरिमती मूळचा राकिवाती या गावचा. ते गाव तसे खेडेच होते. त्याचे वडील शेतकरी होते. त्यांनी सेरिमतीला खूप शिकवायचा निर्धार केला होता. सेरिमतीही अभ्यासात हुशार. अपार कष्ट करून एम.बी.बी.एस. साठीची ऑस्ट्रेलियन सरकारची शिष्यवृत्ती त्याने मिळवली. नंतर एका हॉस्पिटलमध्ये नोकरी करू लागला. ती करता करता पदव्युत्तर अभ्यासक्रमासाठी फिजी सरकारची शिष्यवृत्तीसाठीची परीक्षाही उत्तीर्ण झाला व आता लंडनमध्ये तो अभ्यासक्रम करायला आला देखील. त्याचे कष्ट व चिकाटी यांचे मला खरंच कौतुक वाटले. ग्रामीण भागात वाढल्यामुळे इतके चालूनही तो अजिबात दमला नव्हता, अजूनही त्याचा उत्साह कमी झाला नव्हता.

सेरिमती भरभर पीत होता. एका मागून एक त्याने तीन-चार पेग रिचवले. मी मात्र दोन पेगवर थांबलो.

"या रमला काव्ह्याची सर नाही!" सेरिमती म्हणाला.

"काव्हा हा काय प्रकार आहे?" मी उत्सुकतेने विचारले.

"मी आणलेला सगळा संपला, नाहीतर आजच तुला त्याची चव दिली असती. काही जंगली वनस्पतींपासून एक प्रकारची पूड बनवली जाते. ती पाण्यात मिसळायची व प्यायचे. ती पूड दिसायला तशी मातीसारखी दिसते, पण त्याच्या चवीला व नशेला तोड नाही!"

झाडा-झुडपात वाढलेल्या सेरिमतीला तसलेच रानटी पेय आवडत असणार यात शंका नाही!

"उमेश, चल पिकॅडलीला जाऊ या. तेथील लेबनिज डोनर कबाब खावासा वाटतोय!"

"अरे सेरिमती, आता नऊ वाजत आलेत. इथे जवळच काहीतरी खाऊन झोपी जाऊ. आज आपण दोघेही चांगलेच दमलोय!" मी म्हणालो.

"अरे, उद्या रविवार आहे. चल, पिकॅडलीला रात्री खूप गंमतजंमत असते. जाऊ, जरा मजा करू!"

तो काही ऐकायला तयार नव्हता.

"पण आता रेल्वेनेच जायचं व यायचं. माझी चालायची तयारी नाही!" मी म्हणालो. मलाही डोनर कबाब आवडायचे. पिकॅडलीला दोन-तीन लेबनिज जेवणाची छोटीशी उपाहारगृहे होती. आम्ही पिकॅडलीला पोहोचल्यावर मी लेबनिज उपाहारगृहाकडे वळलो तर माझा हात धरून सेरिमती म्हणाला, "उमेश, इथे एक छान पब आहे. कबाब खायच्या आधी जरा बीअर घेऊ या!"

"अरे, आता आपण रम घेतलीच आहे. पटपट खाऊन हॉस्टेलवर परतूया."

मला आता कधी एकदा जेवून झोपी जातो असे झाले होते. मला चालणे आवडायचे पण एकाच दिवसात जवळजवळ वीस-बावीस किलोमीटर म्हणजे फारच होते.

"फक्त एक अर्धा तास बसू तिथे. या थंडीत माझी रम कधीच उतरून गेली आहे!" तो म्हणाला. मी नाइलाजाने त्याच्याबरोबर गेलो. शाफ्ट्सबरी अॅव्हेन्यू वरच्या 'द लायन अँड लायनेस' या पबमध्ये आम्ही शिरलो. धुराने भरलेल्या आणि गजबजलेल्या त्या पबमध्ये सेरिमतीला काय विशेष वाटले असावे असा विचार माझ्या मनात आला. आम्हाला एका कोपऱ्यात कशीबशी जागा मिळाली.

"तू बैस इथे, नाहीतर आपली जागा जाईल. मी आपल्यासाठी बीअर घेऊन येतो." सेरिमती म्हणाला.

"हे पाहा, माझ्यासाठी फक्त अर्धा पाइंट लागर आण. आता पटकन बीअर घेऊन आपण जेवायला जाऊ. मला चांगलीच कडकडून भूक लागली आहे!" मी त्याला म्हणालो. रममुळे मला खरोखरच कधी एकदा जेवतो असे झाले होते. त्यात चालून दमल्यामुळे झोपही अनावर झालेली. सेरिमती माझ्यासाठी अर्धा पाइंट लागरचा ग्लास व स्वत:साठी एक पाइंटचा मोठा ग्लास घेऊन आला. आम्ही बीअर घेत तेथील वातावरणाची गंमत पाहत बसलो इतक्यात सेरिमतीचे लक्ष आमच्यापासून थोड्या दूरच्या एका टेबलापाशी बसलेल्या दोन तरुणींकडे गेले. तो त्यांच्याकडे किंचित स्मितहास्य करत पाहत असताना त्यांच्यापैकी एकीने त्याच्याकडे पाहून स्मितहास्य केले. त्यानेही हात हलवून तिला प्रतिसाद दिला. तो मला म्हणाला, "चल उमेश, त्या दोघींना आपण कंपनी देऊ या. त्यांच्याबरोबर आणखी कोणी दिसत नाही!"

"नाही, सेरिमती. त्या अनोळखी तरुणींशी गप्पा मारायची माझी इच्छा नाही. हवंतर तू त्यांच्याशी थोडावेळ गप्पा मारून ये!" त्यांच्याकडे पाहत मी म्हणालो. त्याही आमच्याकडे पाहून मिश्किलपणे कुजबुजत होत्या. जरा विचार करून सेरिमती म्हणाला, "ठीक आहे, आलोच दहा मिनिटांत!" असे म्हणून तो आपला ग्लास घेऊन त्यांच्या टेबलापाशी गेला. त्यांच्या गप्पाही रंगल्या असाव्यात. कारण पंधरा-वीस मिनिटे झाली तरी तो परत यायला तयार नव्हता. दरम्यान त्या दोघींसाठी त्याने शँडीचे दोन ग्लास भरून आणले होते. ते पाहून मी माझी बीअर संपवली व त्यांच्याकडे जाऊन सेरिमतीला म्हणालो, "सेरिमती, मला खूप झोप येतेय. मी हॉस्टेलकडे जातोय. तू ये सावकाश पण जरा सांभाळून हं!"

"ठीक आहे उमेश, मी जरा बसतो, अजून थोडा वेळ. उद्या सकाळी नाश्त्याच्या वेळी भेटू!" असे म्हणून त्याने त्या दोघींच्या नकळत मला डोळा मारला व माझा निरोप घेतला. मी रेल्वेने हॉस्टेलवर परतलो. वाटेत एक डोनर कबाब बांधून घेतला होताच. तो खाऊन मी पटकन झोपी गेलो.

दुसऱ्या दिवशी नाश्त्याच्यावेळी सेरिमती दिसला नाही. मला वाटले की दमल्यामुळे

जास्त वेळ झोपला असावा पण पुढे तीन-चार दिवस गेले, सेरिमतीचा पत्ता नव्हता. दिवसाच्या कोणत्याही वेळी त्याच्या खोलीच्या दारावर टकटकच काय पण दार ठोठावले तरी प्रतिसाद मिळाला नाही. चौथ्या दिवशी मात्र मला त्याची चिंता वाटू लागली. त्या दोन तरुणी कोण असाव्यात? त्याला लुबाडायच्या हेतूने त्यांनी काही केले की काय? किंवा अती मद्यप्राशनामुळे कुठेतरी पडून त्याला काही इजा तर झाली नसावी? असे अनेक विचार माझ्या मनात डोकावू लागले. शेवटी न राहवून मी हॉस्टेलचे वॉर्डन मिस्टर कॅम्पबेलना सगळा प्रकार सांगितला. ते ऐकल्यावर त्यांनी लागलीच न्यू स्कॉटलंड यार्डला फोन केला. इस्पेक्टर ग्रॅहॅम हॉस्टेलवर आले. त्यांनाही मी सगळा घटनाक्रम काहीही न लपवता सांगितला. त्यांनी मला त्यांच्याबरोबर त्यांच्या कार्यालयात यायला सांगितले, त्यांना माझा रीतसर जबाब नोंदवून घ्यायचा होता. सोबत वॉर्डन कॅम्पबेलही हॉस्टेलमधील एक विद्यार्थी बेपत्ता आहे अशी वर्दी नोंदवायला येणार होते. तो संपूर्ण दिवस त्यात गेला.

त्यानंतरचा तिसरा दिवस. मी माझ्या ठरलेल्यावेळी नाश्त्याला गेलो व पाहतो तर सेरिमती चार मोठे सॉसेजेस, दोन अंडी व चार टोस्ट समोर ठेवून त्यावर ताव मारताना दिसला. त्याला पाहताच माझा जीव भांड्यात पडला.

''अरे, सेरिमती, कुठे गायब झाला होतास? मी किती काळजी करत होतो तुझी!''

''खरंच की काय? अरे, मी लिव्हरपूलच्या माझ्या एका मित्राकडे ५-६ दिवसांसाठी गेलो होतो. सध्या सुट्टी आहेच, तेव्हा विचार केला की चला थोडे दिवस त्याच्याकडे जाऊन यावं. तोही खूप दिवस झाले बोलावत होता. एकटाच राहतो तिथे आणि भला मोठा फ्लॅट आहे!''

''त्या रात्री मला तुझी खूप काळजी वाटली. आणि काय रे, कोण होत्या त्या दोन तरुणी?''

त्यावर मनसोक्त हसून तो म्हणाला, ''त्या कोण होत्या हे फारसं माहीत नाही पण त्यांच्यापैकी निळ्या डोळ्यांची कॅथी माझ्याबरोबर लिव्हरपूलला आली होती!''

या प्रसंगाला तब्बल पंचवीस वर्षे झाली. लंडनहून भारतात परतल्यानंतर सेरिमतीशी संपर्क राहिला नाही. २००८ सालच्या मे महिन्यात प्रशांत महासागरातील व्हनवातू या छोट्या राष्ट्रात एका चर्चासत्रासाठी मी गेलो होतो. तेव्हा मी कुआलालंपूर येथील आंतरराष्ट्रीय रेड क्रॉसच्या विभागीय कार्यालयात कायदा सल्लागार म्हणून काम पाहत होतो. शक्यतो माझे काम दक्षिणपूर्व व पूर्व आशियामध्येच चालायचे. अगदी क्वचित प्रसंगी प्रशांत महासागराकडील राष्ट्रांकडे जावे लागायचे. फिजी हा देश प्रशांत महासागरातच व्हनवातूच्या जवळ, पण तेथे मला जायचा योग आला नव्हता.

व्हनवातू येथील चर्चासत्रासाठी आमच्या रेड क्रॉसच्या फिजी येथील कार्यालयातील एक स्थानिक सहकारी जॉन सेरिंगा हा राजधानी सुवावरून आला होता. तो फिजीचाच होता. एके संध्याकाळी आम्ही हॉटेलच्या परिसरात गप्पा मारत असताना मी त्याला सहजच म्हणालो, ''सुवामध्ये तू कधी डॉक्टर सेरिमती जुंगा हे नाव ऐकलं आहेस?''

त्यावर आश्चर्यचकित होऊन जॉनने मला विचारले, ''तुम्ही डॉक्टर सेरिमती जुंगाना ओळखता?''

''हो, माझा मित्र आहे तो. आम्ही लंडनमध्ये एकत्र होतो काही दिवस!'' मी म्हणालो.

''खरंच की काय? डॉ. जुंगा फिजीमध्ये खूप प्रसिद्ध आहेत. सध्या ते फिजीचे आरोग्य महासंचालक आहेत. त्यांना खूप पुरस्कार मिळाले आहेत. सरकार-दरबारी त्यांचं खूप वजन आहे आणि सांगायचं म्हणजे दोन आठवड्यांपूर्वीच त्यांना राष्ट्रपतींनी फिजीचा सर्वोच्च नागरी पुरस्कार जाहीर केला आहे!''

''असं? तो कशाबद्दल?'' मी उत्सुकतेने विचारले.

''त्यांनी एच.आय.व्ही-एड्स संदर्भात मोठे जनआंदोलन यशस्वी केलं आहे. संपूर्ण देशभर त्यांनी एड्सचा प्रादुर्भाव रोखण्यासाठी विवाहबाह्य संबंध टाळणं कसं आवश्यक आहे, हे जनतेला समर्थपणे पटवून द्यायची मोहीम यशस्वी केली आहे!''

■

अमारो बिको

प्रत्येक बुधवारी सकाळी अमारो बिकोचा ठरलेला कार्यक्रम असायचा. त्या दिवशी तो पीटरशॅम रोडवरील टेस्को सुपरमार्केटमधून आठवड्याचा बाजारहाट करायचा. पश्चिम लंडनच्या रिचमंड या उपनगरात क्राऊन रोडवर त्याचे घर होते. २८ नोव्हेंबर १९८३ या दिवशी सकाळी साडेदहा वाजता त्याने सामानाने भरलेली ट्रॉली आपल्या गाडीजवळ आणली व त्यातील सामान डिकीत भरले. ट्रॉली बाजूला लावून त्याने गाडी क्राऊन रोडकडे घ्यायला सुरुवात केली. रिचमंड पुलावरून टेम्स नदी ओलांडून त्याला घरी पोहोचायला दहा-बारा मिनिटे लागायची. गेल्या सहा महिन्यांपासून तो रिचमंडमध्ये राहायचा.

पंचावन्न वर्षांचा, झांबेरिया या आफ्रिकेतील देशातून आलेला अमारो बऱ्यापैकी स्थूल होता. रंग अर्थातच काळा कुळकुळीत व केस कुरळे, त्यातील बरेचसे करडे झालेले. लालसर डोळे, जाड ओठ व चेंडूसारखे गोल व सदैव तुकतुकणारे गाल अशा अमारोच्या तोंडात बहुतेक वेळी मार्लबोरो सिगारेट असायची. ताशी– अमारोची बायको– सध्या अमेरिकेतील आपल्या मुलीकडे गेली होती. तिला लंडनला परत यायला अजून दोन आठवडे बाकी होते.

अमारोची गाडी जेव्हा रिचमंड रोडवरून निघाली, तेव्हा एक करड्या रंगाची पेजो कार त्याचा पाठलाग करत असल्याची त्याला शंका आली. पुढे जेव्हा तो क्लेअरमाँट रोडला उजवीकडे वळला तेव्हा त्याची खात्रीच झाली की त्याचा पाठलाग होतोय. त्या रस्त्यावर घरेही तुरळकच होती. मागच्या गाडीचा ससेमिरा कसा चुकवायचा या विचारात तो असतानाच एक फोर्ड व्हॅन त्याची गाडी ओलांडून पुढे गेली व तिने अचानक गती कमी केली. आता तो व्हॅन व पेजो यांच्यामध्ये सापडला होता. व्हॅन अचानक थांबली. अमारोलाही थांबण्याशिवाय गत्यंतर नव्हते. तो थांबल्यावर मागची पेजो कार निघून गेली पण व्हॅनमधून दोघे आफ्रिकन त्याच्या जवळ आले. दोघांनी जाडजूड काळी जाकिटे घातलेली. त्यांचे हात जाकिटांच्या खिशात घातलेले.

“कसलीही हुशारी न दाखवता चटकन व्हॅनमध्ये चल. आमच्या दोघांच्या खिशातील पिस्तुलं तुझ्यावर रोखलेली आहेत. जर काही गडबड केलीस तर एका क्षणात तुला खलास करू!”

असा प्रसंग कधीतरी येणार याची अमारोला भीती होतीच. त्याच्या गाडीच्या कप्प्यात भरलेले वेबले स्कॉट पिस्तूल सदैव तयार असायचेच. पाठलाग सुरू झाल्यावर त्याने ते आपल्या जवळ ठेवले होते. त्याने चपळाईने पिस्तूल त्यांच्यापैकी एकावर रोखून चाप ओढला पण पिस्तुलात गोळ्याच नव्हत्या.

“अमारो, जास्त शहाणपणा करू नकोस. तू टेस्कोमध्ये गेला होतास तेव्हा आम्ही तुझ्या पिस्तुलातील गोळ्या काढून घेतल्या. चल, वेळ लावू नकोस!”

अमारोला व्हॅनमध्ये जाण्याशिवाय गत्यंतर नव्हते. तो व्हॅनमध्ये बसल्यावर त्याचे डोळे बांधण्यात आले. जवळजवळ पाऊण तासाने गाडी थांबली. अमारोला डोळे बांधलेल्या अवस्थेतच गाडीतून उतरवले व त्याचा हात धरून त्याला घरात नेण्यात आले. एका छोट्या जिन्यावरून त्याला तळघरात नेण्यात आले व मगच त्याच्या डोळ्याची पट्टी सोडली. त्याला एका खुर्चीला बांधून ठेवले.

झांबेरियाच्या दूतावासात नेमणुकीस असलेला लष्करी अधिकारी कर्नल गिटोबूच्या टेबलावरील फोन वाजू लागला.

“मी बेन्जामिन बोलतोय. आपल्याला हवा असलेला ‘जनरेटर’ मिळाला आहे. त्यात काही अडचण आली नाही!”

“उत्तम, आता जनरेटर झांबेरियाला पाठवायच्या तयारीला लागा.” गिटोबू म्हणाला. त्याने झांबेरियाची राजधानी कोंबासा येथील एक फोन जोडला. तो होता संरक्षणमंत्री ब्रिगेडियर नेंगा यांचा.

“सर, मी लंडनहून कर्नल गिटोबू बोलतोय. आपल्या फॅक्टरीसाठी हवा असलेला जनरेटर मिळाला आहे. लवकरच पाठवायची व्यवस्था करत आहे.”

“ठीक. पॅकिंग व्यवस्थित करायला विसरू नका. मला जनरेटरचे सुटे भाग नको आहेत. तो चांगल्या कंडिशनमध्ये हवा.” ब्रिगेडियर नेंगा म्हणाले.

“ठीक आहे, सर!”

सहा महिन्यांपूर्वीची गोष्ट. झांबेरियाची राजधानी कोंबासाच्या फेल्टो गार्डन या उच्चभ्रू वस्तीतील आलिशान बंगल्याच्या आवारातील बागेतून ताशी कॅलिफोर्नियातील बर्कले येथील आपल्या मुलीशी फोनवर बोलत होती. एकवीस वर्षांची जेसी बर्कले विद्यापीठात अर्थशास्त्राचा पदव्युत्तर अभ्यासक्रम करत होती. झांबेरियाच्या परराष्ट्र मंत्र्यांची मुलगी म्हटल्यावर तिला विद्यापीठात प्रवेश मिळण्यात कसलीच अडचण आली नव्हती. गेली कित्येक वर्षे झांबेरियाच्या राजकारणात अमारो बिको हे एक

वजनदार व्यक्तिमत्त्व होते. गेली चार वर्षे अमारो परराष्ट्रमंत्री होता.

अलीकडेच सैन्यातील काही वरिष्ठ अधिकाऱ्यांमध्ये राजकीय महत्त्वाकांक्षा वाढत असल्याची कुणकुण अमारोच्या कानावर आली होती. सरकारला पदच्युत करून सत्ता आपल्या हाती घ्यायचे स्वप्न काही उच्च लष्करी अधिकारी पाहत असावेत असा निष्कर्ष झांबेरियातील राजनीतितज्ज्ञ काढत होते. त्या अधिकाऱ्यांमध्ये ब्रिगेडियर नेंगा याचे नावही घेतले जात होते पण त्यांचा सूत्रधार कोण आहे हे मात्र कळत नव्हते. पंतप्रधान व संरक्षणमंत्र्यांनी पंतप्रधानांच्या खास मर्जीतील लष्करप्रमुख जनरल जारामोगी यांना त्याबद्दल अधिक माहिती मिळवायला सांगितले होते. तसेच अशा कटात गुंतलेल्यांना कोर्ट मार्शल करायचेही आदेश दिले होते, पण ही चौकशी पुरी व्हायच्या आधीच जनरल जारामोगीच्याच नेतृत्वाखाली सैन्याने सत्ता आपल्या ताब्यात घेतली व पूर्वीच्या सर्व मंत्र्यांना तुरुंगात डांबले. सैन्याचे प्रशासन लागू झाले. पूर्वीचे सरकार भ्रष्टाचारात गुंतल्यामुळे जनतेचे मूलभूत प्रश्न सोडवण्यास ते असमर्थ आहे यामुळे जनतेच्या हितासाठी आपल्याला ही पावले उचलावी लागली असा खुलासा जनरल जारामोगीने आपल्या दूरदर्शनवरील राष्ट्राला उद्देशून केलेल्या पहिल्या भाषणात केला.

जेव्हा हा प्रकार राजधानीत मे १९८३ मध्ये घडला, तेव्हा अमारो व ताशी झांबेरियाच्या दक्षिणेकडील पोर्ट बिक्सन येथील आपल्या निवासस्थानात सुट्टीचे चार दिवस राहायला गेले होते. राजधानीतील घटनांची माहिती अमारोच्या विश्वासातील काही मित्रांनी त्याला कळवली होती. ती कळताच अमारो व ताशी यांनी एका मोटर बोटने घानाची राजधानी अक्काराकडे प्रयाण केले. तेथील सरकार त्याला सहानुभूती दाखवणार याची त्याला खात्री होतीच. घानामध्ये फारसे न राहता ते दोघे लंडनला पोहोचले. ब्रिटिश सरकारने त्यांना राजकीय आश्रय दिला. अमारोचे लंडनमध्ये ग्रीन पार्कजवळ हाफ मून स्ट्रीटवर मोठे घर होतेच पण त्यांनी मध्यवर्ती लंडनपासून थोडे दूर रिचमंड या उपनगरात राहायचा निर्णय घेतला. अमारोची लंडनशिवाय पॅरिस, जिनिव्हा, न्यूयॉर्क व रिओ-द-जनेरो येथेही घरे होती. सत्तेवर असताना त्याने परदेशात बरीच गुंतवणूक केलेली, त्यामुळे आर्थिक विवंचना नव्हत्या. चिंता फक्त सुरक्षिततेची होती. पूर्वीच्या सरकारमधील सर्व मंत्र्यांना अटक करून त्यांच्यावर खटले भरायची जबाबदारी नवे अध्यक्ष जनरल जारामोगीने आपला विश्वासू सहकारी ब्रिगेडियर नेंगावर सोपवली होती.

अमारो व ताशी यांनी लंडनमध्ये राहायचा निर्णय घेतला पण अमारोला तेथील हवामान अजिबात आवडत नव्हते. उष्ण प्रदेशात वाढलेल्या अमारोला लंडनच्या थंडीचा व पावसाचा तिटकारा होता पण त्याला त्या बाबतीत तक्रार करायला वाव नव्हता. नाइलाजास्तव त्यांना तेथे राहणे भाग होते.

अमारो लंडनमध्ये राहतो आहे हे जनरल जारामोगीच्या गुप्तहेरांना जुलैमध्ये कळले. त्यांनी त्याच्यावर पाळत ठेवून त्याच्या हालचाली काय आहेत याचा अभ्यास केला. त्याला लंडनमध्ये ठार मारणे खूपच सोपे होते पण जनरल जारामोगी व ब्रिगेडियर नेंगा यांना तो जिवंत हवा होता. त्याच्यावर झांबेरियात खटला भरून त्याला फासावर चढवायचा त्यांचा पक्का मनसुबा होता पण उघडपणे त्याला झांबेरियाला घेऊन जाणे अशक्य होते. म्हणून त्यांनी 'ऑपरेशन जनरेटर' ही योजना आखली. त्यासाठी ब्रिक्सटनचा कुविख्यात गुंड बेंजामिन याची मदत घ्यायचे ठरवले.

फ्रँक लुकास हा झांबेरियातून एम.बी.बी.एस. करून लंडनला दोन वर्षांच्या पदव्युत्तर अभ्यासक्रमासाठी १९८२ च्या ऑक्टोबरमध्ये आला होता. लंडनच्या ब्रुन्सविक स्क्वेअरवरील बालआरोग्य संस्थेत तो शिकत होता. जवळच्याच इंटरनॅशनल हॉल या वसतिगृहात तो राहायचा. फिजीचा सेरिमती जुंगा त्याचा वर्गमित्र. त्याला १९८३ च्या ऑक्टोबरमध्ये झांबेरियाच्या दूतावासात एका महत्त्वाच्या चर्चेसाठी पाचारण करण्यात आले. लुकासला झांबेरियन सरकारची शिष्यवृत्ती होती. त्याचा अभ्यासक्रम १९८४ च्या जुलैमध्ये संपत होता. हडकुळा, उंचेला, साधारण २७-२८ वर्षांचा लुकास जाड भिंगाचा चष्मा वापरायचा. दूतावासात पाचारण केल्यामुळे तो खूपच घाबरून गेला होता. ठरलेल्यावेळी तो दूतावासात गेला. त्याला कर्नल गिटोबूच्या कार्यालयात पाठवण्यात आले.

"या डॉ. लुकास. चला, आपण असे करू, रिजेंट पार्कवर एक चक्कर टाकून येऊ. आपल्याला निवांतपणे बोलता येईल."

लुकास नाही म्हणूच शकत नव्हता. तो व कर्नल गिटोबू दूतावासाच्या गाडीने रिजेंट पार्कवर पोहोचले. ते दोघे गाडीतून उतरून चालू लागले. ड्रायव्हरने गाडी अल्बेनी स्ट्रीटवर उभी केली. कर्नल गिटोबू सांगत असलेली माहिती लुकास लक्षपूर्वक ऐकत होता. मधूनच आपण ऐकतो ते खरे की काल्पनिक असे अविश्वासाचे भाव त्याच्या चेहऱ्यावर उमटत होते. त्याचे डोळेही विस्फारत होते.

"तर ही कामगिरी तुम्ही पार पाडावी अशी आमची इच्छा आहे!" कर्नल गिटोबू म्हणाला.

"छे! छे! मला नाही... माझ्याकडून शक्य होणार नाही... माझ्या कुवतीच्या पलीकडे आहे ते काम...!" लुकास अडखळत बोलला. कर्नलला ते अपेक्षितच होते.

"डॉक्टर, तुमच्या भवितव्याचा विचार करा. झांबेरियाच्या सरकारकडून तुम्हाला दरमहा ३०० पौंड शिष्यवृत्ती मिळतेय. शिवाय तुमच्या अभ्यासक्रमाची फी आम्हाला भरावी लागतेय. सध्या सरकारला आर्थिक चणचण भासत असल्यामुळे काही शिष्यवृत्त्या रद्द कराव्यात असा विचार चालू आहे. अलीकडेच शिक्षण मंत्रालयाने तशी विचारणा केली आहे. तुमची शिष्यवृत्ती रद्द केली तर तुम्हाला तुमचा

अभ्यासक्रम पुरा करता येईल?''

एका मध्यमवर्गीय कुटुंबातील लुकासला ते कदापिही शक्य होणार नाही याची कर्नलला खात्री होती.

''नाही, नाही! केवळ शिष्यवृत्ती आहे म्हणून तर इथला खर्च निभावता येतो. महागाईपण केवढी आहे इथे! पण मी जर तुमची विनंती मान्य केली नाही तर तुम्ही माझी शिष्यवृत्ती रद्द कराल?'' घाबरलेल्या लुकासने कर्नलला विचारले.

''आम्हाला तसा विचार करायची संधी तुम्ही देणार नाही असं मला वाटत होतं. मी तुमच्या शिष्यवृत्तीची हमी देऊ शकत नाही. प्रश्न फक्त चार-पाच दिवसांचा आहे. त्यासाठी तुम्ही तुमचं उज्ज्वल भवितव्य धोक्यात घालू नये असं मला वाटतं!''

लुकासला होकार देण्यावाचून गत्यंतर नव्हते.

अमारोला त्या दिवशी दुपारी जेवायला दिले. त्याला ठेवलेले घर लंडनच्या दक्षिणेला थॉर्नटन हीथ या भागातील मेरीलँड स्ट्रीटवर होते. तेथे संध्याकाळी सहा वाजता एक टेंपो आला. त्यातून सहा फूट लांबी, रुंदी व उंची असलेले लाकडाचे खोके उतरवून गॅरेजमध्ये आणले. लुकासला तेथे दुपारी आणले होते. संध्याकाळी त्याने अमारोला तपासले. त्याचे वजन केले, रक्तदाब पाहिला, कार्डिओग्राम काढला. सगळे काही व्यवस्थित होते. ती तपासणी चालू असताना अमारो गोंधळून गेला होता. त्याने लुकासला विचारले, ''तुम्ही कशासाठी हा त्रास घेताय? मला आता मारून टाकणार आहातच तर वैद्यकीय तपासणीचा खटाटोप कशासाठी?''

लुकासने त्याला काही उत्तर दिले नाही. त्याने आपले काम चालूच ठेवले. अमारोला रात्रीचे जेवण दिले व एका छोट्या खोलीत त्याला झोपायला पाठवले. दुसऱ्या दिवशी सकाळी लुकासने अमारोला सलाईन लावले. त्याला आता खायला मिळणार नाही असे सांगितले. सलाईन लावण्यापूर्वी त्याला एनिमा देऊन टॉयलेटलाही पाठवले होते. दुपारी एकच्या सुमारास लुकासने अमारोला एक इंजेक्शन दिले. काही क्षणातच अमारो झोपी गेला. त्या अवस्थेतच त्याला लाकडाच्या खोक्यातून झांबेरियाला पाठवायचे होते. वेळोवेळी भुलीच्या औषधाचा अंमल कमी होईल तसे त्याला पुन्हा भूल द्यावी लागणार होती व त्यासाठी लुकासलाही त्या पेटाऱ्यातून अमारोबरोबर झांबेरियाला जावे लागणार होते!

''यादीप्रमाणे सर्व सामान तयार ठेवलं आहे?'' लुकासने बेंजामिनला विचारले.

''हो, दोन टॉर्च, सार्डिन्सचे चार व चिली बीन्सचे सहा टीन्स, तीन मोठे ब्रेड, पाण्याच्या आठ बाटल्या, फळे, दीड दीड लिटरच्या आठ रिकाम्या बाटल्या, रिकाम्या पिशव्या, दोघांसाठी पांघरुणे, टॉयलेट पेपर...'' बेंजामिनने यादी वाचून दाखवली.

पेटाऱ्यात बंद केल्यापासून ते झांबेरियाला पोहोचेपर्यंत दोन-तीन दिवस लुकासला आतच राहावे लागणार होते. त्याच्या खाण्याची व इतर गरजांची सोय केली होती.

अमारोला सलाईन व कॅथेटर जोडले होतेच. त्याच्यासाठी सलाइनच्या बाटल्या व भुलीचे औषध लुकासने एका वेगळ्या बॅगेत ठेवले होते. अचानक शुद्धीवर येऊन आरडाओरड करू नये म्हणून त्याच्या तोंडाला एक जाड चिकटपट्टीही लावली होती.

दुपारी तीन वाजता अमारोला पेटाऱ्यात झोपवले. लुकासही आत गेला. सर्व सामान पेटाऱ्यात ठेवण्यात आले आहे की नाही याची त्याने खात्री करून घेतली. लुकाससाठी व अमारोसाठी पेटाऱ्यात गाद्या अंथरल्या होत्या. लुकास आत गेल्यावर पेटाऱ्याचे झाकण खिळे ठोकून बंद केले. हवा येण्यासाठी पेटाऱ्याला काही फटी ठेवल्या होत्या. कर्नल गिटोबूच्या समोरच पेटारा बंद केला. तो बंद केल्यावर कर्नलने आपल्या सोबत आणलेले एक सर्टिफिकेट पेटाऱ्यावर चिटकवले. त्यावर झांबेरियाच्या लंडन येथील राजदूतांची स्वाक्षरी होती व सरकारी शिक्काही होता. हा पेटारा 'राजनैतिक बटवा' (डिप्लोमॅटिक बॅग) आहे असा निर्वाळा राजदूतांनी त्या सर्टिफिकेटमध्ये दिला होता.

१९६१ च्या राजनैतिक संबंधाविषयीच्या व्हिएन्ना आंतरराष्ट्रीय करारानुसार दूतावासांना 'राजनैतिक बटवा' पाठवायचा विशेष अधिकार असतो. असा बटवा कोणालाही उघडता येत नाही. राजनैतिक पत्रव्यवहार गोपनीय राहावा हा त्यामागचा उद्देश. १९६१ च्या आधीपासूनच हा विशेष अधिकार परंपरागत आंतरराष्ट्रीय कायद्यामध्ये जगन्मान्य झालेला आहे पण १९६१ च्या करारात किंवा पूर्वीच्या कायद्यात अशा बटव्याचा आकार केवढा असावा, हे मात्र नमूद केलेले नाही. पूर्वी त्याचा आकार एका लहान बॅगेएवढा असायचा. हळूहळू त्याचा आकार वाढत गेला. काही राष्ट्रे आपल्या दूतावासात वापरण्यासाठी वस्तूही अशा 'बटव्या'तून पाठवू लागली. अलीकडे काही देश मालवाहू जहाजातून शेकडो टन माल घेऊन जाऊ शकणाऱ्या भल्या मोठ्या कंटेनरलाही 'राजनैतिक बटवा' म्हणून पाठवू लागली. विशेष म्हणजे स्थानिक कस्टम अथवा विमानतळ किंवा पोर्टचे अधिकारी असे बटवे उघडून त्यात काय आहे हे पाहू शकत नाहीत. या प्रघाताचा गैरफायदा घेऊन अमारो बिकोला जिवंतपणे झांबेरियाला न्यायचे कर्नल गिटोबूने ब्रिगेडियर नेंगाला सुचवले. ब्रिगेडियरने ती सूचना मान्य करून राजदूतांना तसे कळवले.

'नॉर्थवेस्ट आफ्रिकन एव्हिएशन' ही मालवाहतूक करणारी विमान कंपनी आठवड्यातून दोन वेळा लंडनजवळील स्टॅनस्टेड विमानतळावरून झांबेरिया, घाना व लायबेरिया या देशांना आपल्या मालवाहू विमानांची उड्डाणे करायची. तीन आठवड्यांपूर्वीच झांबेरियाच्या दूतावासाने त्या दिवशीच्या विमानात ६ फूट बाय ६ फूट पेटाऱ्यासाठी जागा आरक्षित केली होती. त्या पेटाऱ्यास राजनैतिक बटव्याचा दर्जा आहे हेही त्यावेळी विमानकंपनीस कळवले होते. त्यांच्या सूचनेनुसार तो पेटारा उड्डाणाच्या आदल्या दिवशी संध्याकाळी ७ वाजेपर्यंत विमानतळावर पोहोचता

करावा असे दूतावासाला कळवले होते.

एका टेंपोतून तो पेटारा संध्याकाळी साडेसहा वाजता स्टॅनस्टेड विमानतळावर नेण्यात आला. तेथे तो विमान कंपनीच्या प्रतिनिधीकडे सुपूर्द केला गेला. सामान विमानात चढवण्यापूर्वी कस्टम अधिकारी कस्टमचे कागदपत्रं तपासून सर्व सोपस्कार पार पाडायचे. त्या दिवशी कस्टम अधिकाऱ्याने इतर सर्व मालाची तपासणी करून सोपस्कार पार पडले. त्या पेटाऱ्यावरील राजनैतिक बटव्याचे सर्टिफिकेट पाहून त्याने तो पेटारा विमानात चढवायची परवानगी विमान कंपनीस दिली. विमान कंपनीच्या कर्मचाऱ्यांनी विमानात चढवायचे सर्व सामान विमानाजवळ आणले. ते आत चढवण्यापूर्वी कप्तानांची परवानगी घ्यावी लागायची. एका कर्मचाऱ्याने कप्तान मिस्टर एकहर्स्टना फोन केला.

“सर्व माल विमानाजवळ आणला आहे. केव्हा आत चढवायचा?”

“थोडं थांबायला हवं. डाव्या बाजूच्या इंजिनमध्ये एक छोटा बिघाड दिसून येतोय, इंजिनियर त्यासाठी काम करत आहेत. ते काम पुरं झाल्याशिवाय सामान चढवता येणार नाही. अर्ध्यातासात होईलच. ते पुरं झालं की मी तुम्हाला कळवतो.” कप्तान म्हणाले.

ते काम पुरे व्हायला जवळजवळ साडेतीन तास लागले. तोपर्यंत सामान उघड्यावरच होते. लुकासने गरम कपडे जवळ ठेवले होतेच. अमारोच्या अंगावरही ब्लँकेट घातले होते पण रात्री साडेअकरा वाजल्यापासून ते पहाटे दोन वाजेपर्यंत उघड्यावर असलेल्या पेटाऱ्यात लुकासला थंडीने ग्रासले होते, त्यात रात्री अचानक थंडीची लाट आलेली. कुडकुडणारा लुकास कसाबसा थंडीशी मुकाबला करत होता.

सर्व सामान विमानात चढवल्यावर कर्मचाऱ्यांनी त्याला सर्व बाजूंनी पट्ट्यांनी घट्ट बांधले. विमानाने हवेत झेप घेताना व नंतर उड्डाणादरम्यान धक्क्यांमुळे ते जागच्या जागी राहावे हा त्यामागचा उद्देश. सर्व सामान व्यवस्थित बांधले आहे की नाही याचा शहानिशा करायची जबाबदारी सहकप्तान मि. ब्राऊन यांची होती. कप्तान एकहर्स्टनी ७३७ बोईंग विमानाची दोन्ही इंजिने सुरू केली. त्यांनी विमानाची सर्व दारे व्यवस्थित बंद असल्याची खात्री करून घेतली. विमान धावपट्टीकडे घेण्याची परवानगी नियंत्रण कक्षातून मिळाली. विमान धावपट्टीकडे घेण्यापूर्वी सहकप्तानांनी सामान व्यवस्थित बांधले असल्याचे सांगणे जरुरीचे होते. ते विमानात चक्कर टाकून त्याची खात्री करून घेत होते. ते फिरता फिरता त्या पेटाऱ्याजवळ आले.

आतमध्ये सर्दीने ग्रासलेल्या लुकासला नेमकी त्याचवेळी एक जोरदार शिंक आली! त्या पेटाऱ्याच्या शेजारीच असलेल्या मिस्टर ब्राऊनना आपण ऐकलेला आवाज शिंकेचाच आहे का नाही यावर विश्वास बसेना, पण त्यांना खात्री होती की तो भास नव्हता. त्या पेटाऱ्यामध्ये जिवंत व्यक्ती असावी अशी त्यांची खात्री झाली.

त्यांनी विमानाच्या त्या भागातल्या अंतर्गत फोनवरून कप्तानांशी संपर्क साधला.

"सर, आपल्या विमानातील एका मोठ्या पेटाऱ्यात एक जिवंत व्यक्ती आहे. मी आत्ताच त्याच्या आत कोणीतरी शिंकल्याचा आवाज ऐकला!"

"खरंच की काय? तुला भास तर नाहीना झाला?"

"मुळीच नाही, सर. माझी शंभर टक्के खात्री आहे त्यात कोणीतरी आहे."

"ठीक आहे, आपण शहानिशा करून घेऊ."

कप्तानांनी नियंत्रण कक्षाला कळवले की काही तांत्रिक कारणास्तव उड्डाण लांबवावे लागत आहे. त्यांनी विमानाची इंजिने बंद केली. ते स्वत: व इतर चार कर्मचारी त्या पेटाऱ्याजवळ आले.

"हाच तो पेटारा!" मिस्टर ब्राऊन कप्तानांना तो दाखवत म्हणाले.

"बराच मोठा दिसतोय! आणि हे काय, यावर राजनैतिक बटव्याचा दर्जा असल्याचे सर्टिफिकेट आहे!" कप्तान म्हणाले.

"हो सर, पण आता काय करायचं?"

कप्तानांनी मोठ्या आवाजात विचारले, "कोणी आहे आत?"

सर्व संभाषण लुकासने ऐकले होते. तो पुरता गोंधळून गेला होता. असा प्रसंग आला तर काय करायचे हे त्याला कर्नल गिटोबूने सांगितले नव्हते. त्यामुळे त्याने गप्प बसायचे ठरवले. दरम्यान कप्तानांनी विमान कंपनीच्या कर्मचाऱ्यांना तो पेटारा विमानातून खाली उतरवायचे आदेश दिले. कंपनीच्या तेथील व्यवस्थापकाला पुढे काय करायचे कळेना. त्याने विमानतळावरील पोलिसांना फोन करून झाला प्रकार सांगितला. पोलिसांनी त्यांच्या मुख्य कार्यालयातील, म्हणजे न्यू स्कॉटलंड यार्डमधील, अधिकाऱ्यांना पाचारण केले. त्यावेळी सकाळचे पाच वाजले होते. विमान कंपनीचे अधिकारी, कप्तान, विमानतळ प्रधिकरणाचे प्रतिनिधी, स्कॉटलंड यार्डचे अधिकारी यांची पुढे काय करायचे यावर चर्चा झाली. सर्वानुमते ठरले की त्या पेटाऱ्यास राजनैतिक दर्जा असल्यामुळे तो उघडण्यापूर्वी झांबेरियाच्या दूतावासाशी संपर्क साधणे जरुरीचे आहे. पोलिसांनी पहाटे साडेपाच वाजता दूतावासात फोन केल्यावर तेथील सुरक्षा कर्मचाऱ्याने त्यांना कर्नल गिटोबूशी बोलायला सांगितले व त्याचा घरचा फोन नंबर दिला.

पहाटेच्या साखरझोपेत असलेल्या कर्नलला आपण फोनवर काय ऐकतो आहोत यावर विश्वासच बसेना. त्याच्या दृष्टीने पेटारा सुखरूप झांबेरियात पोहोचण्यात आता कसलीही अडचण येणार नव्हती. ती बातमी ऐकताच त्याची झोप खाडकन उतरली. त्याला चटकन काय उत्तर द्यावे हे कळेना. तो म्हणाला, "तुमची काहीतरी चूक झालेली असावी, आमच्या दूतावासातून गेल्या कित्येक आठवड्यांत राजनैतिक बटवा पाठवला नाही. कोणीतरी खोटे कागदपत्र करून तसा गैरप्रकार केला असावा."

"ठीक आहे. आता पुढे काय करायचं हे आम्ही पाहू." स्कॉटलंड यार्डचा प्रतिनिधी म्हणाला. त्याने त्यांच्या कायदा सल्लागाराशी संपर्क साधला. आता जर दूतावासच पेटारा पाठवल्याचे नाकारत असेल तर तो उघडण्यात काहीच कायदेशीर अडसर नसल्याचा सल्ला त्यांनी दिला.

पोलिसांनी पेटारा उघडण्यासाठी आवश्यक हत्यारे आणली. तो उघडल्यावर आतून भेदरलेला लुकास बाहेर पडला.

"अरे, हा पाहा आतमध्ये होता आणि हे काय, अजून एक जण झोपला आहे?" कप्तान एकहर्स्ट म्हणाले.

"तो झोपलेला नाही, त्याला गुंगीचे औषध दिलं आहे."

"असं? तू कोण आहेस व हा कोण आहे?" पोलिसांनी विचारले.

"मी डॉक्टर लुकास. माझा या प्रकरणाशी खरंच काही संबंध नाही हो! मी इथे एक विद्यार्थी आहे. मला एक महिन्यापूर्वी..."

त्याने सगळ्या प्रकरणाची माहिती सर्वांना थोडक्यात कथन केली.

लुकासच्या जबाबाच्या आधारे बेंजामिन व त्याच्या साथीदारांवर स्कॉटलंड यार्डने अपहरणाच्या आरोपाखाली गुन्हा दाखल केला. लुकासही एक आरोपी होता पण त्याला माफीचा साक्षीदार करण्यात आले. कर्नल गिटोबूविरुद्ध भक्कम पुरावा असूनसुद्धा त्याच्यावर गुन्हा दाखल करता आला नाही, कारण त्याला व्हिएन्ना करारानुसार राजनैतिक दर्जा होता पण ब्रिटिश सरकारने त्याला 'अस्वीकारणीय व्यक्ती' (पर्सोना नॉन ग्रॅटा) असे घोषित केले. त्यामुळे झांबेरियन सरकारने त्याची लंडनमधील नेमणूक तातडीने संपवून त्याला मायदेशी परत बोलावले.

झांबेरियन सरकारने लुकासची शिष्यवृत्ती रद्द केली, पण त्याला राष्ट्रकुल संघटनेने उरलेल्या अभ्यासक्रमासाठी आर्थिक साहाय्य दिले. अमारो व ताशी यांनी न्यूयॉर्कला स्थलांतर करायचे ठरवले. त्यासाठीचे सोपस्कार पुरे करायला तीन-चार महिने लागणार होते. त्या वर्षीच्या डिसेंबर-जानेवारीमध्ये लंडनमध्ये कडाक्याच्या थंडीची लाट आली होती, पण अमारोने त्याबद्दल पूर्वीप्रमाणे मुळीच कुरबूर केली नाही. तसे पाहिले तर लंडनच्या थंडीनेच त्याचा जीव वाचवला होता!

■

केवळ मैत्रीसाठी...

केंटिश टाऊन या उत्तर लंडनमधील उपनगरी भुयारी रेल्वेस्टेशनमधून बाहेर पडल्यावर लियाकतने सांगितल्याप्रमाणे लेटन रोडवर उजवीकडे वळलो. त्याच रस्त्यावरील ५१ क्रमांकाचे घर स्टेशनपासून अवघ्या तीन मिनिटांच्या अंतरावर होते. ते शोधायला वेळ लागला नाही. परवा लियाकतने मला जेवणाचे आमंत्रण देताना माझी उत्सुकता वाढवून ठेवली होती. त्या दिवशीचा आमचा संवाद आठवला, "उमेश, येत्या शनिवारी संध्याकाळी मोकळा आहेस?"

"हो, का बरं?" मी विचारले.

"अरे झरीनाच्या घरी एक पार्टी आहे. आमचे तीन-चार परिचित येणार आहेत. अर्थात सगळेच पाकिस्तानी आहेत. तुला संकोच वाटत नसेल तर तूही ये! मला झरीनानेच मुद्दाम तुला विचारायला सांगितले."

"नक्कीच येईन! आणखी काही नवीन ओळखी होतील. आपण ठरवलेल्या भारत-पाकिस्तान या दोन्ही देशांतील जनसंपर्क व लोकांशी मैत्री वाढवायच्या प्रक्रियेलाही चालना मिळेल!"

"अगदी बरोबर! शिवाय तेथे तुला आश्चर्याचा एक धक्काही बसेल!" लियाकत हसत हसत म्हणाला.

"ते कसं काय बरं?" मी उत्सुकतेने विचारले.

"ते मी आत्ताच तुला सांगितलं, तर त्यातली गंमत निघून जाईल. एवढं मात्र मी खात्रीनं सांगू शकतो, की ती संध्याकाळ दीर्घकाल तुझ्या स्मरणात राहील!" लियाकत गूढपणे म्हणाला.

लियाकतची व माझी ओळख फक्त गेल्या ५-६ महिन्यांपूर्वी झालेली. १९८३च्या सप्टेंबरमध्ये लंडन विद्यापीठात आंतरराष्ट्रीय कायद्याचा पदव्युत्तर अभ्यासक्रम करण्यासाठी मी लंडनला गेले होतो. अभ्यासक्रम सुरू झाल्यावर सहाध्यायींच्या ओळखी झाल्या.

त्यापैकी एक होता कराचीचा लियाकत अली शेख. तो माझ्याच वयाचा असावा. जवळजवळ सहा फूट उंच, गोरा व केसांची दाट झुलपे असलेला लियाकत सुस्वभावी होता. त्याचे वडील बॅरिस्टर शेख हे कराचीमधले एक सुप्रसिद्ध व यशस्वी वकील होते.

अभ्यासक्रम सुरू झाल्यानंतर आमच्या रोजच भेटी होऊ लागल्या. आमची मैत्री चांगलीच जमली. बहुतेक रोज आम्ही लंचला मिळून जाऊ लागलो. एकत्र असताना बऱ्याच वेळा आम्ही भारत-पाकिस्तान यांच्या तणावपूर्ण संबंधाविषयी बोलत असू.

"लियाकत, आपल्या देशांच्या लोकांच्या चालीरीती, आपली संस्कृती, भाषा, आहार, पेहराव यांमध्ये एवढं साम्य आहे तरीही आपण भांडत असतो, हे चांगलं नव्हे!" मी एकदा त्याला म्हणालो.

"अरे उमेश, तुझ्याप्रमाणेच आम्हा सुशिक्षित पाकिस्तानी नागरिकांची इच्छा आहे की भारताशी मैत्रीपूर्ण संबंध असावेत, पण काश्मीर प्रश्नावरून जी दुफळी झाली आहे ती सांधल्याशिवाय परस्पर संबंधात फरक पडणार नाही!"

"ते मला स्पष्ट दिसतंय! पण आपल्या राज्यकर्त्यांनी टोकाची हटवादी भूमिका सोडून काही तडजोड करायची तयारी दर्शवली पाहिजे!" मी म्हणालो.

"अगदी बरोबर. मी तर दोन्ही देशांच्या नेत्यांना सध्याच्या तणावासाठी व पूर्वी झालेल्या लढायांसाठी जबाबदार धरतो!" लियाकत म्हणाला.

"पण जोपर्यंत आपल्या राज्यकर्त्यांना राजकीय पातळीवर तोडगा काढणं जमत नाही, तोपर्यंत दरम्यानच्या काळात आपल्या दोन्ही देशांच्या नागरिकांत जेवढा जमेल तेवढा संपर्क व मैत्रीपूर्ण संबंध वाढवायला हवेत. कदाचित त्याचा परिणाम आपल्या राज्यकर्त्यांवर होऊन तंटा मिटायला मदत होईल." मी म्हणालो.

"माझंही तेच मत आहे. आता आपलंच उदाहरण घे. त्या प्रक्रियेस आपण आपल्या मैत्रीपासून सुरुवात केली आहे असं म्हटलं तर वावगं ठरणार नाही!" लियाकत म्हणाला.

लियाकतची व माझी मैत्री दिवसेंदिवस वाढत गेली. तो केंटिश टाऊन या भागात आपल्या सासऱ्यांच्या घरी राहायचा. एकदा रविवारच्या सुट्टीच्या दिवशी त्याने त्याची पत्नी झरीना हिची व माझी ओळख करून दिली होती. त्या दिवशी मी त्या उभयतांना साऊथ हॉल या लंडनच्या उपनगरात जेवायला घेऊन गेलो होतो. साऊथ हॉलमध्ये जवळजवळ सर्व रहिवासी भारतीय वंशाचे. तेथील उपाहारगृहे व दुकाने भारतीयांचीच आहेत. तिथे गेल्यावर वाटावे की आपण भारतातच आहोत. रस्त्यांच्या कडेला पकोडे, समोसे व जिलेबी तळणारे, पानाचे ठेलेवाले, उपाहारगृहांतून मोठमोठ्याने ऐकू येणारी हिंदी सिनेमातील गाणी, साड्या व पंजाबी ड्रेसची दुकाने, भारतीय मसाल्यांची दुकाने पाहिल्यावर आपण लंडनमध्ये आहोत याचा विसर पडावा.

त्या रविवारी आम्ही तंदूरी चिकन खायचे ठरवले. एका पंजाबी उपाहारगृहात आम्ही गेलो. मी नान, राजमा, मटर-पनीर, रायते, जिरापुलाव व एक मोठी तंदुरी चिकन मागवली. लियाकत व झरीनाला ते जेवण खूप आवडले.

आम्ही उत्कृष्ट पंजाबी जेवणाचा आस्वाद घेऊन, बनारसी पान खाऊन तेथून निघालो. झरीनाने मसाल्यांच्या दुकानातून काही मसाले घेतले. पंजाबी ड्रेसच्या दुकानासमोर तिचे पाय रेंगाळले. ते पाहून मी लियाकतला म्हणालो, ''बायका कुठल्याही देशाच्या असोत किंवा कुठल्याही देशात असोत, कपडे म्हणजे त्यांचा 'वीक पॉइंट'!''

''अगदी माझ्या मनातलं बोललास!'' लियाकत झरीनाकडे पाहत हसत म्हणाला.

मी झरीनाच्या दाराची बेल वाजवली. झरीनानेच दार उघडले.

''या, उमेश! घर शोधायला वेळ तर लागला नाही ना?''

''छे, छे, लियाकतने कसं यायचं ते अगदी व्यवस्थित समजावून सांगितलं होतं.''

इतक्यात आतून लियाकतही आला. मी त्याला विचारले, ''मला वेळ तर नाहीना झाला?''

''छे, आत्ता फक्त साडेसातच वाजलेत. चल, आत ये, तुझी आमच्या स्नेह्यांशी ओळख करून देतो.''

झरीनाने माझा ओव्हरकोट घेतला व एका मोठ्या कपाटात ठेवून दिला. लियाकत व झरीनाबरोबर मी दिवाणखान्यात गेलो. तेथे पाऊल टाकल्यावर समोरची व्यक्ती पाहून मी आश्चर्याने थक्कच झालो. प्रत्यक्ष बेनझीर भुत्तो समोर बसलेल्या! माझा त्यावर विश्वासच बसेना. इतक्यात बेनझीर उठून म्हणाल्या, ''या मिस्टर उमेश! लियाकतने मला तुमच्याबद्दल सांगितलं आहे!''

माझ्या तोंडातून शब्दच फुटेना. औपचारिकतेला अनुसरून मी तोंडातल्या तोंडात 'थँक्स... प्लीज्ड टू मीट यू!' असे काहीतरी पुटपुटलो. लियाकत म्हणाला, ''हे झरीनाचे वडील, डॉक्टर खानसाहेब, या अम्मा, खुर्शीदजी...'' असे म्हणून त्याने मला इतर दोन-तीन मंडळींची ओळख करून दिली. मी लियाकतकडे पाहून 'बेनझीर इथे कशा' असे प्रश्नार्थक मुद्रेने हलक्या आवाजात विचारले.

''अरे, डॉ. खानसाहेब झुल्फिकारजींचे वैयक्तिक सर्जन होते. त्यांचा व भुत्तो कुटुंबीयांचा खूप घरोबा आहे!'' लियाकतने खुलासा केला.

जवळजवळ सहा फूट उंच, उभा गोरा चेहरा, लाल ओठ, सरळ धारदार नाक व मोठे पाणीदार डोळे अशा बेनझीरजींचे व्यक्तिमत्त्व भारदस्त व प्रभावी वाटत होते.

१९७७ साली झुल्फिकार अली भुत्तोंना पंतप्रधानपदावरून सैन्याच्या बळावर

जनरल झिया-उल-हक याने पदच्युत केले, त्यांच्यावर काही खोटे-नाटे आरोप लावून सैनिकी न्यायालयात खटला चालवला व त्यांना १९७९ साली फाशीची शिक्षा देऊन आपली सत्ता बळकट केली. त्यावेळी जगभरातून जनरल झियांचा निषेध करण्यात आला. त्यानंतर सव्वीस वर्षांच्या बेनझीर भुत्तोंची राजकीय महत्त्वाकांक्षा लक्षात घेता सरकारने त्यांना पाच वर्षे नजरकैदेत ठेवले. १९८४ मध्ये त्यांना इंग्लंडला जायची व तेथे राजकीय आश्रय घ्यायची परवानगी देण्यात आली. बेनझीरनी लंडनला येऊन प्रति-सरकार स्थापन केल्याची घोषणा केली.

मी दिवाणखान्यात स्थानापन्न झालो. माझ्याकडे पाहत बेनझीर म्हणाल्या, ''मिस्टर उमेश, लियाकतने मला तुमचे पाकिस्तान-भारत यांच्यातील संबंधाविषयीचे विचार सांगितले आहेत!''

''त्यावर आपलं काय मत आहे?'' मी धाडस करून विचारले. किंचित हसत बेनझीर म्हणाल्या, ''जर दोन्ही देशांतील नेत्यांना संबंध सुधारण्यासाठी शांततेने व सामोपचाराने तोडगा काढता आला नाही, तर जनतेनेच त्यांना तसं करणं भाग पाडलं पाहिजे. या दृष्टिकोनातून दोन्ही देशांच्या नागरिकांमध्ये सौदार्याचे संबंध निर्माण झाले तर उत्तमच. तुम्ही व लियाकतसारख्या तरुणांनी असा पुढाकार घेतला तर तो खरंच कौतुकास्पद आहे. पूर्वीच्या पिढीने तरुण पिढीचे मत कलुषित केले आहे, ते विसरून तुम्ही मैत्रीचा हात पुढे करता आहात हा तुमचा मोठेपणा आहे.''

''बेनझीरजी, तुम्ही दोन्ही देशांच्या नेत्यांच्या जबाबदारीविषयी बोललात पण मला एक कोडं पडलं आहे, पाकिस्तानचे खरे नेते कोण म्हणायचे? माफ करा, मी आपल्याला अडचणीत टाकणारा प्रश्न विचारला असं वाटत असेल, तर उत्तर नका देऊ!''

मी फारच आगंतुकपणे त्यांना राजकारणावर चर्चा करायला उद्युक्त करतो आहे की काय असे वाटले. एवढ्यात बेनझीर म्हणाल्या, ''उमेश,'' आता त्यांनी 'मिस्टर उमेश,' मधली औपचारिकता टाळली व म्हणाल्या, ''तुम्ही एका फार ज्वलंत प्रश्नाला हात घातला आहे. तुमच्या प्रश्नाला माझं सरळ व साधं उत्तर असं, की सैन्याच्या शक्तिप्रदर्शनाने सत्तेवर आलेल्या व्यक्तीस स्वत:ला 'जनतेचा नेता' म्हणवून घ्यायचा नैतिक अधिकार मुळीच नाही. जनतेने खुल्या व न्याय्य निवडणुकीनंतर निवडलेली व्यक्ती स्वत:ला राष्ट्राचा व पर्यायाने लोकांचा नेता म्हणवू शकते पण माझ्या मनातली एक गोष्ट तुम्हाला सांगते, तेही तुम्ही विषय काढलात म्हणून. मला तुम्हा भारतीयांचा एका बाबतीत खूप हेवा वाटतो!''

''ते कशा बाबतीत बरं?'' मी आश्चर्याने विचारले.

''भारतात लोकशाहीची पाळं-मुळं खोल रुजली आहेत. दुर्दैवाने पाकिस्तानात तसं होऊ शकलं नाही. अब्बाजाननी खूप कसोशीने प्रयत्न केले पण शेवटी त्यांना

प्राणाहुती द्यावी लागली. आमच्या देशात निवडून आलेले सरकार, सैन्य व न्यायपालिका यांच्यामध्ये सदैव तणाव असतो. जर भारताप्रमाणे आमच्या देशात सातत्याने लोकशाही प्रस्थापित झाली असती तर माझी खात्री आहे, एव्हाना काश्मीर प्रश्नावर तोडगा निघालाच असता व इतर वादाचे मुद्देही निकालात निघाले असते!''

बेनझीर मोकळेपणाने बोलत होत्या. भारत-पाकिस्तान संबंधाबाबत अधिक प्रश्न विचारून त्यांना अडचणीत टाकावे असे मला वाटले नाही. आम्ही इतर गप्पा मारण्यात बराच वेळ घालवला. डॉक्टर खानसाहेब जवळजवळ सत्तरीचे, टक्कल पडलेले अभ्यासू गृहस्थ माझ्याशी बोलत बसले. इतक्यात बेनझीर म्हणाल्या, ''बरं का उमेश, खानसाहेब व आमचं कुटुंब आम्ही कोठेही असलो तरी एकमेकांच्या संपर्कात असतो. आम्हा भावंडांच्या लहानपणापासूनच्या प्रकृतीच्या तक्रारी खानसाहेबांमुळे वेळीच आटोक्यात यायच्या. खानसाहेब, तुम्हाला आठवतं का दहा वर्षांपूर्वी काय झालं होतं?''

''काय बरं बेटा? माझ्या लक्षात नाही!'' खानसाहेब आठवायचा प्रयत्न करून म्हणाले.

''उमेश, तेव्हा मला टॉयफॉईड झाला होता. अब्बाजान खूप काळजीत पडलेले. मला लंडनला हलवूया म्हणून तयारी केली पण खानसाहेब म्हणाले, 'माझ्यावर सगळं सोपवा. मी हिला ठणठणीत बरी करणार!' खानसाहेबांच्या आत्मविश्वासाने अब्बाजानही चकित झाले. खानसाहेबांनी आपला शब्द खरा करून दाखवला!''

''अरे बेटा, मी फारसं काहीही केलं नाही. माझ्या परीने प्रयत्न केले पण शेवटी अल्लाच्याच हातात सगळं काही आहे!'' खानसाहेब नम्रपणे म्हणाले.

इतक्यात खुर्शीदजी स्वयंपाक घरातून आल्या.

''चला, जेवण टेबलावर मांडलंय!''

आम्ही सगळे डायनिंग रूममध्ये गेलो. केव्हापासून जेवणाचा घमघमाट घरात सुटला होता. टेबलवर बिर्याणी, नान, चिकन करी, खिमा, मटण कबाब, रायते, चटण्या अशा पदार्थांची रेलचेल झालेली. झरीना माझ्याजवळ येऊन हलक्या आवाजात म्हणाली, ''उमेश, तुम्ही आज जेवायला असणार म्हणून अम्माने बीफचा एकही पदार्थ केला नाही. अगदी नि:संकोचपणे जेवायचं बरं का!''

मला अम्मांचे कौतुक वाटले. फक्त माझ्या एकट्याच्या भावनाही त्यांनी कटाक्षाने लक्षात ठेवल्या होत्या. मी सगळे पदार्थ थोडे थोडे वाढून घेतले. जेवण अतिशय चविष्ट होते. जेवल्यानंतर शेवयांपासून बनवलेला एक गोड पदार्थही खायचा आहे असे अम्मांनी मला बजावले होते. ते लक्षात ठेवून मी चार घास कमीच जेवलो होतो.

मी अम्मांना म्हणालो, ''जेवण फारच चविष्ट होतं. आज कित्येक दिवसांनंतर

घरचं जेवण जेवायचा योग आला!''

''हॉस्टेलचं खाऊन कंटाळा आला तर लियाकतबरोबर यायला संकोचू नका.'' अम्मा प्रेमळपणे म्हणाल्या. खरंच, या परक्या मुलखात या पाकिस्तानी मंडळींच्या आदरातिथ्याने मी भारावून गेलो होतो.

माझी रिकामी प्लेट मी स्वयंपाक घरातील बेसिनमध्ये ठेवण्यासाठी जाणार इतक्यात बेनझीर म्हणाल्या, ''काय हो उमेश, तुम्ही नीट जेवलेले दिसत नाही! पाकिस्तानी जेवण आहे म्हणून तर नाही ना?'' माझी चेष्टा करायचा त्यांचा उद्देश लक्षात आल्यावर मी म्हणालो, ''बेनझीरजी, तसं असतं तर मी आज इथे आलोच नसतो, किंबहुना माझी व लियाकतची मैत्रीही जमली नसती!''

''तुमची गंमत केली! बरं मग, अजून एक कबाब घ्या माझ्या हातून.'' असे म्हणून त्यांनी कबाबचा चमचा माझ्यापुढे केला.

''बेनझीरजी, खरंच माझं पोट भरलं आहे...''

''अहो, केवळ पाकिस्तान व भारत या देशांतील लोकांची मैत्री वृद्धिंगत व्हावी या सदिच्छेसाठी तरी घ्या!''

आता मात्र बेनझीरजींना नाही म्हणणे मला शक्य नव्हते!

■

बिनधास्त

"या, या, प्राध्यापक कदम!" माझे व नीलिमाचे स्वागत करता करता मिसेस नवाझ म्हणाल्या. सोबत सहा वर्षांचा अक्षयही होता. आम्ही त्यांच्या हवेलीवजा बंगल्याच्या दारातून आत जाताच त्या आमच्या स्वागतासाठी पुढे आल्या होत्या.

घरात शिरताच लखनवी बिर्याणीचा खमंग वास नाकात शिरला. त्यावर अक्षयने मला विचारले, "पप्पा, आज इथे नॉन-व्हेज असेल ना?"

ते ऐकून मी काही म्हणायच्या आतच मिसेस नवाझ म्हणाल्या, "आज तुम्हाला इथे फक्त नॉन-व्हेजच मिळेल आणि तेही अस्सल मोगलाई पद्धतीचं!"

नोव्हेंबर १९९८ मध्ये जेव्हा माझे लखनऊला जायचे ठरले, तेव्हा अक्षय व नीलिमानेदेखील माझ्याबरोबर यायचे मी सुचवले. त्यावेळेस अक्षयच्या शाळेला दिवाळीची सुट्टी होती. मी आंतरराष्ट्रीय रेड क्रॉसच्या दिल्ली येथील विभागीय कार्यालयात कायदा सल्लागार म्हणून काम पाहत होतो. माझ्या कार्यालयाच्या वतीने लखनऊ येथे रेड क्रॉसच्या कार्याविषयी तीन दिवसांचे एक चर्चासत्र आयोजित केले होते. त्यासाठी मला तिकडे चार-पाच दिवसांसाठी जाणे क्रमप्राप्त होते. माझ्या लखनऊ येथील वास्तव्यादरम्यान मिसेस नवाझांच्या घरी जेवणाचे आमंत्रण असणार याची मला खात्री होती. त्यांची व माझी भेट झाली नव्हती, पण त्यांची थोरली मुलगी निलोफर मी बेंगलोरच्या नॅशनल लॉ स्कूलमध्ये शिकवत असताना माझी विद्यार्थिनी होती. तिला मी अभ्यासात व संशोधनात खूप मदत केली होती. हल्ली ती दिल्लीतील 'अमरचंद मंगलदास' या लॉ फर्ममध्ये काम करत होती. अधूनमधून तिची व माझी भेट व्हायची. मला कधी लखनऊला जायचा प्रसंग आला तर तिच्याशी संपर्क साधायचा असं तिनं मला बजावून ठेवलं होतं. ऑक्टोबरमध्ये माझं लखनऊला जायचं नक्की झाल्यावर तिला फोन केला, "निलोफर, पुढच्या महिन्यात १८ तारखेस मी सहकुटुंब लखनऊला चाललोय!"

"खरंच की काय, सर? मी देखील तेव्हा लखनऊमध्येच असेन. तुम्ही सर्वांनी

आमच्या घरी जेवायला आलंच पाहिजे. मी आजच आईला फोन करून सांगून ठेवते.'' निलोफर आग्रहाने म्हणाली.

जवळजवळ २५-२६ वर्षांच्या निलोफरच्या वडिलांचे काही वर्षांपूर्वी अपघाती निधन झाले होते. तिचे कुटुंब लखनऊच्या नवाबांच्या घराण्याशी संबंधित होते. धाकटी बहीण जेनीफर इंजिनियरिंग कॉलेजला होती. आई एका कारखान्याचा कारभार पाहत असतात असे तिच्या बोलण्यातून एकदा कळले होते.

चर्चासत्राच्या शेवटच्या दिवशी निलोफरच्या घरी जेवायला जायचे नक्की झाले. संध्याकाळी सहाच्या सुमारास हॉटेलवर परतलो. नीलिमा नुकतीच खास लखनवी चिकन कापडाचे कुर्ते घेऊन आली होती. मी वॉश घेऊन झाल्यावर नीलिमाला म्हणालो, ''गेल्या तीन-चार दिवसांच्या धावपळीमुळे मला खूपच थकवा आला आहे...''

मी पुढे काही बोलायच्या आतच ती म्हणाली, ''म्हणजे आता तुम्हाला एखाद-दुसरा स्कॉचचा पेग हवा असणार!''

''बरोबर ओळखलंस!'' मी हसत म्हणालो.

''पण उमेश, आज नका घेऊ. एका खानदानी मुसलमान कुटुंबाच्या घरी जेवायला जायचं आहे. त्यांना मद्यप्राशनाचं वावडं असतं. ती मंडळी काही बोलणार नाहीत, पण वाईट दिसेल. शिवाय तुम्ही एक-दोन पेग घेतल्यावर इतक्या अघळ-पघळ गप्पा मारता, की समोरच्या व्यक्तीला लगेच समजून येतं, की तुम्ही प्राशन केलं आहे. हवंतर मी तुमच्या डोक्याला मालिश करून देते, जरा आराम मिळेल.''

आता स्कॉचने डोके हलके होणे आणि मालिशने हलके होणे यात किती तफावत आहे हे नीलिमाला पटवून देण्यात काही अर्थ नव्हता. मी फोनवरून लिंबू सरबत मागवले व सात वाजायची वाट पाहू लागलो. निलोफर आम्हाला न्यायला येणार होती.

निलोफरची गाडी त्यांच्या हवेलीसदृश बंगल्याच्या आवारात शिरल्यावर एका नोकराने आम्ही आल्याचे आत जाऊन सांगितले. मिसेस नवाझ आमच्या स्वागतासाठी लगबगीने दाराजवळ आल्या. आत जाता जाता त्या म्हणाल्या, ''प्राध्यापक कदम, तुम्ही व नीलिमा आज आमच्याकडे आलात, फार बरं वाटलं. निलोफरकडून तुमच्याविषयी खूप ऐकलं आहे! आणि या गोड छुटक्याचं नाव काय?''

''अक्षय!'' तो स्वत:च त्यांच्याकडे कुतूहलाने पाहत म्हणाला.

मिसेस नवाझ व निलोफर आम्हाला एका भव्य दिवाणखान्यात घेऊन गेल्या. उंची फर्निचर, छताची झुंबरे, पर्शियन गालिचा, भिंतीवरील तैलचित्रे, कपाटातील देशोदेशींच्या वस्तू पाहून नबाबी संस्कृतीची झलक पाहायला मिळाली. आम्ही स्थानापन्न झालो. मिसेस नवाझ अंदाजे पंचेचाळीस-सत्तेचाळीसच्या असाव्यात. उंच, बांधेसूद, गोऱ्या मिसेस नवाझनी बॉबकट केला होता. अंगात लखनवी नक्षीकाम

केलेला कुर्ता व जीनची पँट घातलेली तर पायात नक्षीचे जोधपुरी चढाव. चेहऱ्यावर अदब पण त्याचबरोबर आत्मविश्वासही दिसत होता. त्या उत्कृष्ट इंग्रजी बोलत होत्या.

"प्रा. कदम, तुम्ही काय घेणार? माझ्याकडे शिवास रीगल, बकार्डी, सफायर जीन व स्मिरनॉफ व्होडका आहे. बीअर आवडत असेल तर फ्रीजमध्ये हानिकेन व कार्लबर्गस्‌चे कॅन्सही आहेत. तुम्ही काय हवं ते घ्या, मी मात्र आज बकार्डी घेणार आहे!"

हे ऐकल्यावर त्यांच्या फ्रीजमधील बीअरच्या कॅन्ससारखा मीही सर्द झालो!

"स्कॉच चालेल!" असे म्हणून मी नीलिमाकडे एक चोरटा कटाक्ष टाकला. तिने नजरेनेच 'आता तुमची चंगळ आहे!' असे खुणावले.

मिसेस नवाझनी एका नोकराला बोलावून आमचे ड्रिंक कसे करायचे व त्याबरोबर स्नॅक्स आणायच्या सूचना दिल्या. स्वयंपाकघरात एक चक्कर टाकून येते असं म्हणून त्या आत गेल्या. इतक्यात दुसऱ्याच एका खोलीचे दार उघडून एक नाकेला, उंचापुरा, २७-२८ वर्षांचा गोरा तरुण त्या दिवाणखान्यात आला. त्याच्या डोक्यावरची लांब केसांची झुलपे व हनुवटीवरची छोटीशी दाढी त्याच्या व्यक्तिमत्त्वाला शोभून दिसत होती. निलोफरला भाऊ नाही हे मला ठाऊक होते. तो कोण असावा याचा मी अंदाज करत होतो. इतक्यात तो माझ्याकडेच आला व मंद स्मित हास्य करत चक्क मराठीत म्हणाला, "हॅलो, प्रा. कदम, मी रुस्तम टोपीवाला. मुंबईचा आहे मी!"

"अरे वा! मग इकडे लखनऊला कसे काय?" मी आश्चर्याने विचारले.

"गेली तीन वर्षे मी येथील तबला शिक्षक उस्ताद रेहमत अली खाँ साहेबांकडून तबला शिकतोय!"

इतक्यात मिसेस नवाझ दिवाणखान्यात आल्या. त्यांच्या मागोमाग एक नोकर पेयांचे ग्लास ठेवलेला भला मोठा ट्रे घेऊन आला. सर्वप्रथम त्याने नीलिमाला ऑरेंज ज्युस दिला. नंतर मला स्कॉच, अक्षयला कोक, मिसेस नवाझना बकार्डी व रुस्तमला बीअरचा कॅन दिला. निलोफर आत काही कामासाठी गेली होती.

"अरे हो, तुमची ओळख करून द्यायचीच राहिली. हा रुस्तम, आमचा फॅमिली फ्रेंड आहे!" मिसेस नवाझ म्हणाल्या.

"आत्ताच त्यांची ओळख झाली!"

"असं? चला, चिअर्स!" मिसेस नवाझ आपला बकार्डी रमचा ग्लास उंचावून म्हणाल्या. त्यांच्या ग्लासमध्ये फक्त बर्फ घातलेली जवळजवळ दीड पेग बकार्डी दिसत होती! आम्ही सुरुवात करतो न करतो तोच निलोफर व जेनीफरही तेथे आल्या. निलोफरने आपल्या धाकट्या बहिणीची व आमची ओळख करून दिली. निलोफरच्याच चेहऱ्याची २४-२५ वर्षांची जेनीफरही आमच्या गप्पांत सामील झाली.

"प्रा. कदम, रुस्तमच्या घरचे सगळे वकिली व्यवसायात आहेत, पण याला

मात्र त्याचं वावडं आहे!'' मिसेस नवाझ म्हणाल्या.

''तुम्ही मुंबईच्या टोपीवाला अँड टोपीवाला या सॉलिसीटर फर्मचं नाव ऐकलं आहे?'' रुस्तमने मला विचारले.

''कायद्याच्या क्षेत्रात काम करणाऱ्याला त्या फर्मचं नाव माहीत नाही, असं कधीच होणार नाही. तुमचा त्या प्रसिद्ध फर्मशी संबंध आहे काय?'' मी म्हणालो.

''ती फर्म माझ्या वडिलांची व काकांची. त्या दोघांची मी लॉ करावे ही इच्छा. मी चर्चगेटच्या गव्हर्नमेंट लॉ कॉलेजमध्ये सात आठ वर्षांपूर्वी प्रवेश घेतला. पहिल्या दिवशी भारतीय राज्यघटना या विषयाचा तास होता. त्यात प्राध्यापकांनी राज्यघटना कशी महत्त्वाची आहे हे पटवून द्यायला सुरुवात केली ते 'वी, द पीपल ऑफ इंडिया...' इथून. तेव्हा त्या 'वी, द पीपल' मध्ये मला सामावून घेऊ नका असं त्यांना सांगून मागच्या दाराने पळ काढला. मी म्हटलं, बाकीच्या 'पीपल' किंवा 'प्युपिल' ना शिकू देत कायदा. मला त्यात रस नाही!'' रुस्तम हसत म्हणाला.

''अहो सर, हा फक्त एलएल.बी. करून घरच्याच फर्ममध्ये कामाला लागला असता तर आत्तापर्यंत खोऱ्याने पैसे ओढले असते त्याने. कधी कधी मी कायद्याचे पुस्तक घेऊन बसलेली दिसले, की हा तेथून पळ काढतो, जणू काही त्याला कायद्याची 'ॲलर्जी' आहे!'' निलोफर हसत हसत म्हणाली.

मी रुस्तमच्या जवळ बसलेला. त्याची गंमत करण्याच्या उद्देशाने मी माझा ग्लास घेतला व त्याच्यापासून एका दूरच्या खुर्चीवर जाऊन बसलो व त्याला म्हणालो, ''तुमच्यापासून जरा दूरच बसतो.''

''का बरं?'' त्याने विचारले. सगळ्यांचे लक्ष मी काय म्हणतो याकडे. मी हसत म्हणालो, ''मी कायद्याचा प्राध्यापक आहे. तुमच्याजवळ मी जास्त वेळ बसलो तर कदाचित तुमच्या अंगावर 'रॅशेस' येतील, ॲलर्जीचे!'' सगळेच त्यावर मनसोक्त हसले. आमच्या गप्पा छान रंगल्या. दोन्ही मुली, मिसेस नवाझ, रुस्तम, नीलिमा व मी मोकळेपणाने बोलत होतो. दरम्यान ड्रिंकचा आणखी एक राउंड झाला. रुस्तम निलोफर किंवा जेनीफर यांचा 'बॉय-फ्रेंड' असावा अशी शंका माझ्या मनात डोकावून गेली. मिसेस नवाझनी त्याला 'जावई' म्हणून मान्यता दिली असेल तर त्यांच्या धाडसाचे कौतुक करण्यासारखे होते. खानदानी मुसलमान कुटुंबातील एका उच्चशिक्षित मुलीने पारशी तरुणाशी विवाह केल्याची उदाहरणे फारच कमी असावीत.

मिसेस नवाझनी जेवण तयार असल्याचे सांगितले. एका भव्य टेबलावर मोगलाई पदार्थांची रेलचेल झालेली. खिमा, मटणाचा घट्ट रस्सा, चिकनची बिर्याणी, कबाब, काकडीचे रायते टेबलावर मांडून ठेवलेले. इतक्यात एक नोकर गरमगरम रुमाली रोट्या घेऊन आला.

''असं अस्सल मोगलाई जेवण मी पहिल्यांदाच खाते आहे!'' नीलिमा म्हणाली.

“मी तर आता दोन दिवस जेवणार नाही. आजच्यासारखा योग दुर्मिळ! उत्तम मद्य, उत्तम कंपनी व उत्तम भोजन!” मी म्हणालो. अक्षय बोलण्यामध्ये आपला बहुमोल वेळ वाया घालवू इच्छित नव्हता. मिसेस नवाझ आम्हाला आग्रह करकरून वाढत होत्या. आतून रुमाली रोट्या येतच होत्या.

“मी तुमच्या कुककडून या बिर्याणीची व या खिम्याची रेसिपी लिहून घेणार आहे!” नीलिमा म्हणाली.

“अगदी आनंदाने, पण फिरनी खाऊन झाल्यावरच हं!” मिसेस नवाझ म्हणाल्या. जेवण झाल्यावर खाल्लेली, केवड्याचा मंद स्वाद असलेली लखनवी फिरनी काही औरच होती. जेवल्यावर अक्षयला झोप येऊ लागली. म्हणून निलोफर त्याला एका बेडरूमकडे घेऊन गेली. नीलिमा कुकला भेटायला स्वयंपाकघराकडे गेली. रुस्तम टी.व्ही. वरच्या बातम्या पाहत होता. जेनीफरला मैत्रिणीचा फोन आला म्हणून ती तिच्या बेडरूमकडे गेली होती.

“प्रा. कदम, या, तुम्हाला बाहेर आमची बाग दाखवते!” मिसेस नवाझ म्हणाल्या. हवा तशी थंड होती. मिसेस नवाझनी पश्मिना शाल लपेटली. बागेमध्ये ठिकठिकाणी गोल दिवे लागले होते. तेथे बसायला एक लोखंडी टेबल व चार खुर्च्या होत्या.

“या बसा, प्रा. कदम.” असे म्हणून मिसेस नवाझनी पर्समधून डनहिल सिगारेटचे पाकीट काढले व मला विचारले, “सिगारेट?”

“मी ओढत नाही, पण तुम्ही जरूर घ्या!”

“थँक्स!” एक सिगारेट शिलगावून व तिचा एक दीर्घ झुरका घेऊन मिसेस नवाझ म्हणाल्या, “या छोट्या आयुष्यात सर्व गोष्टींचा अनुभव व उपभोग घेतला पाहिजे या मताची मी आहे!” उत्तरादाखल मी फक्त होकारार्थी मान हलवली.

“चौदा वर्षांपूर्वी इम्तियाझ गेला तेव्हा मी फक्त तेहतीस वर्षांची होते. आमचं लग्न होऊन फक्त बारा वर्षे झाली होती. तेव्हा निलोफर दहा वर्षांची व जेनीफर आठ वर्षांची होती. माझ्यावर खूप प्रेम करायचा. मला जीवापाड जपायचा. आमचा प्रेमविवाह होता!”

“असं? कुठे ओळख झाली होती?” मिसेस नवाझ बोलण्याच्या मूडमध्ये होत्या हे पाहून मी विचारले.

“आमची दोघांची घराणी एकमेकाला ओळखायची. तो इंजिनियरिंगला तर मी कॉमर्सला असताना आमच्या मैत्रीचं रूपांतर प्रेमात कधी झालं हे आम्हा दोघांनाही कळलं नाही. घरच्यांचा विरोध नव्हता. त्याला अमेरिकेतील मिशीगन विद्यापीठात पदव्युत्तर अभ्यासक्रम करायचा होता. त्याचवेळी मीही तिथे एम.बी.ए. करावं असं ठरलं. भारतात परत येऊन एक इंडस्ट्री काढायचा त्याचा मनसुबा होता. त्याने त्याची तांत्रिक बाजू सांभाळायची तर मी व्यवस्थापनाची असं ठरलं. त्याला पर्यावरण

जतन करण्याची खूप आवड. भात व गव्हांच्या लोंब्यांची टरफलं असतात त्यापासून प्लायवूडसारखे बोर्ड करायचं तंत्रज्ञान त्याने अमेरिकेत आत्मसात केलेलं. तिकडूनच यंत्रसामग्री मागवून कारखाना उभा केला. १९७१ मध्ये लखनऊला परतल्यावर आमचा निकाहही झाला. आमचा कारखाना चांगला चालू लागला होता. इकडे आमचा गोड संसारही सुखात चालला होता. त्याला इंग्रजी कादंबऱ्या वाचायचं वेड होतं. म्हणूनच मुलींची नाव इंग्लिश ठेवली.''

मिसेस नवाझ सिगारेटचा एक झुरका घेण्यासाठी थांबल्या. तो घेऊन झाल्यावर हवेत धूर सोडून म्हणाल्या, ''प्रा. कदम, हवा जरा थंडच आहे. थोडी थोडी कोनियाक घ्यायची?

''चालेल!'' मी म्हणालो. मिसेस नवाझनी टेबलावरची बेल वाजवली व नोकराकरवी रेमी मार्टिन कोनियाक ब्रँडीची बाटली व दोन ग्लास मागवले.

''तुम्हाला मी मोकळेपणानं बोलते आहे याचा कंटाळा तर येत नाही ना?''

''छे, छे! मुळीच नाही!'' मी म्हणालो.

''तुमच्यासारख्यांची कंपनी इकडे क्वचितच मिळते!'' मिसेस नवाझ कोनियाक ग्लासात ओतत म्हणाल्या. इम्तियाझ नवाझांचा दिवाणखान्यात पाहिलेला फोटो माझ्या डोळ्यांसमोर आला. उंच, उमद्या व देखण्या इम्तियाझांचे अकाली निधन व्हावं ही खूप दुर्दैवी गोष्ट होती.

''नेमकं काय झालं इम्तियाझांच्याबाबतीत?'' मी सहजच प्रश्न केला.

''सांगते ना!'' कोनियाकचा एक घोट घेत मिसेस नवाझ म्हणाल्या, ''इम्तियाझची उत्तरेला रामपूरजवळ पिढीजात शेती जवळजवळ तीनशे एकर. तेथील हवेलीच्या धर्तीवरच हे घर त्यानं बांधून घेतलं. रामपूरपासून नैनितालला जाणारा घाट सुरू होतो. इम्तियाझला मोटरसायकलचं खूप वेड. जपानहून त्याने सुझुकी कंपनीची छानशी मोटरसायकल मागवली. पूर्वी हार्ले डेव्हिडसन व रॉयल एनफिल्डही त्याने वापरलेल्या. घाटातील वळणांवरून मोटरसायकल चालवायचा त्याला खूप शौक. मोटरसायकल नेहमी रामपूरलाच ठेवायचा. लग्न झाल्यावरही मला मोटरसायकलवरून नैनिताल, भीमताल, सातताल इकडे घेऊन जायचा. एकदा तिकडे गेलो असताना म्हणाला, की इकडे एक बंगला बांधूया पण गजबजलेल्या नैनितालमध्ये नको. भीमतालसारख्या शांत ठिकाणी. तिथे एका कड्यावरची जागा त्याने निवडली व ७-८ महिन्यांत सुंदर बंगलाही बांधून घेतला. त्याच्या गॅलरीमध्ये उभं राहिलं की खाली प्रचंड दरी, चोहोबाजूला उंच पर्वतांची रांग व उजव्या बाजूला भीमताल हा तलाव असं दृश्य दिसतं. बरं, प्रा. कदम, तुम्हाला तिकडे जाऊन कधी राहायचं झालं तर सांगा हं, मी आमच्या हाउस कीपरला सांगून ठेवते. तो व त्याची बायको तिथेच आऊटहाउसमध्ये राहतात. ते तुमची चांगलीच बडदास्त ठेवतील.''

"मी स्वत: पूर्वी नैनिताल पाहिलं आहे, पण नीलिमा व अक्षयला घेऊन कधीतरी जाईन." मी म्हणालो.

मिसेस नवाझांचे विषयांतर झाले होते. ते मुद्दामच केले होते की मद्याच्या नशेमुळे ते कळेना. मीही इम्तियाझांचा विषय काढायचा नाही असे ठरविले. इतक्यात त्याच पुढे सांगू लागल्या, "इम्तियाझची जगण्याविषयी एक तत्त्वप्रणाली होती. सन्मार्गाने पैसे मिळवायचे, कोणालाही फसवायचं नाही, आयुष्यातील सर्व जबाबदाऱ्या पार पाडायच्या, यथाशक्ती गोर-गरिबांना साहाय्य करायचं व त्याचबरोबर आयुष्यातील आनंदही लुटायचा, योग्य ती मर्यादा घालून. त्याला त्याच्या व ओघाओघाने आमच्या वैयक्तिक बाबींमध्ये इतरांनी लक्ष घातलेलं मुळीच आवडायचं नाही, अगदी त्याच्या आई-वडिलांनी किंवा भाऊ-बहिणींनी देखील."

मिसेस नवाझ दुसरी सिगारेट शिलगावण्यासाठी थांबल्या. तिचा एक झुरका व कोनियाकचा एक घोट घेऊन त्या पुढे सांगू लागल्या.

"१९८४ च्या जानेवारीमध्ये त्याचा ऑस्ट्रेलियाहून एक मित्र आला होता. ते दोघं मिशीगनमध्ये एका वर्गात शिकत होते. क्रेग हार्लंड त्याचं नाव. त्यालाही मोटारसायकलचा शौक. दोघं गाडीने रामपूरला गेले व तिथून मोटरसायकलने भीमतालला. तिथे चार दिवस राहिले. क्रेगचा पाय तिथून निघता निघत नव्हता. इम्तियाझ व क्रेग १६ जानेवारीला रामपूरला जायला सकाळी अकरा वाजता निघाले. साडेअकराच्या सुमारास चुकीच्या बाजूने येणाऱ्या एका ट्रकने एका अवघड वळणावर मोटरसायकलला ठोकरले. इम्तियाझ जागच्या जागीच गेला. क्रेगच्या पायाला व बरगड्यांना फ्रॅक्चर झाले. तो थोडक्यात वाचला..."

मिसेस नवाझनी पर्समधल्या रुमालाने डोळे टिपले.

"आय ॲम सो सॉरी, मिसेस नवाझ, खरंच किती दुर्दैवी घटना ही!" मी त्यांचे सांत्वन करण्याच्या उद्देशाने म्हणालो.

"त्या घटनेने मी उद्ध्वस्त झाले. दोन छोट्या मुली पदरात. जमेची बाजू एकच, आर्थिक विवंचना नव्हत्या. माझा जगण्यातला उत्साह निघून गेलेला पण मुलींसाठी तरी मी स्वत:ला सावरणं भाग होतं. असेच तीन-चार महिने गेले. मी विचार केला की मी असं उद्विग्नतेत उर्वरित आयुष्य कंठणं इम्तियाझच्या आत्म्याला आवडणार नाही. मी पुन्हा नव्या उभारीने आयुष्य कंठलेलंच त्याला आवडणार! आणि काय सांगू प्रा. कदम, मी उद्विग्नतेची व शोकाची जळमटं झटकून टाकली व नव्या उमेदीनं पुन्हा आयुष्य कंठायचं ठरवलं, केवळ इम्तियाझसाठी. त्याच्या आत्म्याला समाधान व्हावं यासाठी! तो गेल्यानंतर कारखान्याच्या कामावर लक्ष केंद्रित केलं. मुलींच्या शिक्षणाकडे लक्ष दिलं. त्याच्या पहिल्या स्मृतिदिनानंतर परदेशातील चांगल्या ठिकाणांना भेटी द्यायला सुरुवात केली. उत्तम कपडे, जेवण, मद्य, इंग्रजी

चित्रपट व कादंबऱ्या यांचा आनंद पुन्हा उपभोगू लागले, जग काय म्हणेल याची पर्वा न करता! अर्थातच आमच्या समाजाने मला वाळीत टाकलं, पण मला त्याची पर्वा नाही! मी माझं जीवन आज बिनधास्तपणे जगतेय आणि त्यासाठी मला इम्तियाझचा आत्माच उद्युक्त करतो व उत्तेजन देतो!''

''खरंच, तुमच्या या प्रवाहाविरुद्ध पोहण्याच्या धाडसाचे कौतुक करावंसं वाटतं!''

''धाडस? प्राध्यापक कदम, रुस्तमचे व माझे जगावेगळे संबंध आहेत हे उघडपणे कबूल करायलाही मी घाबरत नाही!''

मिसेस नवाझांच्या बिनधास्तपणाचा कळस ऐकल्यावर बसलेल्या धक्क्याने माझी स्कॉच व ब्रँडीची धुंदी एका क्षणात उतरली व नकळत माझा हात रेमी मार्टिन कोनियाकच्या बाटलीकडे गेला!

■

दिवाळीला फिलिपीन्समध्ये

'तुम्ही कळवलेल्या २५-३० ऑक्टोबर २००० या तारखा मला सोयीच्या आहेत. त्या दरम्यान माझी अन्य कुठेही प्रवासाची शक्यता नाही. मनिला येथे होणाऱ्या कार्यक्रमाची सविस्तर माहिती कळवावी. दरम्यान मी विमानाचं तिकीट काढायची व फिलिपीन्सचा व्हिसा घ्यायची तयारी करत आहे.'

आंतरराष्ट्रीय रेड क्रॉसच्या मनिला येथील कार्यालयाचे प्रमुख निकोलास बॅकमन यांच्या नुकत्याच आलेल्या संदेशाला मी उत्तर पाठवून दिले. त्या वेळी माझे कार्यक्षेत्र दक्षिण आशिया होते. फिलिपीन्स दक्षिण-पूर्व आशिया विभागात असल्याने ते माझ्या कार्यक्षेत्राबाहेर होते, पण कधीकधी काही खास कार्यक्रमांसाठी माझ्या कार्यक्षेत्राबाहेरही प्रवास करायला लागायचा. सहा महिन्यांपूर्वी मार्चमध्ये फिलिपीन्सच्या 'तागायते-बे' या ठिकाणी आंतरराष्ट्रीय रेड क्रॉसच्या नव्या कर्मचाऱ्यांचा एक प्रशिक्षणाचा कार्यक्रम झाला होता. त्यावेळेही मला काही व्याख्याने देण्यासाठी निमंत्रण आले होते.

त्या कार्यक्रमाच्या वेळी तेथील कार्यालयाचे प्रमुख निकोलास बॅकमन हजर होते. त्यांना माझी व्याख्याने खूप आवडली. त्यादिवशी संध्याकाळी जेवायला आम्ही एकत्रच होतो.

"उमेश, आम्ही ऑक्टोबरमध्ये फिलिपीन्स विद्यापीठात पाच दिवसांचे एक चर्चासत्र व कार्यशाळा आयोजित करणार आहोत. त्याचा मुख्य विषय आंतरराष्ट्रीय मानवतावादी कायदा आहे. त्यासाठी संपूर्ण देशातून जवळजवळ पस्तीस प्राध्यापक हजर राहणार आहेत. त्या कार्यक्रमात तू काही व्याख्यानं द्यावीत असं मला वाटतं."

"माझी काही हरकत नाही पण माझ्या कार्यक्षेत्राबाहेर प्रवास करण्यासाठी जिनिव्हा मुख्यालयाची परवानगी हवी!" मी खुलासा केला.

"ते तू माझ्यावर सोपव. तू एकेकाळी प्राध्यापक होतास, त्यामुळे तुला प्राध्यापकांना कसं हाताळायचं हे चांगलंच ठाऊक असणार. त्या प्राध्यापकांनाही तू त्यांच्यापैकीच एक असल्याचं वाटेल व त्यांच्याशी संवाद साधायला मदत होईल."

निकोलासनी आपला हेतू सांगितला.

"ठीक आहे, जिनिव्हाने हिरवा कंदील दाखवल्यावर मला कळवा."

आज सकाळी म्हणजे १५ सप्टेंबरला त्यांचा संदेश आल्यावर त्यांना लगेच मी होकार कळवला. संध्याकाळी घरी गेल्यावर बोलता बोलता नीलिमास २५ ते ३० ऑक्टोबर दरम्यान फिलिपीन्सला जावे लागणार असल्याचे सांगितले. महिन्यातून दोन-तीन वेळा माझा सातत्याने परदेश प्रवास व्हायचा त्यामुळे त्यात तिला काही नवल वाटले नाही, पण एवढ्यात काहीतरी लक्षात आल्याने ती चटकन स्वयंपाकघराच्या दारामागे लावलेले 'कालनिर्णय' पाहायला गेली व बाहेर येऊन मला म्हणाली, "अहो, २७ ऑक्टोबरला दिवाळी आहे. अशा सणासुदीच्या वेळीच नेमकं कसं बरं तुमचं ऑफिस कार्यक्रम ठरवतं?" नाराज होऊन, एवढासा चेहरा करून ती म्हणाली.

"खरंच की काय? अगं, मी त्यांना हो म्हणालो तेव्हा दिवाळीच्या तारखांची मला अजिबात कल्पना नव्हती. नाहीतर काहीतरी सबब काढता आली असती." मला देखील एवढ्या मोठ्या सणाच्या वेळी अक्षय व नीलिमा यांना सोडून परदेशी जावे लागणार या कल्पनेने वाईट वाटले, पण मी आता शब्द देऊन टाकला होता. त्यामुळे त्यांना नकार कळवणे शक्य नव्हते.

"तू व अक्षय पुण्यास का जात नाही?" मी काहीतरी तोडगा काढायच्या उद्देशाने म्हणालो.

"त्याच्या शाळेला फक्त सहा दिवसच सुट्टी आहे. जाण्या-येण्याचे दोन दिवस गेल्यावर फक्त चार दिवसांसाठी एवढा खटाटोप कशाला? तुम्ही करा दिवाळी साजरी फिलिपीन्समध्ये. आम्ही दोघं करू दिवाळी इथेच!"

नीलिमाचा रुसवा कसा काढायचा या पेचात मी पडलो. त्यानंतर चार-पाच दिवस घरातलं वातावरण तणावपूर्ण होतं. शेवटी नोकरी म्हटल्यावर असे प्रसंग येणार हे नीलिमालाही कळून चुकले. आम्ही राहत असलेल्या मयूर विहार भागातील 'समाचार अपार्टमेंट्स'मधले माझे स्नेही व सकाळ वृत्तपत्र समूहाचे दिल्ली कार्यालयाचे प्रमुख विजय नाईक यांच्या पत्नी डॉ. दीपाताई नीलिमाला म्हणाल्या, "अगं, आम्ही आहोत इथेच. आपण सगळे मिळून दिवाळी साजरी करू!"

'समाचार अपार्टमेंट्स'मध्ये पत्रकारितेच्या व्यवसायातील मंडळी भारताच्या वेगवेगळ्या प्रांतातून आलेली. कोण कुठल्या जातीचा, प्रांताचा, धर्माचा असा भेदभाव नाही. आमचे कित्येक कुटुंबांशी जिव्हाळ्याचे संबंध होते. नीलिमाला तिथे अनेक मैत्रिणी मिळाल्या होत्या, पण शेवटी घरातल्या एका प्रमुख व्यक्तीची उणीव दिवाळीसारख्या प्रसंगी प्रकर्षाने जाणवणार यात शंका नाही. मलाही माझ्या चुकीबद्दल पश्चात्ताप होत होता.

आमच्या कार्यालयाच्या प्रवासी विभागाचा साहाय्यक रफिकने माझे तिकीट

आरक्षित केले होते. २३ ऑक्टोबरच्या रात्री मी दिल्लीहून सिंगापूरला जायचे. तिथे पहाटे पोहोचल्यानंतर दोन तासांनी सुटणारे मनिलाचे विमान पकडायचे. परतीचा प्रवास त्याचमार्गे ३० ऑक्टोबरच्या रात्री होणार होता. दिवाळीचे सर्व महत्त्वाचे दिवस २३ व ३० या तारखांदरम्यानच होते. १७ ऑक्टोबरला रफिक मला म्हणाला, "कदमसाहेब, फिलिपीन्सच्या व्हिसाचा फॉर्म मी भरला आहे. त्यावर सही करा व तुमचा पासपोर्ट मला द्या. उद्या मेवालालबरोबर वकिलातीत पाठवावा लागेल."

मी त्या फॉर्मवर सही केली व माझ्या कपाटामधील पासपोर्ट रफिकला दिला. दुसऱ्या दिवशी तो मला म्हणाला, "तुमचा व्हिसा मंजूर झाला आहे. पासपोर्ट २१ तारखेस सकाळी वकिलातीतून आणायचा आहे. मी मेवालालकडून मागवून घेईन व त्याच दिवशी तुम्हाला देईन."

मेवालाल आमच्या कार्यालयाची लहान-सहान कामे करणारा मदतनीस होता. महत्त्वाची कागदपत्रे मंत्रालयात व अन्य कार्यालयात पोहोचती करणे, पोस्ट, बँका येथील कामे करणे, पासपोर्ट वकिलातीत घेऊन जाणे व आणणे अशी कामे तो गेली कित्येक वर्षे करत होता. ऑफिसची स्कूटर तो या कामांसाठी वापरायचा.

२१ तारखेस दुपारी मी माझ्या खोलीत काही कागदपत्रं चाळत होतो. दारावर टकटक झाली.

"येस! आत या!" मी म्हणालो.

दारात रफिक व आमच्या कार्यालयाचा प्रशासकीय प्रमुख हाइन्झ वायलर गंभीर चेहरा करून उभे. हाईन्झ स्वीस होता. "काय झालंय? तुम्ही असे गंभीर का?"

ते दोघे माझ्या खोलीत आले. हाईन्झने खोलीचे दार बंद केले. ते दोघेही खुर्च्यांवर बसले. दोघांनी एकमेकाकडे पाहून कोणी सुरुवात करायचे हे अजमावले. शेवटी हाईन्झ म्हणाला, "उमेश, एक चिंताजनक बातमी आहे. तुझा पासपोर्ट फिलिपीन्स वकिलातीतून आज सकाळी चोरीला गेला!"

"काय म्हणतोस काय हाईन्झ? चोरी कशी काय झाली?" मीही आश्चर्याने विचारले. त्यावर रफिक म्हणाला, "त्याचं काय झालं, तुमचा व्हिसा केव्हाच मंजूर झाला होता. आज वकिलातीने पासपोर्ट घ्यायला बोलावलं होतं. वकिलातीच्या अधिकाऱ्याने तुमचा पासपोर्ट मेवालालकडे दिला व त्याला पासपोर्ट मिळाल्याची पोच म्हणून एक छोटा फॉर्म भरायला दिला. तो फॉर्म व तुमचा पासपोर्ट घेऊन तो शेजारीच उभ्याने फॉर्म्स भरायचा स्टँड आहे तिथे गेला. तिथे ३-४ जण व्हिसाचे फॉर्म भरत उभे होते. मेवालालने तुमचा पासपोर्ट स्टँडवर ठेवला व फॉर्म भरायला सुरुवात केली. फॉर्म इंग्रजीत होता. मेवालालच्या दोन्ही बाजूला दोन माणसं फॉर्म भरत होती. मेवालालला त्या फॉर्ममधला एक तपशील कळला नाही म्हणून त्याने त्याच्या डाव्या बाजूला उभे असलेल्या गृहस्थाला त्याचा अर्थ विचारला. त्याने

खुलासा केल्यावर मेवालालने फॉर्म भरला. त्या फॉर्ममध्ये तुमचा पासपोर्ट नंबरही लिहायचा होता. त्यासाठी मेवालाल पासपोर्ट ठेवलेल्या ठिकाणी पाहतो तर तुमचा पासपोर्ट व मेवालालच्या उजव्या बाजूला उभा असलेला गृहस्थ– दोन्हीही गायब!''

''अरे बापरे! आता काय करायचं?'' मी काळजीग्रस्त चेहऱ्याने विचारले.

''मी आता चाणक्यपुरी पोलीस स्टेशनला आपल्या कार्यालयाच्या वतीने चोरीची तक्रार नोंदवायला जात आहे. त्यांच्याकडून एफ.आय.आर.ची प्रत घेऊन उद्या सकाळी तू पासपोर्ट कार्यालयात जा. तातडीच्या कारणास्तव एका दिवसात नवा पासपोर्ट मिळू शकतो असे रफिक म्हणतोय. मग परवा दिवशी म्हणजे २३ तारखेस सकाळी मी स्वत: व्हिसासाठी फिलिपीन्सच्या दूतावासात जाईन. दरम्यान मिशेल ड्युक्रो (आमच्या कार्यालयाचे प्रमुख) फिलिपीन्सच्या राजदूतांना फोन करून तातडीने पुन्हा व्हिसा द्यायची विनंती करतील.'' हाईन्झ म्हणाला.

''ठीक आहे, पाहू काय होतंय!'' मीही गंभीरपणाचा आव आणून म्हणालो पण मनातल्या मनात त्या पासपोर्ट चोराचे शतश: आभार मानले. त्या दिवशी संध्याकाळी नीलिमास ती घटना सांगितल्यावर ती म्हणाली, ''बरं होईल बाई पासपोर्ट नाही मिळाला तर!''

दुसऱ्या दिवशी रफिकने दिलेला तातडीने पासपोर्ट मिळण्याचा फॉर्म भरून पासपोर्ट कार्यालयाकडे गेलो. तेथून आल्यावर हाईन्झकडे गेलो व त्याला सांगितले, ''हाईन्झ, मला नवा पासपोर्ट मिळायला कमीत कमी एक आठवडा तरी लागेल असं पासपोर्ट कार्यालयातून सांगण्यात आलं.''

''ते कसं काय? रफिक तर म्हणत होता एक दिवसात पासपोर्ट तातडीच्या कारणास्तव मिळू शकतो म्हणून!''

''माझा चोरीस गेलेला पासपोर्ट बेंगलोर येथील पासपोर्ट कार्यालयाने जारी केला होता. जर इथल्या कार्यालयाने तो जारी केला असता तर एक दिवसात तातडीने नवा मिळाला असता. इथल्या कार्यालयाला माझी फाईल बेंगलोरहून मागवावी लागेल. मगच नवा पासपोर्ट मिळेल!'' मी खुलासा केला. मी आता मनिलाला जाऊ शकणार नाही हे नक्की झाले.

''अरे बापरे, आता मला झाल्या प्रकाराचा खुलासा मनिलाच्या कार्यालय प्रमुखांना करावा लागेल. मी लगेचच त्यांना फोन करतो. उमेश, या सगळ्या गोंधळाबद्दल क्षमस्व. प्रशासकीय प्रमुख या नात्याने मी ही जबाबदारी स्वीकारतो.'' हाईन्झला खूपच अपराधी वाटत होते.

''हाईन्झ, तुझी त्यात चूक नाही. दिल्लीत पासपोर्ट चोरणाऱ्या टोळ्या आहेत. आता या पुढे मेवालालला सावधगिरी बाळगायला सांगायचं!''

त्या दिवशी संध्याकाळी नीलिमा व अक्षय यांना ती बातमी सांगितल्यावर दोघेही

खुष झाले.

“चला, या आनंदाच्या बातमीबद्दल मी आजच दिवाळी साजरी करणार!” असे म्हणून मी फ्रिजमधली बीअरची बाटली बाहेर काढली!

लक्ष्मीपूजनाच्या दिवशी आम्ही सगळे विजय नाईक यांच्या घरी सर्वांना शुभेच्छा द्यायला गेलो तेव्हा सगळा किस्सा सांगितला. मी म्हणालो, “अहो विजयराव, जेव्हा हाईन्झने ती ‘चिंताजनक’ बातमी मला सांगितली तेव्हा माझ्या मनात फुटलेल्या आनंदाच्या उकळ्या त्याच्या लक्षात येऊ नयेत म्हणून मला अभिनयाची पराकाष्ठा करावी लागली!”

“चला, झालं हे उत्तम! पासपोर्ट लगेचच मिळणार नाही हे समजल्यावर नीलिमाचा जीव भांड्यात पडला असेल!” विजयराव म्हणाले.

“तुम्हा सर्वांना खरी गंमत सांगितलीच नाही. ज्या दिवशी पासपोर्ट कार्यालयात तातडीने पासपोर्ट घ्यायला मला जायचं होतं, तेव्हा मी तिकडे गेलोच नाही! सकाळी नेहरू पार्कमध्ये एक तासभर फेरफटका मारून आलो. हाईन्झला माझी थाप पचणार याची मला खात्री होती. आता तुम्हीच सांगा, आपण केलेली घोडचूक सुधारायची अशी सुवर्णसंधी सहजासहजी मिळाली असती का?”

“नक्कीच नाही! पण तू मात्र डोकं चालवून तुमच्या कार्यालयाची दिशाभूल केलीस हे छान झालं!” विजयराव माझ्याशी सहमत होत म्हणाले.

त्यावर डॉ. दीपाताई हसत हसत म्हणाल्या, “काय गं नीलिमा, तू कुठल्या चोरट्याला त्या दिवशी फिलिपीन्सच्या वकिलातीत पाठवलं होतंस?”

■

पायलट आणि प्रवासी

बरोबर सहा वाजता मी मीनाच्या गुलशन भागातील घराच्या दाराची बेल वाजवली. मीनानेच दार उघडले.

"हॅलो मीना, कशी आहेस तू?"

"उमेश! बारा वर्षांत तू काहीच बदललेला दिसत नाहीस! फार छान वाटलं तू आलास! ये, आत ये. माझा विश्वासच बसत नाही आपण पुन्हा भेटतोय! बैस, मी सरबत आणते." असं म्हणून मीना आत गेली. एका दारातून अंदाजे बारा वर्षांच्या एका मुलाने व नऊ-दहा वर्षांच्या एका मुलीने माझ्याकडे कुतूहलाने डोकावून पाहिले. आतून मीना सरबताचे ग्लास घेऊन आली.

मुलांच्याकडे पाहत म्हणाली, "अंकलना 'हॅलो' करा अणि होमवर्क संपवा पटपट!"

मला उद्देशून ती म्हणाली, "नदिम आणि झरीना, माझी मुलं!"

"तुझ्यात मात्र बराच फरक जाणवतोय हं, मीना!" मी तिच्याकडे पाहत म्हणालो.

"सरळ सरळ मी जाडी झाले आहे असं म्हण ना!" हसत हसत ती म्हणाली. "अरे, कामाच्या व्यापातून आणि सततच्या प्रवारातून व्यायामाकडे व प्रकृतीकडे लक्ष द्यायला वेळच मिळत नाही. आता मात्र मी मनावर घेतलं आहे. पंधरा दिवस झाले 'जिम' सुरू केलंय. पण तुझ्या डोक्यावरचे विरळ झालेले केस सोडले तर तू होतास तसाच आहेस, अगदी सप्टेंबर १९८८ मध्ये भेटलो तेव्हासारखा..."

उंचीने कमी असलेल्या पण सुंदर, हसऱ्या, गोल चेहऱ्याच्या मीनाची व माझी ओळख तशी योगायोगानेच झालेली. १९८७ पासून मी पुण्याच्या आय.एल.एस. लॉ कॉलेजमध्ये आंतरराष्ट्रीय कायद्याचा प्राध्यापक होतो. १९८८ मध्ये ग्रीसमधील थेसालोनिकी या शहरातील 'आंतरराष्ट्रीय कायदा व संबंध' या संस्थेच्या तीन आठवड्यांच्या अभ्याससत्रासाठी माझी निवड झाली होती. संस्थेची शिष्यवृत्तीही मिळाली होती.

त्यावेळी मुंबईहून अॅथेन्सला जाण्यासाठी बांगलादेश बिमान या विमान कंपनीचेच विमान उपलब्ध होते. मुंबई सुटल्यावर दुबई येथे थांबून ते अॅथेन्सला जाणार होते. १ सप्टेंबर १९८८ या दिवशीच्या विमानाचे माझे तिकीट होते. विमानतळावर अॅथेन्सला जाणाऱ्या काही ग्रीक लोकांची व माझी ओळख झाली होती. त्यात होती थेसालोनिकीची अॅना मिरीस्लाव्ह.

मुंबईहून विमान सुटल्यावर एका हवाई सुंदरीने मी बांगलादेशी आहे असे समजून माझ्याशी बंगालीमध्ये बोलायला सुरुवात केली तेव्हा मी तिला माझी ओळख करून दिली. तिचं नाव होतं मीना. तिचं खरं नाव होतं अमीना, पण ती मीनाकुमारीची चाहती असल्याने तिने आपल्या नावातील 'अ' उडवून टाकला आहे असा खुलासा नंतर तिने केला होता. मीना खूप बोलकी होती. विमानात तिने माझ्याशी व माझ्या शेजारी बसलेल्या अॅनाशी खूप गप्पा मारल्या होत्या.

सरबत घेता घेता मी मीनाला विचारले, "तुला अॅना मिरीस्लाव्ह आठवते का?"

"का नाही? दुबईच्या विमानतळावर एका मागे लागलेल्या अरबापासून तूच तर तिची सुटका केली होतीस!" मीनाची स्मरणशक्ती चांगली होती.

"मीना, जेव्हा अॅथेन्समध्ये तू तुझ्या हाताने माझ्या डायरीत तुझा ढाक्याचा फोन नंबर व पत्ता लिहून दिलास त्यावेळी मला चुकूनसुद्धा वाटले नाही की आपली पुन्हा भेट होईल व तीही ढाक्यात, तुझ्या घरी!" मी म्हणालो.

"खरंय उमेश! अरे रोज इतके प्रवासी भेटतात, पुन्हा भेटू म्हणतात, पण ते फक्त उपचारापुरतं. कुठं कोणाची भेट होतेय! पण तू दोन महिन्यांपूर्वी जेव्हा फोन केलास तेव्हा तू मला लक्षात ठेवलंस याचं मलाही आश्चर्य वाटलं. आता तू आंतरराष्ट्रीय रेड क्रॉसमध्ये काम करतोस म्हणून वारंवार ढाक्याला येतोस. कॉलेजमध्ये शिकवत राहिला असतास तर तुझं इकडे येणं जवळ जवळ अशक्यच झालं असतं. किती वर्षं झाली दिल्लीत आहेस? आणि घरी कोण कोण असतं?"

"दोन वर्षं झाली, मीना. दिल्लीत फक्त माझी पत्नी नीलिमा व सात वर्षांचा मुलगा अक्षय असे तिघंच. अरे हो, हे द्यायचंच राहून गेलं. नीलिमाने तुझ्यासाठी काहीतरी दिलंय!" मी तिला आणलेली सीडी दिली. ती उघडून पाहिल्यावर आश्चर्याने मीना म्हणाली, "पाकिजाची व्हिडीओ सीडी? अरे, कित्येक वर्षं मी शोधत होते! तुझ्या बायकोला कसं कळलं ही मला आवडेल?"

"अग, मी नीलिमाला एकदाच म्हणालो, की तुला मीनाकुमारीचे सिनेमा खूप आवडतात. ढाक्यात तुझी व माझी या खेपेला भेट होणार आहे असं नीलिमाला समजलं तेव्हा तिने बाजारातून ही सीडी तुझ्यासाठी आणली. मी तिला म्हणालो, की एव्हाना तू 'पाकिजा' नक्कीच पाहिला असणार. त्यावर ती म्हणाली की 'पाकिजा' वारंवार पाहण्यासारखा आहे, तुला नक्कीच ती सीडी आवडेल!"

"तिला माझे थँक्स सांग हं! एकदा तिलाही ढाक्याला घेऊन ये!"

"ठीक, पाहूया कधी जमतंय! मीना, तुला ती संध्याकाळ आठवते का, आपण अ‍ॅथेन्सच्या आमोनिया चौकातील थॅसोस उपाहारगृहात जेवायला गेलेलो?"

"जिथे तू मुसाका घेतला व मी ग्रीक सॅलड घेतलं ती?" मीनाने विचारले.

"तुझ्या स्मरणशक्तीची कमाल आहे!" माझ्या डोळ्यांसमोर ती संध्याकाळ आली...

विमानतळावरून मीनाचा निरोप घेताना ती मला म्हणाली की ती व तिचे सहकारी हॉटेल हॉलिडे इन वर राहणार आहेत. ते सर्वजण दुसऱ्या दिवशी सकाळी ढाक्याला परत जाणार. मी संध्याकाळी मोकळा असलो तर फोन कर असे ती म्हणाली होती. मी २ सप्टेंबरला अ‍ॅथेन्समध्ये राहून तीन तारखेला सकाळच्या रेल्वेने अ‍ॅनाबरोबर थेसालोनिकीला जाणार होतो. अ‍ॅना तिच्या मैत्रिणीकडे तर मी हॉटेल आप्पियामध्ये राहणार होतो. दोन सप्टेंबरच्या संध्याकाळी मी सहजच मीनाला फोन केला.

"अरे उमेश, मी व माझे सहकारी आमोनिया चौकातील थॅसोस या उपाहारगृहात जेवायला जाणार आहोत. येतोस तू?"

"मीना, माझं हॉटेल तिथेच आहे. किती वाजता भेटायचं? मी मोकळाच आहे!"

सात वाजता भेटायचं ठरलं. मीना, तिच्या बरोबरच्या आणखी चार हवाई सुंदऱ्या, तीन पर्सर्स (विमानातील पुरुष साहाय्यक) व आणखी एक तरुण तेथे भेटले. मीनाच्या इतर सहकाऱ्यांना मी विमानात पाहिले होते. मीनाने माझी त्या नवख्या तरुणाशी ओळख करून दिली.

"हा रफिउल्ला, बांगलादेश बिमानचा इथला स्टेशन ऑफिसर आहे आणि रफी, हा उमेश कदम, भारताचा आहे हा. आजच आपल्या फ्लाईटने इकडे आला."

मी रफीउल्लाशी हस्तांदोलन केले. रफी जवळजवळ २७-२८ वर्षांचा, नाकीडोळी नीटस असा होता. आम्ही सर्वजण गप्पा मारत बसलो. जेवणाची ऑर्डर दिली. मी मुसाका मागवला. रफी व मीना शेजारीशेजारी बसले होते. मधूनच त्यांच्या हातांचा स्पर्श एकमेकांना होत होता, जाणूनबुजून केल्यासारखा. कधी कधी ते दोघेच इतरांकडे दुर्लक्ष करत एकमेकांच्या कानात गुजगोष्टी करत होते. काहीतरी पाणी मुरतंय याची मला शंका आली. मीनाच्या ते लक्षात आलं असावं.

तास-दीड तास गप्पा व जेवण झाल्यावर आम्ही तेथून निघालो. नको-नको म्हणत असताना मीनानेच माझे बील दिले. तिचा निरोप घ्यायच्या वेळी ती मला बाजूला घेऊन म्हणाली, "उमेश, पुढच्या वर्षी मी व रफी निकाह करतोय. आमची तीन वर्षांची मैत्री आहे!"

"तुम्ही दोघं एकमेकांच्या प्रेमात पडला आहात असं सरळ सरळ सांग ना! त्यात

इतकं लाजायचं काय?'' मी हसत हसत विचारले.

''तुला काय समजायचं आहे ते समज!'' मीना कावरी-बावरी होऊन म्हणाली.

''रफी सध्या कुठे आहे?'' घरात रफीचा वावर न दिसल्याने मी मीनाला सरबत घेता घेता सहजच विचारले. त्यावर तिने उठून मुलांच्या खोलीचे दार बंद केले व मला म्हणाली, ''उमेश, चार वर्षांपूर्वी आमचा तलाक झाला. त्याला कारणही तसं विलक्षणच होतं. ऐकायचंय तुला?''

''ओह, आय ॲम सॉरी मीना, मला वाटलं की तुम्हा दोघांचा संसार मजेत चालला असावा! दोन गोंडस मुलं, सुंदर प्रशस्त घर...''

''थांब, सांगतेच तुला ती विलक्षण गोष्ट...'' मीनाने सांगायला सुरुवात केली. ''१९९० मध्ये आमचा निकाह झाला. त्यावेळी रफीचं पोस्टिंग होतं सिंगापूरला. माझे वरिष्ठ मुद्दाम मला सिंगापूर सेक्टर द्यायचे, आम्हाला एकत्र राहायची संधी मिळावी म्हणून. १९९३ च्या जूनमध्ये त्याची ढाक्याला मुख्य कार्यालयात बदली झाली. आम्ही दोघेही खुष झालो. अर्थात अधूनमधून त्याची परदेशी बदली होणार हे आम्हाला ठाऊक होतंच. पण जेवढे दिवस एकमेकांच्या सान्निध्यात राहायची संधी मिळेल तेवढे अर्थातच आम्हाला हवे होते. १९९७ च्या फेब्रुवारीत रफी आमच्या बँकॉक येथील कार्यालयाचा स्टेशन ऑफिसर झाला. माझी फिरती तर चालूच होती. पण मला वारंवार बँकॉक सेक्टर मिळायचा. तिथल्या सुखूमवीट भागात सॉय (गल्ली) चार मधील आय.एस. मॅन्शनमध्ये विमान कंपनीने रफीसाठी फ्लॅट भाड्याने घेतला होता. माझे सहकारी तिथून जवळच्याच सॉय पाच येथील 'अमारी बुलेव्हार्ड' हॉटेलवर उतरायचे. अर्थात मी कधी एकदा रफीच्या फ्लॅटवर जाते असं मला व्हायचं. असं आमचं रुटीन व्यवस्थित चाललं होतं. अरे हो, सांगायचं राह्यलं, १९९२ च्या ऑक्टोबरमध्ये झरीना जन्मली. तेव्हा माझी आईच तिची देखभाल करायची.''

''मला वाटतं १९९८ चा मार्च महिना असावा. पहाटे चार वाजता मी लंडन सेक्टर करून आलेली. १४ तारीख असावी. तो माझा विश्रांतीचा दिवस होता. १५ तारखेला मी बँकॉक सेक्टर करणार होते. सकाळी अकराची वेळ होती...''

मीनाच्या घरचा फोन वाजू लागला. ती नुकतीच चार-पाच तास झोपून उठली होती.

''हॅलो? मीना बोलतेय!''

''मीना, मी शहाबुद्दिन.''

''गुड मॉर्निंग सर, काय म्हणताय?''

शहाबुद्दिन बांगलादेश बिमान कंपनीच्या हवाई कर्मचाऱ्यांचे प्रमुख व्यवस्थापक होते.

"मीना, तुझ्याकडून एक मदत हवी आहे!"

"काय सांगा ना सर!" मीनाने उत्सुकतेने विचारले.

"मीना, आज तीनच्या बी.जी. १५६ ने रुक्साना बँकॉकला जाणार होती. मघाशीच कळलं की तिच्या वडिलांना दवाखान्यात अतिदक्षता विभागात ठेवलंय. कदाचित हृदयविकाराचा तीव्र झटका आलेला असावा. ती आज जाऊ शकणार नाही. तू पहाटेच लंडनचा सेक्टर करून आली आहेस, पण विचार केला की तुला पाहावं विचारून. फार दमली नसशील तर जाशील बी.जी. १५६ला? तुला विचारायला मी संकोचतोय, पण एक तर तुला रफीकडे उद्याऐवजी आजच जाता येईल व दुसरं म्हणजे ऐनवेळी दुसरं कोणी मिळणं अवघड आहे."

मीनाने विचार केला. तशी तिची चार-पाच तास झोप झाली होती. बँकॉकलाच तर जायचे होते!

"मी जाईन, सर!" मीना कबूल झाली.

"तुझे शतशः आभार, मीना. साडेबाराला गाडी पाठवतो."

बँकॉकला आपण उद्याऐवजी आजच येत आहोत हे मीनाने रफीला कळवले नाही. तिला त्याला आश्चर्याचा सुखद धक्का द्यायचा होता. तिच्याकडे रफीच्या फ्लॅटची किल्ली होतीच. सातच्या सुमारास ती फ्लॅटवर पोहोचली, तेव्हा रफी घरी नव्हता. मीनाने त्याच्या मोबाईलचा नंबर आपल्या स्वत:च्या मोबाईलवरून लावला.

"हॅलो मीना, कशी आहेस तू?" रफीने विचारले.

"मी ठीक आहे. लंडनचा सेक्टर ठीक झाला. उद्या ठरल्याप्रमाणे भेटूच. तू कुठे आहेस आत्ता?"

"मी पाच एक मिनिटात घरी जातोय. थोडं जेवण पॅक करून घेतलंय. कधी एकदा तू इकडे येतेस असं झालंय!"

"चल, भेटू या उद्या, खुदा हाफिज!"

"खुदा हाफिज!" रफी म्हणाला.

मीनाने रफीची गंमत करायचे ठरवले. दिवाणखान्यातून किचनकडे जाणाऱ्या पॅसेजजवळ स्टोअररूम होती. त्यात रिकाम्या सुटकेसेस वगैरे सामान ठेवलेले. तिचा वापर फारच कमी व्हायचा. मीना त्या खोलीत लपली. खोलीचा दिवा बंद केला. दार किलकिले केल्यावर त्यातून दिवाणखान्यातील एका भागातील कोच, खुर्च्या वगैरे दिसायचे. अंधारात ती रफी घरी यायची वाट पाहू लागली. पाच-सहा मिनिटांनी दार उघडल्याचा व त्यापाठोपाठ एक तरुणी खिदळल्याचाही आवाज आला. दिवाणखान्याचे लाईट चालू झाले होते. मीनाने दाराच्या फटीतून जे पाहिले त्याने ती बेशुद्धच पडायची! रफीबरोबर त्यांच्या कार्यालयातील तरुण अकौंटंट हसन व त्या दोघांच्याबरोबर दोन थाई तरुणी, तोकडे कपडे घातलेल्या, भडक मेकअप

केलेल्या, नकट्या नाकाच्या! रफीने एकीच्या कमरेभोवती हात टाकलेला तर हसन दुसरीच्या गळ्यात गळा घालून! हाय अल्ला! आपण काय पाहतोय यावर तिचा विश्वासच बसेना. ते चौघे दिवाणखान्यात गेले. रफीने फ्लॅटचे दार लावून घेतले. एका पिशवीतून आणलेले 'चांग' बीअरचे चार कॅन्स बाहेर काढले. प्रत्येकाने एकेक घेतला. एक तरुणी रफीच्या मांडीवरच बसून त्याच्या गळ्यात हात टाकून नाही नाही ते चाळे करू लागली होती. हसन व त्याच्या बरोबरीची तरुणी मीनाला दिसत नव्हते पण त्यांचेही तसेच चाळे चालू असल्याचे आवाजावरून कळत होते!

आपण केव्हा प्रकट व्हायचे याचा मीना विचार करत होती. तिने ठरवले, आता एकदमच सोक्षमोक्ष. पाहूया काय काय करतात ते. मीनाला पुरेपूर ठाऊक होते, की सुखूमवीट भागात उघडउघड वेश्याव्यवसाय चालतो. तेथील प्रत्येक बार व रेस्टॉरंटमध्ये तोकड्या चड्ड्या व छोटे छोटे स्कर्ट, घट्ट बिनबाह्यांचे टी शर्ट व भडक मेकअप केलेल्या वारांगना सिगारेट ओढत भिरभिरत्या नजरेने 'बकरे' पकडायच्या मोहिमेवर असतात. बँकॉक व त्यातल्या त्यात सुखूमवीट त्यासाठी प्रसिद्ध. सतरा वर्षांची तरुणी आपले आजोबा शोभतील अशा सत्तर वर्षांच्या एखाद्या युरोपियन म्हाताऱ्याच्या गळ्यात गळा घालून फिरताना दिसली तर तेथे त्यात कोणालाही वावगे वाटायचे नाही. हे तर नेहमीचेच दृश्य होते! पण मीनाला कधीच वाटले नाही, की रफी त्या मार्गाला जाईल. खरं तर सभ्य कुटुंबे सुखूमवीट भागापासून दूर राहायची. पण आर्थिकदृष्ट्या डबघाईला आलेल्या 'बांगलादेश बिमान'ला तेथे स्वस्त घर व हॉटेल मिळायचे म्हणून त्यांनी रफीसाठी तेथेच भाड्याने फ्लॅट घेतला होता.

त्या सर्वांची बीअर संपली होती. फ्लॅटला दोन बेडरूम होत्या. ते दोघेही त्या खिदळणाऱ्या तरुणींना घेऊन बेडरूम्समध्ये गेले. आता मीनाला फक्त त्यांच्या खिदळण्याचा आवाज ऐकू येऊ लागला. थोड्या वेळाने तिला रफीचा प्रणयाराधन करताना निघालेला हुंकार व विव्हळण्याचा आवाजही ऐकू आला! ते ऐकून तिच्या तळपायाची आग मस्तकाला भिडली. तरीही ती एवढ्यात प्रकटणार नव्हती.

अर्ध्या-पाऊण तासाने ते पुन्हा दिवाणखान्यात आले. त्यांचा उत्साह कमी झाला होता. त्या दोघी काय, भाडोत्रीच होत्या. त्यांचे प्रेमाने विव्हळणे वगैरे रोजचेच नाटक असणार. आता रफी व हसन शक्तिपात झाल्यासारखे निपचीत होते. त्या नटरंग्या निघून गेल्या. रफी व हसन आता काय बोलतात याकडे मीना कान देऊन ऐकू लागली.

"हसन, कसं काय वाटतंय?" रफी.

"रफी सर, काय विचारूच नका. तिचा सहवास संपूच नये असं वाटत होतं!" हसन.

"आता पुढच्या खेपेला संपूर्ण रात्रीसाठीच घेऊन येऊ." रफी.

“म्हणजे? तुम्ही तसंही केलं आहे?” हसन.

“अरे वेड्या, बँकॉकला आल्यापासून तर वारंवार! पण पूर्वी अॅथेन्स व सिंगापूर इथे असतानाही मी हे सगळं अनुभवलं आहे!” रफी.

“पण सर, मीना मॅडम असताना तुम्ही कसं काय हे धाडस केलं?” हसन.

“अरे, ती असते या सेक्टरला नाहीतर त्या सेक्टरला आणि तुला एक सांगू का, एक मूल झालं की बाईचा चार्मच निघून जातो, यार!” रफी.

“पण मॅडम इकडंही येत असतात. तेव्हा हे सगळे तुमचे छंद, शिवाय त्यांच्याबरोबरही तुम्हाला राहावं लागतं... तुमचा स्टॅमिना चांगलाच असावा!” हसन.

“अरे, इथे एक चिनी म्हातारा वनस्पतींच्या मुळ्यांपासून केलेली एक पूड देतो. पाण्यात मिसळून घेतली की पुढचे चार-पाच तास अंगात असा जोश येतो की विचारू नकोस! त्याच्यापुढे ते व्हायाग्रा वगैरे ‘किस झाडकी पत्ती!’ आणि तुला एक सांगू का, बायकांना शॉपिंगला नेऊन चार कपडे, कधीतरी एखादा दागिना घेऊन दिला की त्यांचा आवाज बंद, अगदी जोरजोरात भुंकणाऱ्या कुत्र्यासमोर हड्डी टाकल्यावर तो कसा शांत होतो तसा. तसं पाहिलं तर मीनाला माझ्या या छंदाची मुळीच कल्पना नाही. मघाशी तिचा फोन आला की उद्या येतेय म्हणून! मी मनातल्या मनात म्हटलं की यायचं तर ये नाहीतर जा जहन्नममध्ये! तुझ्यावाचून माझं काही अडून राहत नाही आणि तुला सांगू, नेहमी त्याच त्याच बाईबरोबर किती झोपायचं? जरा चवीमध्ये बदल हवा की नको?” रफी.

“म्हणजे? तुमचा इथला अनुभव खूपच दांडगा दिसतो!” हसन.

“अरे हसन, सुखूमवीटमधल्या कोणत्याही बारमध्ये जाऊन एखाद्या मुलीला विचार, मुंबईच्या रॉबर्टला ओळखते का म्हणून!” रफी.

“हा रॉबर्ट कोण?” हसन.

“अरे वेड्या, मीच. तुला एक सल्ला देतो, या पोरींना आपलं खरं नाव व देश सांगायचा नाही. मागे एकदा मी मीनाला घेऊन जवळच्या टोबॅको फॅक्टरी पलीकडील पार्कमध्ये फिरायला निघालो होतो. मागून हाक ऐकू आली, ‘रॉबर्ट!’ मी मागे वळून सुद्धा पाहिलं नाही!” रफी.

“तुमचा या क्षेत्रातला अनुभव बाकी मानण्यासारखा आहे!” हसन.

“हसन, तू अजून अविवाहित आहेस. माझा एक सल्ला ऐकशील? लग्नाच्या फंदात पडू नकोस. सालं आयुष्यभर लोढणं गळ्यात बांधून घ्यायचं कशाला? बरं, चल, सॉय पाचच्या बाजूला अरेबियन शवारमा मस्त मिळतो, खाऊन येऊया. खूप भूक लागलीय. उद्या आमची कटकट इकडे आली, की तिची भुणभुण सुरू होईल. शवारमा खाऊन अजून जरा बीअर घेऊन येऊ. अमारी हॉटेल समोरचं सुपरमार्केट चोवीस तास उघडं असतं! आज मजा करून घेऊ! आला क्षण आपला, मस्त

मजा करायची, उद्याचं उद्या! उद्याची आठवण नको, आमच्या महामायेचा चेहरा डोळ्यांसमोर येतोय!'' रफी.

''महामायेचा चेहरा डोळ्यांसमोर यायला उद्याचा दिवस कशाला उजाडायला हवा? ही पाहा आत्ताच येतेय!'' असे म्हणत चवताळलेली मीना रफीच्या अंगावर धावून गेली, पण तिने त्याच्या अंगाला हातही लावला नाही, ''तुला एक हाणणार होते गालावर, पण त्या उकीरड्यावरच्या नटरंगीबरोबर लोळला आहेस ना, तुझा तसला स्पर्श देशील मला नको आहे, म्हणून बचावलास!''

''मीना... तू... इथे... केव्हापासून... तू तर उद्या येणार होतीस...'' रफीची बोबडी वळली होती.

मीना शांतपणे म्हणाली, ''तुला आश्चर्याचा धक्का द्यायचा म्हणून आले आणि मलाच एक मोठा धक्का बसला. पण एका अर्थी बरंच झालं! अजून किती वर्षं माझी दिशाभूल केली असतीस कोण जाणे! आणि मी हड्डी टाकलेल्या कुत्र्यासारखी गप्प बसणारी आहे काय? माझा चार्म निघून गेला आहे काय? आणि मी जहन्नममध्ये गेले तर चालेल काय? त्याच त्याच चवीचा कंटाळा आला आहे काय? बायको म्हणजे लोढणं काय?''

''सर, मी निघतो!'' बावचळलेला हसन तिथून सटकला. रफीचा चेहरा पांढरा फटफटीत पडला होता. खाली मान घालून तो मीनाचे बोलणे ऐकत होता. हसन निघून गेल्यावर म्हणाला, ''मीना, एकदा चूक झाली! माफ कर मला.''

''केलं असतं! एकदा चुकून पाय घसरला असता तर! तू तर तुझ्या पराक्रमाचे पोवाडे अगदी रंगात येऊन गात होतास. आता तलाकची तयारी करायची आहे मला. तू दिला नाहीस तर मी शरियत कोर्टात केस घालणार आहे आणि माझे आरोप नाकारलेस तर ते सिद्ध करायला माझ्या खर्चाने इथल्या सात-आठ नटरंग्यांना ढाक्याला साक्षीसाठी घेऊन जाईन! बरं हे पाहा, मी 'अमारी बुलेव्हार्ड' हॉटेलकडे चाललेय. मिस्टर स्टेशन मॅनेजर, फोन करून हॉटेलला कळवा की बांगलादेश बिमानच्या एका ड्युटीवर असलेल्या हवाई सुंदरीला एक खोली द्या, विमान कंपनीच्या खर्चानं. पुन्हा भेटायचं ते शरियत कोर्टात!''

''बापरे, मीना! एवढा मोठा आघात कसा सहन केलास?'' मी म्हणालो.

''उमेश, तो सहन करण्याशिवाय गत्यंतर नव्हतं. नंतरच्या घडामोडी पटपट घडल्या. रफीला मी भीती घातली, की जर तू मला तलाक नाही दिलास तर मी आमच्या कार्यालयात सगळ्या प्रकारची वाच्यता करेन. त्याच्या नोकरीवरही गदा यायची शक्यता होती. कारण आमच्या विमान कंपनीच्या आचार संहितेत अनैतिक संबंध ठेवण्यावर सक्त मनाई आहे. तो लगेचच तलाक द्यायला कबूल झाला.

त्याला दुसरा पर्यायच नव्हता!''

"मीना, त्याला पर्याय नव्हता. पण त्याने तुझ्या आयुष्याची घडी विस्कटली, तुझी स्वप्नं धुळीला मिळवली, त्याचं काय?'' मला मीनाच्या अवस्थेची दया वाटली.

"उमेश, आता माझ्या आयुष्याची घडी सुंदर बसली आहे! नव्या उभारीने मी नवी स्वप्नं पाहत आहे! आणि मी ती एकट्यानंच पाहत नाही हं! माझ्या सोबतीला मला समजून-उमजून घेणारा, माझ्या हाल-अपेष्टांची, माझ्यावर झालेल्या अन्यायाची जाणीव असलेला, संवेदनशील मनोवृत्तीचा एक साथीदारही आहे!'' मीनाच्या चेहऱ्यावरची सुखाची व समाधानाची झाक पाहून मी विचारले, "खरंच की काय? कोण बरं आहे ती नशीबवान व्यक्ती?''

"बोऱ्हानुद्दीन खान! थांब, सांगते सगळं, पण आधी मुलांना जेवायला वाढून देते आणि मगच!'' मीना आत गेली. मी विचार करू लागलो की या निष्पाप व सुस्वभावी मुलीवर असे प्रसंग का यावेत? अल्लाला तिची दया नाही आली? नक्कीच आली असणार! त्यानेच तिला योग्य तो मार्ग दाखवला असणार... मी असा विचार करत बसलो असताना मीना बाहेर आली. तिने माझा सरबताचा ग्लास पुन्हा भरला व म्हणाली, "त्याचं काय झालं उमेश, बोऱ्हान हे बिमानमध्येच पायलट आहेत. त्यांच्या पत्नीचं पहिल्या बाळंतपणातच दुर्दैवी निधन झालं, जवळजवळ बारा वर्षांपूर्वी. मुलगा वाचला, पण आई गेली! त्या धक्क्यातून त्यांना सावरायला खूप वर्षं गेली. त्यांच्या मित्रांनी त्यांना पुनर्विवाहाचा सल्ला दिला, तो त्यांनी नेहमी धुडकावून लावला. त्यांची व माझी ओळख माझं रफीशी लग्न व्हायच्या आधीपासूनची. एकदा आम्ही न्यूयॉर्क सेक्टरला एकत्र होतो. एकाच हॉटेलमध्ये आमची राहायची सोय केलेली. त्या संध्याकाळी मी पोहायला गेले तर बोऱ्हान तिथे भेटले. आम्ही थोडा वेळ पोहून गप्पा मारत बसलो...''

"मीना, तुझ्या व रफीच्या बाबतीत हल्ली काय झालं ते माझ्या कानावर आलंय! आय ॲम व्हेरी सॉरी!'' बोऱ्हान.

"थँक्स, सर. परिस्थितीला तोंड देण्याशिवाय पर्याय नाही.'' मीना.

"आता दुर्दैवाने तुलाही एकटेपणाची शिक्षा भोगायची वेळ आली. झुबेदा गेल्यावर बरीच वर्षं खंबीरपणे मी एकटेपणाला तोंड दिले, पण हल्ली...''

बोऱ्हान बोलायचे थांबले.

"सर, तसं पाह्यलं तर इंग्रजीतल्या त्या म्हणीप्रमाणे आपण दोघे एकाच बोटीतून सफर करत आहोत...'' मीना.

"मीना, मला जे बोलायचं होतं ते तूच बोलून गेलीस...''

"दोन वर्षांपूर्वी आमचा निकाह झाला. आम्ही एकत्र राहू लागलो. झरीनाला भाऊ

मिळाला व नदीमला बहीण! बोऱ्हान खूप समजूतदार व सुस्वभावी आहेत. येतील इतक्यात.'' मीना म्हणाली.

''बोऱ्हान ढाक्यातच आहेत? मला वाटलं की फ्लाईटवर गेले आहेत!''

''छे! हल्ली आम्ही दोघे एकाच फ्लाईटवर असतो. आज बिमान पायलट्स असोसिएशनची बैठक आहे. तिला हजर राहण्यासाठी गेले आहेत, येतील इतक्यात. माझे आई-वडील शेजारच्या फ्लॅटमध्ये राहतात. आम्ही फ्लाईटवर असतो तेव्हा मुलांची देखभाल करतात.''

एवढ्यात दाराची बेल वाजली. मीनाने दार उघडले व म्हणाली, ''उमेश आला आहे, या, तुमची वाट पाहतोय तो!''

''मिस्टर उमेश! ग्लॅड टू मीट यू! मीनाने मला तुमच्याविषयी सांगितलं आहे! छान झालं तुम्ही आलात. मी आलोच हं कपडे बदलून!''

जवळजवळ सहा फूट उंच, प्रसन्न व्यक्तिमत्त्व, चेहऱ्यावर प्रेमळ स्वभावाची छटा, लांब नाक, गोरा रंग व मोठे भावूक डोळे हे पाहून मी मीनाला म्हणालो, ''मीना, 'अमिताभ बच्चन-जया भादुरी'सारखी जोडी आहे.''

''चल रे, काहीतरीच काय!'' मीना हसत हसत म्हणाली. इतक्यात बोऱ्हानुद्दीन कपडे बदलून दिवाणखान्यात आले. आमच्या गप्पा पुढे सुरू झाल्या. त्यांनी माझे कुशल विचारले. गप्पा मारता मारता त्या दोघांनी विमान प्रवासादरम्यान येणारे मनोरंजक अनुभव मला सांगितले. नऊच्या सुमारास मीनाने जेवण तयार असल्याचे सांगितले.

''उमेश, आज फक्त रोहूची कढी व साधा भात आहे जेवायला, बरं का!'' मीना म्हणाली. त्यावर मी आश्चर्यचकित होऊन म्हणालो, ''मीना, मला रोहू हा मासा आवडतो हे तुला कसं ठाऊक?''

''अरे, १९८८ मध्ये अॅथेन्सला जाताना तुझा स्कॉचचा दुसरा पेग झाल्यावर तू किती रंगात येऊन गप्पा मारत होतास हे तुला नक्कीच आठवणार नाही! बंगालचे विभाजन झाले तरी संस्कृती एकच, रोबिंद्रनाथांचा वारसा, बांगलादेशच्या मुक्तिलढ्याला भारताने दिलेला भरभक्कम पाठिंबा, भारतात मिळणाऱ्या बंगाली जेवणाची वैशिष्ट्ये असे बोलता बोलता तू म्हणालास, की तुला बंगाली पद्धतीने केलेला रोहू खूप आवडतो!'' मीनाने खुलासा केला.

''आणि हजारोच काय, लाखो प्रवाशांच्या असंबद्ध बडबडीतले तेवढं एकच तू गेली बारा वर्षं लक्षात ठेवलंस?'' मी विचारले.

''प्रवासी तसा लक्षात ठेवण्याच्या पात्रतेचा असला तर! बरं ते जाऊ दे, आता नीट जेव!'' मीनाने मला बजावले.

यथेच्छ भोजनानंतर मी जायला निघालो. मला बोऱ्हान यांचा स्वभाव खूपच आवडला. त्या दोघांना दिल्ली सेक्टरला असताना हॉटेलऐवजी आमच्या घरीच उतरायचे आमंत्रण दिले. ते दोघेही मला बाहेरच्या गेटपर्यंत सोडायला आले. आधीच फोन करून टॅक्सी मागवलेली होती. मी निघणार इतक्यात बोऱ्हान म्हणाले, ''उमेश, गेली कित्येक वर्षे मी हजारो प्रवाशांना हवेतून अलगद या ठिकाणाहून त्या ठिकाणी आत्मविश्वासाने व सुरक्षिततेने घेऊन जात आहे. पण गेली काही वर्षे माझ्या आयुष्याचंच विमान दिशाहीन होऊन भरकटत चाललं होतं. माझ्या आयुष्यात मीना आल्यापासून त्याला दिशा मिळाली!''

''बोऱ्हान, आता तुमच्या आयुष्याच्या प्रवासाच्या विमानाची मीना पायलट व तुम्ही प्रवासी! विश यू अ सेफ अँड प्लेझंट फ्लाईट!'' असे म्हणून मी त्यांचा निरोप घेतला.

■

हरी फुयालने केली कमाल

"हरी, माझी तरी तू म्हणतोस ते भाषण द्यावं अशी इच्छा नाही. आता तुझा एवढा आग्रह व अट्टाहास आहे तर केवळ त्याखातर मी येईन!" मी हरीला सांगितले.

"निदान माझ्यासाठी तरी तुम्ही यावं, सर! थोडेफार श्रोते असतील तुमचं भाषण ऐकायला."

"हरी, या डिसेंबरमधल्या कडाक्याच्या थंडीत रविवारी साप्ताहिक सुट्टीच्या दिवशी सकाळी आठ वाजता 'नेपाळमधील अंतर्गत युद्ध व आंतरराष्ट्रीय मानवतावादी कायदा' या विषयावरचं माझं भाषण ऐकायला दहा-बारा वकील तरी येतील की नाही मला शंका वाटते!"

गेले चार दिवस मी काठमांडूत होतो. २००० सालचा तो डिसेंबर महिना होता. शाही नेपाळ सरकारच्या विदेश मंत्रालय व संरक्षण मंत्रालय येथे आमच्या काठमांडू येथील आंतरराष्ट्रीय रेड क्रॉसच्या कार्यालयातील सहकाऱ्यांसमवेत बैठका चालू होत्या. त्यावेळी नेपाळमधील परिस्थिती खूपच चिंताजनक होती. माओंच्या साम्यवादी तत्त्वप्रणालीचे फुटीरवादी मोठ्या प्रमाणावर हिंसक कृत्ये करत होते. त्यांनी पश्चिम नेपाळच्या काही डोंगराळ भागात आपला ताबा प्रस्थापित केला होता. तेथील सरकारी यंत्रणा कोलमडून पडली होती. राष्ट्राची प्रगती खुंटली होती. सर्वसामान्य जनता होरपळून निघाली होती. हिंसेत गुंतलेले माओवादी राजेशाही विसर्जित करायची मागणी करत होते.

मी नेहमी राहायचो त्या दरबार मार्गावरील शेर्पा हॉटेलमधला वेटर गोपाल माझ्याशी या विषयावर खूप गप्पा मारायचा. दहशतवादामुळे प्रवाशांच्या संख्येत घट झाली होती. त्याचा जबरदस्त फटका अर्थव्यवस्थेला बसला होता. हॉटेलमध्ये खूपच कमी लोक उतरायचे त्यामुळे गोपालला माझ्याशी सकाळच्या नाश्त्याच्यावेळी गप्पा मारायला खूप मोकळा वेळ मिळायचा.

"गोपाल, तुझं काय मत आहे सध्याच्या परिस्थितीविषयी?" मी त्याला एकदा

विचारले होते.

"साहेब, खरं सांगू का, जनता आमच्या राज्यकर्त्यांना खूप कंटाळली आहे. नेपाळी काँग्रेसची म्हातारी खोंडं आपल्या खुर्च्या सोडायला तयार नाहीत. ताज्या दमाच्या, दूरदृष्टी असलेल्या व राष्ट्र उभारणीचं ध्येय उरी बाळगणाऱ्या नव्या पिढीला राजकारणात येऊ देत नाहीत. बरं, ते असू द्या. पण जनतेच्या कल्याणाच्या चार गोष्टी तरी कराव्यात त्यांनी? तेही नाही. सत्तेसाठी व स्वार्थासाठी आपापल्यात भांडत बसतात. त्यांचे गल्ले भरले जातात व आमच्यासारखे त्यात भरडले जातात. आता माओवाद्यांकडे बोट दाखवून म्हणतात की संरक्षणावरचा खर्च वाढवला पाहिजे. त्यासाठी अधिक कर जनतेवर लावले. जनकल्याणाच्या योजनांसाठी राखून ठेवलेला पैसा शस्त्रास्त्रे खरेदी करण्यासाठी वापरला पाहिजे असं म्हणतात. देशाचं वाट्टोळं करून टाकलं आहे. आमच्यासारख्यांचं जगणं मुश्किल केलं आहे त्यांनी, साहेब!"

गोपाल जनतेच्या हालअपेष्टांचे कथन तळमळून करत होता. तो जे सांगत होता ते मला नवीन नव्हते. सत्य परिस्थिती उघड उघड दिसत होती.

"पण यातून आता मार्ग कोणता बरं, गोपाल?" मी विचारले. मला सर्वसामान्य जनतेच्या भावना समजून घ्यायच्या होत्या.

"खरं सांगू का साहेब, असं वाटतं की माओवाद्यांनी सत्ता काबीज करावी! अत्याचाराला व दैन्य-दारिद्र्याला कंटाळलेली जनता दुसरं काय म्हणणार सांगा!"

मी गोपाल व त्याच्यासारख्या असंख्य लोकांची भावना समजू शकत होतो. माओवाद्यांच्या आंदोलनास समाजाच्या तळा-गाळातील जनतेचा नैतिक आधार होता. अर्थात त्यांचे मार्ग हिंसक असल्याने बुद्धिजीवी वर्ग त्यास विरोध करत होता. माओवादी तत्त्वप्रणाली कशी धोकादायक आहे याचा पुनरुच्चार करत होता. सर्वसामान्य मध्यमवर्गाची 'इकडे आड व तिकडे विहीर' अशी परिस्थिती झाली होती. माओवादी चळवळीने उग्र रूप धारण केले होते. सधन शेतकऱ्यांचे अपहरण करून खंडणी उकळणे, बँका, पोस्ट लुटणे, सरकारी अधिकाऱ्यांना डांबून ठेवणे, शहरात बाँबस्फोट करणे, बसेस लुटणे अशा त्यांच्या कारवायांना ऊत आला होता.

नेपाळमधील चिंताजनक परिस्थिती लक्षात घेता तेथे मोठ्या प्रमाणावर मानवतावादी साहाय्याचा कार्यक्रम हाती घेणे आवश्यक होते. म्हणूनच १९९९ मध्ये आंतरराष्ट्रीय रेड क्रॉसने तेथे आपले कार्यालय उघडले. आमचे मुख्य काम देशा-देशातील युद्धे तसेच अंतर्गत लढाया व कलह यांची झळ बसलेल्यांना मानवतावादी दृष्टिकोनातून मदत करायचे. पण आम्हाला शांतता प्रस्थापित करायला राजकीय तोडगा सुचवायचे अधिकार नाहीत. राजकीय प्रक्रियेत आम्ही सहभागी होऊ शकत नाही. कलहाची झळ बसलेल्या सर्वांना कसलाही भेदभाव न पाळता नि:पक्षपातीपणाने मदत करणे, त्यांचे दु:ख व हालअपेष्टा कमी करणे हे आमचे कर्तव्य, मग ते सैन्यातील जखमी जवान असोत

किंवा साधे नागरिक असोत किंवा पकडलेले माओवादी दहशतवादी असोत.

असे जरी असले तरी आम्हाला नेपाळमध्ये एक मोठा अडथळा जाणवत होता. आमचे काम व्यवस्थित व परिणामकारक होण्यासाठी आम्हाला कलहाच्या दोन्ही बाजूंच्या सहकार्याची गरज असते. देशाच्या सर्व भागात संचार करायला मिळणे आवश्यक असते. त्याशिवाय आम्ही सर्व जखमी, विस्थापित किंवा पकडून डांबून ठेवलेल्या लोकांपर्यंत पोहोचू शकत नाही. सरकारला आमचे ध्येय व धोरण समजावून सांगणे अवघड नसते. पण माओवाद्यांशी संपर्क कसा साधायचा? ते तर भूमिगत. समाजात वावरताना कोण माओवादी व कोण त्यांच्या विरोधी हे सांगणे कठीण. माओवाद्यांचे नेते होते श्री. पुष्पकमल दहाल. त्यांना लोक 'प्रचंड' या नावाने ओळखत. ते स्वत:, त्यांचे सहकारी व त्यांनी स्थापलेले सैनिकांचे दल कोठे आहेत हे सांगणे महाकठीण.

परवाच नेपाळच्या कार्यालयाचा प्रमुख एडवर्ड अ‍ॅबेग मला म्हणाला, "उमेश, आपण एवढ्या जय्यत तयारीनिशी येथे कार्यालय उघडले, पण जोपर्यंत माओवादी आपल्याशी संवाद साधायची संधी देत नाहीत तोपर्यंत आपल्यावर खूप मर्यादा येतात."

"एडवर्ड, पण तू तसे काही प्रयत्न केले असशीलच." मी म्हणालो.

"अरे, गेले दीड वर्षं इतक्या लोकांना भेटलो, विरोधी पक्षातील नेत्यांशी चर्चा केली, समाजाच्या वेगवेगळ्या स्तरात शब्द पसरवला, पण माझ्याशी अजूनही संपर्क साधायला कोणी पुढे येत नाही. मी तर अगदी हतबल झालो आहे."

"मला वाटतं की ते लोक आपल्या संघटनेविषयी साशंक असावेत किंवा आपला मानवतावादी हेतू त्यांच्या लक्षात आला नसावा." मी म्हणालो.

"तसंच असावं. अरे मी पूर्वी श्रीलंकेत होतो, तिथे आपलं कार्यालय एल.टी.टी.ई.शी सतत संपर्कात आहे. त्यांना आपल्या कामाचं महत्त्व कळल्यामुळे त्यांचं संपूर्ण सहकार्य त्यांनी देऊ केले आहे. त्यांच्या ताब्यात असलेल्या भागात आपल्याला मुक्त संचार आहे. तीच गत दक्षिण फिलिपीन्समधील मिंदानाओ भागात. तेथील कलह गेली तीस वर्षे चालत आला आहे. पण मिंदानाओ स्वतंत्र चळवळीचे नेते आपल्याशी सहकार्य करतात. तसंच इथेही व्हावं यासाठी माझा खटाटोप चालू आहे." एडवर्ड उद्विग्नतेने म्हणाला. पन्नाशीचा एडवर्ड गेली पंचवीस वर्षे आंतरराष्ट्रीय रेड क्रॉसमध्ये काम करत होता. खूप अनुभवी व कार्यतत्पर अधिकारी अशी त्याची ख्याती होती.

आंतरराष्ट्रीय रेड क्रॉससाठी विभागीय कायदा सल्लागार म्हणून दिल्ली येथे काम पाहायला सुरुवात केली तेव्हापासून वर्षातून तीन-चार वेळा कामानिमित्त काठमांडूस जाऊ लागलो. तेथे पहिल्यांदा गेल्यावर सर्वांत प्रथम संपर्क साधला तो हरी फुयाल याच्याशी. त्याची व माझी ओळख १९९५ पासूनची. त्यावेळी मी बेंगलोरच्या

नॅशनल लॉ स्कूलमध्ये आंतरराष्ट्रीय कायद्याचा प्राध्यापक होतो. तेथे नेपाळहून बरेच विद्यार्थी पदव्युत्तर अभ्यासक्रमासाठी यायचे. दोन वर्षांचा अभ्यासक्रम पुरा झाल्यावर नेपाळला परत जायचे.

१९९५ च्या जुलैमध्ये काठमांडूहून तीन विद्यार्थी बेंगलोरला आले. हरी फुयाल, आनंद मोहन भट्टराय व नवीनचंद्र वर्मा. तिघेही खूप नम्र, सुस्वभावी व सज्जन. बऱ्याच वेळा माझ्याशी गप्पा मारायला घरी येत. अभ्यासात व संशोधनात मी त्यांना मदत करायचो. हरीला मानवी हक्कांमध्ये खूपच रस होता. तोच त्याच्या संशोधनाचा विषय होता. तो माझ्या मार्गदर्शनाखाली आपला छोटा प्रबंध लिहीत होता. आपल्या देशापासून हजारो मैल दूर आलेल्या त्या तिघांना मी अधून-मधून घरी चहाला, जेवायला बोलवायचो. मेसचे जेवण जेवून कंटाळलेल्या त्या तिघांना नीलिमा खिम्याचे कटलेट, चिकन सूप असे पदार्थ खायला घालायची. त्यामुळे त्यांच्या तोंडाला जरा चव यायची असे आनंद एकदा मला म्हणाला.

वर्षातून तीन-चार वेळा मी सहकुटुंब कोल्हापूर व पुण्याला माझ्या व नीलिमाच्या आई-वडिलांना भेटायला जात असे. १९९५ च्या डिसेंबरमध्ये आमचे जायचे ठरले. त्यावेळी मी नॅशनल लॉ स्कूलच्या मागे एक छोटा बंगला भाड्याने घेतला होता. त्याच्या आसपास खूपच कमी घरे होती. प्रवासापूर्वी एके दिवशी नीलिमा म्हणाली, "उमेश, हल्ली या भागात घरफोड्या झाल्याचे मी ऐकले. आपण तीन आठवडे घराला कुलूप लावून जाणार, मला जरा असुरक्षित वाटतंय!"

"तू म्हणतेस ते खरं आहे. काय करावं बरं?"

"कोणी विश्वासू विद्यार्थी येऊ शकेल आपण नसताना रात्री झोपायला?" नीलिमाने विचारले.

"चांगली कल्पना आहे. हरीला विचारू?"

"पाहा विचारून. ते तिघे एवढ्यात काठमांडूला जाणार नाहीत असं मागच्या खेपेला घरी आले होते तेव्हा म्हणत होते."

दुसऱ्या दिवशी हरी माझ्याकडे चर्चा करायला आला होता त्यावेळी हा विषय काढला.

"मी व नवीन अगदी आनंदाने राहू तुमच्या घरी, सर. तुम्ही कसलीही काळजी करू नका!"

"चला, बरं झालं हरी तू माझा प्रश्न सोडवलास. नीलिमाची चिंता दूर होईल!" मी म्हणालो.

"पण सर, माझी एक विनंती आहे!" हरी म्हणाला.

"कोणती, हरी?" मी विचारले.

"मॅडमना आम्हाला तुमचे स्वयंपाकघर अधून-मधून वापरायची परवानगी द्यायला सांगाल?"

"त्यात काय हरी, अगदी आनंदाने वापरा स्वयंपाकघर. पण हरी, तुम्ही तर मेसमध्ये जेवत असता, मग कशाला स्वयंपाक करायच्या फंदात पडतोस?" मी उत्सुकतेने विचारले.

"सर, खरं सांगू का, आमच्या मेसचा मल्याळी आचारी बाबू चिकन व मटणमध्ये मुक्तहस्ते कढीपत्ता घालतो व त्याला वरून मोहरीची फोडणीही देतो! जेवणाला एकच चव, दाक्षिणात्य पद्धतीची. मग ती वांग्याची भाजी असू दे नाहीतर मटण करी! तुमच्या अनुपस्थितीत आम्ही तिघे जरा नेपाळी पद्धतीचा 'खाना' करून खाऊ शकलो तर थोडा रुचीपालट होईल!" हरीने खुलासा केला.

मितभाषी व मृदू आवाजात बोलणारा हरी माझा लाडका विद्यार्थी झाला होता. गोऱ्या, गोल चेहऱ्याच्या, निमुळती हनुवटी असलेल्या हरीचे डोळे खूप भावुक होते. तो खूप भावनाप्रधान असावा असे त्याच्याशी बोलल्यावर वाटायचे.

माझे काठमांडूला जाणे-येणे सुरू झाले. प्रत्येकवेळी हरी माझ्या दिमतीला हजर. मी त्याच्या व इतर विद्यार्थ्यांबरोबर काठमांडूच्या जवळपास सहलींसाठी, त्यांच्या घरी जेवायला वगैरे जाऊ लागलो. ते सगळे खूपच आतिथ्यशील व प्रेमळ. २००० सालच्या डिसेंबरमध्ये हरी माझ्या हॉटेलवर भेटायला आला व म्हणाला, "सर, हल्ली मी नेपाळ बार असोसिएशनच्या कार्यकारिणीचा सदस्य आहे. आमच्या असोसिएशनच्या वतीने तुमचं एक भाषण ठेवू या!"

"हो, अगदी आनंदाने मी येईन!"

"तुम्ही 'नेपाळमधील अंतर्गत युद्ध व आंतरराष्ट्रीय मानवतावादी कायदा' या विषयावर रविवारी सकाळी आठ वाजता आमच्या सभागृहात भाषण देऊ शकाल?" हरीने विचारले.

"तो विषय चांगला आहे हरी, पण मला एक सांग, रविवारी सकाळी या थंडीत आठ वाजता मला कोणी श्रोते असतील? आठ ऐवजी दहा किंवा अकरा वाजता भाषण ठेवलं तर?"

"सर, तेथे अकरा वाजता कामगार कायद्यावर एक चर्चासत्र आहे. तुम्ही शनिवारपर्यंत मोकळे नाही व सोमवारी तर तुम्ही दिल्लीला परत जाणार. ही एकच वेळ सोयीची आहे!"

केवळ हरीसाठी मी कबूल झालो. भाषणाच्या दिवशी हरी मला घेऊन जायला माझ्या हॉटेलवर बरोबर साडेसातला आला. त्याच्या मोटारसायकलवरून कडाक्याच्या थंडीत आम्ही पुतलीसडक मार्गे रामशाहपथ येथील नेपाळ बार असोसिएशनच्या सभागृहात पोहोचलो. आता बारा-पंधरा वकिलांसमोर काय बोलायचे असा विचार करत मी सभागृहात शिरलो आणि आश्चर्याचा धक्काच बसला. जवळजवळ सव्वाशे

श्रोत्यांनी सभागृह खचाखच भरलेले. सगळे जण आतुरतेने मी यायची वाट पाहत बसलेले. मी हरीला विचारले, "हरी, हे कसं काय?"

"हरीची करामत, दुसरं काय? चला व्यासपीठावर!"

हरीने माझी ओळख करून दिली. मी जवळ जवळ एक तास अखंड बोललो. नेपाळच्या सध्याच्या स्थितीत आंतरराष्ट्रीय मानवतावादी कायदा कसा लागू होतो व आंतरराष्ट्रीय रेड क्रॉसच्या कामाची तेथे कशी आवश्यकता आहे याचा खुलासेवार ऊहापोह केला. भाषणानंतर अर्धा तास प्रश्नोत्तरे झाली. हॉटेलवर परतल्यावर हरीला विचारले,

"हरी इतके श्रोते कसे काय जमले?"

"मी एक करामत केली. ती नंतर कधीतरी सांगेन. शिवाय व्याख्यानाचा विषय, तुमची थोडक्यात माहिती व कार्यक्रमाची वेळ यांची एक सूचना आमच्या सूचना-फलकावर लावली. बस्स!"

"चला, माझं समाधान झालं. अरे, समोर श्रोते नसले तर बोलणाऱ्याला उत्साहच येत नाही!" हरीच्या करामतीने मी चकित झालो होतो.

दुसऱ्या दिवशी सकाळी विमानतळाकडे न्यायला ऑफिसची गाडी आली होती. खोलीत येऊन पडलेला 'हिमालय टाईम्स' वाचायला वेळ नव्हता. तो हँडबॅगेत ठेवला. विमानतळावरील सोपस्कार पार पाडून झाल्यावर वर्तमानपत्र उघडले व आश्चर्याचा आणखी एक धक्का बसला. त्यादिवशीची पहिल्या पानावरची सर्वांत मोठी व ठळक बातमी होती, 'नेपाळमधील कलहाला युद्ध-विषयक आंतरराष्ट्रीय कायदा लागू होतो : रेड क्रॉसचे कायदा सल्लागार प्रा. उमेश कदम यांचे प्रतिपादन.' ती मी वाचली. बातमीसोबत माझा पूर्वीचा एक फोटो छापण्यात आला होता. मी तो निरखून पाहिला. ऑगस्टमध्ये हरी मला नागरकोटच्या डोंगरावर घेऊन गेला होता त्यावेळी त्यानेच तो काढला होता. चला ही देखील हरीचीच करामत असे म्हणून तो पेपर नीलिमास दाखवण्यासाठी बॅगेत जपून ठेवला.

मला दिल्लीला पोहोचून तीन दिवसच झाले असतील. काठमांडूवरून एडवर्डचा फोन आला.

"उमेश, बॅग भर आणि काठमांडूला ये, मिळेल त्या विमानाने!"

"एडवर्ड? असं तातडीनं मी तिकडे येण्यासारखं काय घडलंय?" मी आश्चर्याने विचारलं.

"त्याचा फोनवर मी खुलासा करू शकत नाही. तू निघायची तयारी कर!"

सुदैवाने त्याच संध्याकाळच्या शाही नेपाळ विमान कंपनीच्या विमानाचे तिकीट मिळाले. मी काठमांडूला पोहोचलो. शेर्पा हॉटेलमध्ये माझी खोली आरक्षित करून ठेवली होती. सकाळी आठ वाजता कार्यालयात गेलो. मला पाहताच एडवर्डने

सुटकेचा नि:श्वास टाकला. खोलीचे दार लावून घेत तो म्हणाला, "तू आला नसतास तर फार पंचाईत झाली असती!"

"एडवर्ड, तू असं मला कोड्यात टाकू नको. नेमका काय प्रकार आहे हे आधी सांग!" मला आता दम धरवत नव्हता.

"उमेश, परवा रात्री माझ्या घरी एक फोन आला. त्या गृहस्थाने आपले नाव सांगितले नाही. तो एवढेच म्हणाला की माओवादी नेते 'प्रचंड' यांचा प्रतिनिधी माझी भेट घेऊ इच्छित आहे, दोन अटींवर. पहिली ही की आपण त्यांच्या भेटीची काटेकोरपणे गुप्तता पाळण्याचे आश्वासन द्यायचे. ते मी दिले. दुसरी अशी की त्या भेटीच्या वेळी प्रा. उमेश कदम हजर असले पाहिजेत!"

"खरंच की काय? त्यांच्याशी आपल्याला संपर्क साधायला मिळतोय हे फारच उत्तम! पण त्यांना माझ्याविषयी कोणी सांगितलं असावं?" मी विचारले.

"मलाही ठाऊक नाही. मी देखील कोड्यात पडलो आहे. प्रत्यक्ष भेटल्यावरच कळेल. बरं, आज बरोबर अकरा वाजता आपण दोघे दरबार मार्गावरील कांचनगंगा हस्तकला विक्री केंद्रासमोर थांबायचं आहे. तेथे एक गृहस्थ आपल्याशी संपर्क साधेल."

"असं? बैठक कुठे आहे?" मी विचारलं.

"मला तरी कुठे ठाऊक आहे?" एडवर्ड म्हणाला.

"सगळंच प्रकरण गूढ दिसतंय. कोणी आपली दिशाभूल तर करत नाही?"

"नसावं. आता प्रत्यक्ष अनुभवच घेऊ. बरं एक लक्षात ठेव. आपल्या बैठकीचा कोणालाही सुगावा लागू देवू नकोस, अगदी आपल्या सहकाऱ्यांना देखील."

बरोबर अकराच्या ठोक्याला दरबार मार्गावर आम्हाला भेटायला एक चाळिशीचा, चष्मा घातलेला व साधे कपडे परिधान केलेला गृहस्थ आला. त्याने मला विचारले, "प्रा. कदम?"

"हो!"

"हे मिस्टर एडवर्ड?"

"हो, हेच मिस्टर एडवर्ड!"

"चला माझ्याबरोबर."

त्याने बाजूला एक जुनाट मारुती ८०० गाडी लावली होती. आत एकजण चालकाच्या सीटवर बसला होता. तो गृहस्थ पुढे बसला व आम्ही दोघे मागे. गाडी चक्रपथाकडून उजवीकडे वळल्यावर एका छोट्या वस्तीजवळ आली. तेथे गाडीतून उतरवून तो आम्हाला एका बोळातून पाच मिनिटे चालत घेऊन गेला. एका साध्या बैठ्या घराच्या दाराची कडी वाजवल्यावर ते उघडले गेले. आम्ही आत गेलो. ती एक छोटी खोली होती. तेथे फक्त बसायला चार-पाच खुर्च्या होत्या. आम्हाला तेथे

बसवून तो गृहस्थ आत गेला. आतून दोन मिनिटात एक पन्नाशीचे, पोक्त व गंभीर दिसणारे गृहस्थ आले.

"नमस्कार प्रा. कदम, हॅलो, मिस्टर एडवर्ड!"

आम्ही त्यांच्याशी हस्तांदोलन केले.

"मी शिवशरण प्याकुरेल. 'प्रचंड' दादांचा प्रतिनिधी. परवा तुमचं भाषण ऐकलं व माझी खात्री पटली की रेड क्रॉसशी सहकार्य करण्यात आमचंच हित आहे."

"तुम्ही श्रोत्यांमध्ये होता?" मी आश्चर्याने विचारले.

"मी वकील आहे. केवळ मीच नाही तर माझ्यासारखे प्रचंड दादांचे आणखी वीस सहकारीही हजर होते. आम्ही सगळे वकील आहोत. दादांच्या चळवळीला आमचा पाठिंबा आहे. परवाच्या भाषणानंतर मी त्यांच्याशी संपर्क साधला. त्यांनीच तुम्हा दोघांशी चर्चा करायला हिरवा कंदील दाखवला!"

त्यानंतर अडीच तास चर्चा झाली. एडवर्डला माओवाद्यांकडून कोणत्या प्रकारचे सहकार्य हवे आहे हे त्याने तपशीलवारपणे, श्री. प्याकुरेलना समजावून सांगितले. चर्चा यशस्वी झाली. आम्ही कार्यालयावर परतलो. दुसऱ्या दिवशी दुपारच्या विमानाने दिल्लीला परतण्यापूर्वी एडवर्डला भेटायला गेलो.

"एडवर्ड, निघतो मी!"

"उमेश, केवळ तुझ्यामुळेच कोंडी फुटली आहे. दीड वर्षं मी माझ्या प्रयत्नांची पराकाष्ठा केली. आज काठमांडूत मी पहिल्यांदा समाधानी असल्याचं वाटतंय. आत्ताच जिनिव्हास ई-मेल केली."

"काय कळवलंस तिकडे?"

"अरे तिकडून वारंवार विचारणा व्हायची, 'माओवाद्यांशी संपर्क साधला की नाही?' कळवलं, की संपर्क साधला गेला, तोही तुझ्यामुळे. तुझ्या उत्कृष्ट कामगिरीबद्दल तुला बढती व पगारवाढ यांचीही शिफारस त्यात केली आहे!"

मी विमानतळाकडे निघालो होतो. तेव्हा मनातल्या मनात हरी व माओवादी यांचे आभार मानले! त्यानंतर दोन महिन्यांनी माझ्या पगारवाढीचा संदेश आला. तो वाचल्यावर मी स्वत:शीच म्हणालो, 'हरी फुयालने केली कमाल!'

■

मी दहशतवादी?

“अहो, मी खरंच दहशतवादी नाही, तुम्ही विश्वास ठेवा माझ्यावर!” मी त्या अधिकाऱ्यास पटवून द्यायचा आटोकाट प्रयत्न करत होतो पण तो काही ऐकायला तयार नव्हता.

“आता ही चित्रफित पाहिल्यावर कोण शहाणा माणूस तुम्ही दहशतवादी नाही या गोष्टीवर विश्वास ठेवेल?” त्या अधिकाऱ्याने मलाच विचारले.

गेले पाच दिवस मी उझबेकिस्तानची राजधानी ताश्कंद येथे होतो. १५ ऑक्टोबर २००१ या दिवशी मी दिल्लीहून ताश्कंदला गेलो होतो. तसे पाहिले तर उझबेकिस्तान माझ्या कार्यक्षेत्राबाहेर होते. पण त्यावर्षी ताश्कंद येथे आमच्या संघटनेच्या वतीने आयोजित आंतरराष्ट्रीय मानवतावादी कायद्याच्या एका स्पर्धेसाठी परीक्षक म्हणून मला तेथील विभागीय कार्यालयाने खास आमंत्रण देऊन यायची विनंती केली होती. आमच्या संघटनेच्या जिनिव्हा येथील मुख्य कार्यालयातून माझा सहकारी आँत्वान बुव्हिए हा देखील तेथे आला होता. तसेच अमेरिकेहून प्रा. पीटर कस्पिस्की व इंग्लंडहून इसेक्स विद्यापीठातील प्राध्यापिका फ्रॉन्स्वाज हॅंपसन याही आल्या होत्या. तीन दिवसांची ती स्पर्धा कालच संपली होती. दुपारी शिक्षण मंत्रालयात शिक्षण मंत्र्यांची सदिच्छा भेट ठरली होती.

ताश्कंद येथील आमच्या कार्यालयातील सर्गी राखीमॉव्ह याची व माझी चांगलीच ओळख होती. जिनिव्हा येथे वार्षिक बैठकांदरम्यान त्याची व माझी भेट व्हायचीच. तसेच पूर्वी श्रीलंकेतील कँडी या सुंदर गावी झालेल्या एका प्रशिक्षणाच्या कार्यक्रमात सर्गी हजर असताना मी तीन व्याख्याने दिली होती. ती त्याला खूप आवडली होती. तो सर्वांजवळ माझ्या व्याख्यानांची मुक्तकंठाने प्रशंसा करायचा. त्याची व माझी चांगलीच गट्टी जमली होती. त्यानेच पुढाकार घेऊन मला ताश्कंदला परीक्षक म्हणून बोलवावे असे आमच्या तेथील कार्यालयाच्या प्रमुखांना सुचवले होते.

तीन-चार दिवसांच्या सतत कामानंतर आम्हाला थोडासा मोकळा वेळ होता.

त्यादिवशी दुपारपर्यंत आम्ही ताश्कंदमधील काही महत्त्वाच्या प्रेक्षणीय स्थळांना भेटी द्याव्यात असे सर्गीने सुचवले व आम्ही सर्वांनी ते मान्य केले. त्याने आमच्यासाठी ऑफिसची गाडी व ड्रायव्हर यांची सोय केली. सुरुवातीस सर्गी आम्हाला ताश्कंदच्या स्थानिक बाजारात घेऊन गेला. बाजार एका जवळ जवळ ३०० मीटर परिघाच्या गोलाकार दुमजली बंदिस्त इमारतीत बसायचा. तेथील वातावरण पाहून मी चकित झालो. तेथे शेकडो उघडी दुकाने होती. फळे, भाज्या, मसाले, सुका मेवा, स्थानिक मेवा-मिठाई, काही शिजवलेले खाद्य पदार्थ, मधांचे प्रकार, कित्येक प्रकारची तेले, लोणी व इतर दुग्धजन्य पदार्थ या सर्वांची तेथे रेलचेल झालेली. त्या सर्व पदार्थांचा संमिश्र वास आसमंतात पसरला होता. तो वास मला अनोखा होता पण छान वाटत होता. तेथील वातावरणही खूपच मनोरंजक होते. समाजातल्या मध्यम स्तरातले ग्राहक विक्रेत्यांशी हुज्जत घालताना दिसत होते. दुकानदार मात्र गंभीरपणे आपल्या किमतीला चिकटून. जगात कुठेही जा, दुकानदार व गिऱ्हाइके यांची वृत्ती सारखीच! तेथील जवळजवळ सगळ्याच लोकांनी स्थानिक पारंपरिक वेश परिधान केलेला. पुरुषांनी लांब ढगळ सदरे, घोळदार विजारी, डोक्यावर नक्षीची टोपी, अंगात नक्षीकाम केलेले जाकिट व स्त्रियांनी आरशांचे छोटे तुकडे असलेले व नक्षीकाम केलेले घेरदार झगे, त्याच नक्षीचे ब्लाऊज व डोक्यावर टोप्या असा वेश. स्त्रियांच्या हातात, गळ्यात व कानात रंगीबेरंगी दागिनेही होते. एक गोष्ट प्रकर्षाने जाणवली– सगळे जण गोरे– लाल उंचपुरे, धष्टपुष्ट व भारदस्त व्यक्तिमत्त्वाचे होते. काही स्त्रिया व तरुण मुलींचे सौंदर्य तर अवर्णनीय होते! मी माझ्या व्हिडीओ कॅमेऱ्याने त्या बाजाराचे व तेथील माणसांचे थोडे चित्रण केले. मला ज्या ठिकाणी स्थानिक संस्कृतीचे खरेखुरे दर्शन होते अशा ठिकाणी जायला खूप आवडते. त्यासाठी कित्येक देशात कितीतरी वेळा मी तासन् तास पायपीटही केली आहे!

तेथून आम्ही ताश्कंदची संसद, महापौरांचे कार्यालय या इमारती बाहेरूनच पाहून एका ऐतिहासिक मदरशाला भेट दिली. नंतर आम्ही ताश्कंदच्या प्रसिद्ध ऑपेरा हाउसजवळ पोहोचलो. आम्ही गाडीतून उतरल्यावर सर्गी म्हणाला, "येथे जवळच एक कपड्यांचे मोठे दुकान आहे, एक वस्तुसंग्रहालय आहे व एक छोटा पार्क आहे. तुम्हा लोकांना कोठे जायचे आहे?"

पीटर म्हणाला, "मला वस्तुसंग्रहालय पाहायचे आहे," फ्रॉन्स्वाज म्हणाली, "मला कपड्यांच्या दुकानात जायचे आहे" तर आँत्वान म्हणाला, "मी पार्कमध्ये झाडाखाली बसून पुस्तक वाचत बसेन!"

"उमेश, तू काय करतोस?" सर्गीने मला विचारले.

"मला फोटोग्राफीची आवड आहे. मी या ऑपेरा हाउसचे वेगवेगळ्या बाजूने फोटो घेईन व काही व्हिडीओ चित्रणही करेन. तसेच या जवळपासच्या परिसरात

एक चक्कर टाकून येईन!''

''ठीक आहे तर! आपण असं करू, बरोबर दीड तासांनी म्हणजे एक वाजता सर्वजण याठिकाणी गाडीजवळ भेटू. मी फ्रॉन्स्वाजबरोबर जातो. कारण कपडे विकत घेताना तिला भाषेचा प्रश्न पडेल.''

आम्ही सर्वांनी सर्गीच्या प्रस्तावाला अनुकूलता दर्शविली.

मी ऑपेरा हाउसच्या जुन्या व अतिशय सुंदर वास्तुशिल्पकलेचा नमुना असलेल्या आकर्षक इमारतीचे वेगवेगळ्या दिशांनी चित्रण केले. त्यासाठी फार वेळ लागला नाही. नंतर माझ्या नेहमीच्या सवयीनुसार त्या परिसराचे काही फोटो काढले व चित्रण केले. ऑपेरा हाउसच्या उजव्या बाजूला रस्त्याचे थोडेसे चित्रण करताना पोलिसासारखा गणवेष परिधान केलेला एक गृहस्थ माझ्या समोर आला व त्याने मला चित्रण थांबवण्याचा इशारा केला. तो मला त्याच्याबरोबर जायचा इशारा करत होता. त्याला इंग्रजी समजत नव्हते. मला अर्थातच त्याच्याबरोबर जाणे भाग होते. शेजारच्याच एका इमारतीत प्रवेशद्वारातून आत गेल्या गेल्या एक कार्यालय होते. तेथील एका अधिकाऱ्यास त्याने त्यांच्या भाषेत माझ्याविषयी काहीतरी सांगितले. ते ऐकून तो अधिकारी आश्चर्यचकित झाला व माझ्याकडे संशयास्पद नजरेने पाहू लागला. सुदैवाने त्याला इंग्रजी येत होते.

''तुम्ही कोणत्या उद्देशाने या इमारतीचे चित्रण करत होता?''

मी त्याला माझा उद्देश सांगितला.

''ही इमारत अमेरिकन दूतावास आहे. आम्हाला आता तुमची कसून चौकशी केली पाहिजे!'' तो म्हणाला.

मागच्याच महिन्यात अमेरिकेत वर्ल्ड ट्रेड सेंटर व पेंटॅगॉन या ठिकाणांवरील हल्ल्यांपासून अमेरिकन सरकारने आपल्या दूतावासांच्या सुरक्षा व्यवस्थेत आमूलाग्र बदल करून ती अतिशय कडक केली होती. या अधिकाऱ्याने आता माझी चौकशी करायची म्हटल्यावर मी मनातल्या मनात स्वत:लाच दोष दिला. छायाचित्रणाच्या हौसेखातर मी विनाकारण अडचणीत आलो होतो. त्यात गेल्या वर्षीपासून मी दाढी वाढवलेली. बऱ्याच वेळा लोक मला अरब समाजायचे.

त्या अधिकाऱ्याने माझे नाव वगैरे तपशील लिहून घेतले. त्याने माझी व्हिडीओ टेप मागे फिरवून पहिल्यापासून दाखवायला सांगितले. मी टेप मागे फिरवून कॅमेऱ्याच्या छोट्या पॅनेलवर ती त्याला दाखवायला सुरू केली.

''हे काय? ताश्कंदचा विमानतळ?''

''हो, परवा इथे पोहोचल्यावर अन्यत्र क्वचितच दिसणारी रशियन बनावटींची टुपॉलॉव्ह व अंतोनॉव्ह विमानं पाहायला मिळाली. मला विमानं बनवायला आवडतं.'' मी खुलासा केला.

"विमान अपहरण करायचा विचार दिसतोय. आत्ताच तर तुम्ही म्हणालात की आंतरराष्ट्रीय कायद्याचे सल्लागार आहात म्हणून. मग एकदम एरॉनॉटिकल इंजिनियर झालात की काय विमानं बनवायला?" त्याने माझ्यावर विश्वास न बसल्यामुळे विचारले.

"छे, छे, मला विमानांची छोटी मॉडेल्स बनवायचा छंद आहे."

"माझा तुमच्यावर मुळीच विश्वास बसत नाही. नक्कीच एखादं विमान अपहरण करायचा किंवा विमानात स्फोटकं ठेवायचा तुमचा इरादा असणार! बरं, पुढे पाहू काय काय आहे ते?"

मी पॉज केलेली टेप पुढे चालू केली. काल संध्याकाळी आम्ही सर्वजण मिळून एका अरेबियन उपाहारगृहात जेवायला गेलो होतो. तिथे वैशिष्ट्यपूर्ण अरेबियन 'बेली' डान्स चालला होता. त्याचेही मी काही चित्रण केले होते.

"अरेबियन उपाहारगृह दिसतेय. तिथे नक्कीच तुमची व तुमच्या सहकाऱ्यांची गुप्त बैठक झाली असणार. ओसामा बिन लादेनचा सौदी अरेबियात खूप मोठा तळ आहे म्हणे. कित्येक अरेबियन राष्ट्रं दहशतवाद्यांना आर्थिक मदत करतात हे आता सिद्ध झालेलं आहे. तुमचा व अरेबियन लोकांचा संबंध मला आता स्पष्टपणे दिसून येत आहे."

आता त्याचा गैरसमज कसा दूर करायचा या संभ्रमात मी पडलो. तो कलुषित नजरेनेच माझ्याकडे पाहत होता. त्याने टेप पुढे चालू करायला सांगितले.

"हे काय, ताश्कंदचा गोलबाजार? गर्दीच्या ठिकाणी बॉंबस्फोट करण्यात दहशतवादी तरबेज असतात हे जगजाहीर आहे. त्याचीच तयारी दिसतेय!" तो म्हणाला.

"अहो, येथील संस्कृती लक्षात राहावी म्हणून हे चित्रण केलं आहे." मी माझा हेतू त्यांना सांगितला.

"संस्कृती कसली, तुमची दहशतवादी विकृतीच मला यात दिसतेय! पुढे सुरू करा टेप."

नंतर संसद व महापौरांचे कार्यालय पाहिल्यावर तो म्हणाला, "पाहा, ताश्कंदमधील अतिमहत्त्वाच्या ठिकाणांना लक्ष्य बनवायच्या उद्देशानेच तुम्ही हे चित्रण केलेलं आहे यात शंकाच नाही!"

यावर काय बोलावे मला सुचेना. मी टेप पुढे चालू केली. सर्गी आम्हाला एक मदरसा दाखवायला घेऊन गेला होता. तिथे हस्तकलेचे पारंपरिक शिक्षण तरुण मुलांना दिले जायचे. आतमध्ये चित्रण करायला परवानगी नव्हती. मी मदरशाचे बाहेरूनच थोडावेळ चित्रण केले होते. ते पाहून तो अधिकारी म्हणाला,

"हे पाहा, तुम्ही मदरशांना भेटी देता म्हणजे तुमचा व दहशतवाद्यांचा घनिष्ट संबंध सिद्ध करायला आणखी कसला पुरावा हवा?"

''अहो, एक प्रेक्षणीय स्थळ म्हणून त्याचं चित्रण केलं आहे. आयुष्यात पुन्हा कधी ताश्कंदला यायची संधी मिळेल असं वाटत नाही, म्हणून इथल्या आठवणींसाठीच केवळ हे चित्रण केलं आहे.'' मी त्याला समजावयाचा प्रयत्न करत होतो.

''एकदा इथे दहशतवादी कारवाया करून येथून पळ काढल्यावर तुम्ही परत इकडे कशाला याल?''

मी टेप पुढे चालू केली. नंतर ऑपेरा हाउसचे व त्याच्या परिसरातील इमारतींचे चित्रण होते. ते बारकाईने पाहिल्यावर तो म्हणाला, ''हे काय, दूतावासाच्या इमारतीचं अगदी सगळ्या बाजूंनी व्यवस्थित चित्रण केलेलं दिसतंय. कोणत्या खिडकीतून आत घुसायचं, सुरक्षा कर्मचाऱ्यांना कसं चकवायचं, स्फोटकं कुठे लावायची या तयारीशिवाय दुसरा कसला उद्देश असणार बरं तुमचा? बरं, इतर प्रेक्षणीय स्थळांच्या बाबतीत मी समजू शकतो, पण या इमारतीत तसं पाहण्यासारखं काय आहे? चित्रण करून जतन करण्यासारखं यात काहीच नाही. दिसायला अगदीच साधी व अनाकर्षक अशीच ही इमारत आहे. आता तर माझी खात्रीच पटली आहे. आता पुढच्या चौकशीसाठी आम्ही तुम्हाला ताब्यात घेणार आहोत.'' तो थंडपणे म्हणाला.

''अहो, दुपारी शिक्षणमंत्र्यांची भेट घ्यायची आहे!''

''म्हणजे मंत्रालयालाही लक्ष्य करायचा इरादा दिसतोय. बरं झालं, कसलंही दहशतवादी कृत्य करायच्या आधीच तुम्ही आमच्या तावडीत सापडलात. मी आता माझ्या वरिष्ठांना फोन करतोय. कित्येक दिवस एखादी सनसनाटी कामगिरी पार पाडायची वाटच पाहत होतो. तो योग आज आला!''

''अहो कृपा करून मला जाऊ द्या. हवं तर ही टेप तुम्ही ठेवून घ्या.''

''छे, छे, आता जायचं ते पोलीस कोठडीतच.''

एवढ्यात माझ्या लक्षात आले, की माझ्या सहकाऱ्यांशी भेटायची वेळ झाली आहे. ते माझी वाट पाहतच असणार.

''बरं, माझे सहकारी आता मला भेटण्यासाठी ऑपेरा हाउससमोर उभे असतील. त्यांच्यात एक स्थानिक सहकारी आहे. तो सगळा खुलासा करेल. तुम्ही चला माझ्याबरोबर.'' मी त्याला विनंती केली. त्यावर एक मिनिट विचार करून तो म्हणाला, ''ठीक आहे, चला तर. आणखी काही दहशतवादी माझ्या तावडीत येतील.''

माझ्या दोन्ही बाजूला बंदूकधारी पोलीस व तो पुढे अशी आमची वरात निघाली. आम्हाला पाहताच माझे सगळे सहकारी आश्चर्यचकित झाले. मी त्यांना झाला प्रकार सांगितला. त्यावर सर्गी उझबेकी भाषेत त्या अधिकाऱ्याशी चार-पाच मिनिटे बोलला. नंतर सर्गी मला म्हणाला, ''उमेश, मी या साहेबांचा गैरसमज दूर केला

आहे. पण ते म्हणतात, की तुझ्या टेपमधील अमेरिकन दूतावासाचं चित्रण पुसून टाकलं पाहिजे. ते तुला टेपमध्ये ठेवता येणार नाही.''

हे ऐकल्यावर मी सुटकेचा नि:श्वास टाकला. मनातल्या मनात मी म्हटलं, 'हवं तर टेप किंवा टेपसहित कॅमेराही जप्त करा म्हणावं, पण मला दहशतवादी असल्याच्या संशयावरून डांबून ठेवू नका. नाहीतर यथावकाश माझी रवानगी 'ग्वांतानामो-बे'कडे व्हायची!'

''सर्गी, मी एका पायावर तयार आहे!''

''चल, मी तुझ्याबरोबर त्याच्या कार्यालयात येतो. त्याच्या समक्षच ते चित्रण आपण पुसून टाकू.''

सर्गी, तो अधिकारी, त्याचे बंदूकधारी सहकारी व मी त्याच्या कार्यालयात पुन्हा गेलो. मी टेप रिवाईंड करून ऑपेरा हाउसपर्यंत आणली व कॅमेरा भिंतीकडे करून एक मिनिटभर तो चालवला. टेप पुन्हा रिवाईंड करून त्याला दाखवली. ते पाहून तो म्हणाला, ''हे काय, ही भिंतही अमेरिकन दूतावासाचाच भाग आहे. हे चित्रणही तुम्ही बरोबर घेऊन जाऊ शकणार नाही.'' तो थंडपणे म्हणाला. मी टेप पुन्हा रिवाईंड केली, माझा तळहात कॅमेऱ्यासमोर धरून पुन्हा चित्रण केले व ते त्याला दाखवले. ते पाह्यल्यावर त्याने मला जाऊ दिले.

''बरं झालं सर्गी तू होतास म्हणून. नाहीतर आज माझी काही धडगत नव्हती.''

आम्ही तिथून निघालो. वाटेत एक जुना इस्लामिक पारंपरिक वास्तुकलेतील आकर्षक राजवाडा दिसला. तिथे काही वेळ थांबायचे ठरले. जवळपास काही अमेरिकन कार्यालय नसल्याची खात्री करून थोडे चित्रण केले.

एवढ्यात पीटर मला म्हणाला, ''उमेश, माझा आँत्वान व फ्रॉन्स्वाजबरोबर एक फोटो काढ. तुला छान फोटो काढता येतात!'' पीटरने आपला कॅमेरा माझ्याकडे दिला.

तो नाकारत मी म्हणालो, ''माफ कर पीटर. तू अमेरिकन नागरिक आहेस. आता कोणत्याही अमेरिकन सजीव अथवा निर्जीव गोष्टीचं चित्रण करायचं नाही असा मी ठाम निर्णय घेतला आहे!''

■

मेकाँग आणि बबन

थायलंडच्या शेजारील लाओस या छोट्या राष्ट्राच्या व्हिएन्तीएन या राजधानीत मेकाँग नदीच्या काठावर दुआँग प्लाझा हे भव्य वीस मजली हॉटेल अगदी सुयोग्य जागेवर बांधलं आहे. त्याच्या मागून जवळ जवळ एक किलोमीटर पात्र असलेली मेकाँग नदी एक छानसे वळण घेऊन गेलेली. मागच्या बाजूस खोली असेल तर सूर्यास्ताच्या वेळी आकाशाचे झरझर बदलणारे रंग व त्यांचे नदीच्या प्रचंड पात्रावर पडलेले प्रतिबिंब पाहण्यात वेगळाच आनंद होता. चीनमध्ये उगम पावलेली ही नदी म्यानमार, लाओस, कंबोडिया व व्हिएतनाम या राष्ट्रांतून वाहायची व दक्षिण चीन उपसागरात विलीन व्हायची. माझ्या खोलीच्या बाल्कनीतून या नदीचे विहंगम दर्शन घेत बसायला मला खूप आवडायचे.

त्या नदीच्या अलीकडचा किनारा लाओसचा तर पलीकडचा थायलंडचा. किनाऱ्याकाठचे लोक सर्रास आरपार जायचे. तशी त्यांना मुभाही होती. काही ठिकाणी पात्र इतके उथळ होते की लोक कंबरेएवढ्या पाण्यातून चक्क चालत पलीकडच्या किनाऱ्याला जात.

त्यादिवशी असेच बाल्कनीत बसलो असता पाच-सहा लोक एक जाळे घेऊन मासे पकडत असताना दिसले. ती पद्धत अशी होती की दोघांनी जाळे पाण्यामध्ये उभे धरायचे. नंतर थोड्या अंतरावरून तिघा-चौघांनी त्या जाळ्याकडे चालत जायचे. त्यांच्या चाहुलीने मासे जाळ्याकडे सरकायचे व त्यात अडकायचे. नंतर जाळे एकत्र करून काठावर आणायचे व बसून त्यात अडकलेले मासे गोळा करायचे. ते पाहिल्यावर मला जवळजवळ चाळीस वर्षांपूर्वी बार्शी तालुक्यातील आगळगाव या खेड्यातील डमरे गुरुजींचा माझ्या वयाचा मुलगा बबन याच्याबरोबर मी असेच मासे पकडायचो, त्याची आठवण झाली.

सोलापूर जिल्ह्यातील बार्शी या गावी १९६६ मध्ये माझ्या वडिलांची बदली झाली. ते सरकारी वकील होते. भयंकर उकाडा व पाण्याची चणचण असलेल्या व

धुळीने माखलेल्या त्या गावात आम्ही राहायला गेलो तेव्हा कोठल्या भकास गावात यायची पाळी आली असे आम्हाला वाटले. पण लवकरच तेथील साध्या, सरळ व प्रेमळ लोकांनी आम्हाला जिव्हाळ्याचा इतका ओलावा दिला की त्या रुक्ष भूमीत आम्ही त्यांच्या प्रेमाने चिंब भिजून गेलो. १९७० साली बदलीमुळे बार्शी सोडायचा प्रसंग आला. त्या दिवशी स्टेशनवर निरोप द्यायला आलेल्या मंडळींनी रडून अश्रूंचा महापूर आणला होता!

माझ्या वडिलांना शिकारीनिमित्त रानोमाळ भटकायचा नाद. मलाही त्यांच्या मागेमागे जाऊन निसर्गाचा ओढा निर्माण झाला. कोणामार्फत तरी बार्शीपासून आठ-दहा किलोमीटर अंतरावरील आगळगाव या खेड्यातील डमरे गुरुजींची ओळख झाली. त्यांना व त्यांच्या बंधूंना शिकारीचा नाद. दोघेही प्राथमिक शाळेत शिक्षक. त्यांची नेमणूक जवळपासच्या खेड्यात व्हायची. शाळेकडे ते दोघेही चालतच जात, पण जाता-येता झुडपांतील ससे हेरत! डमरे गुरुजींची वस्ती कोरेगावच्या रस्त्यावर आगळगावपासून दोन किलोमीटर अंतरावरच्या त्यांच्या शेतात होती. आमचे त्यांच्या वस्तीवर अधूनमधून जाणे सुरू झाले. मी व माझे वडील कधी कधी शनिवार-रविवार गाठून तेथेच मुक्काम ठोकायचो. माझे वडील, डमरे गुरुजी, त्यांचे बंधू व इतर काही मंडळी तितर, ससे, होले यांच्या शिकारीसाठी सकाळी बाहेर पडली की संध्याकाळीच परतत. मी मात्र वस्तीवर बबन व त्याचा धाकटा भाऊ बाळासाहेब, चुलतभाऊ सयाजी व इतर समवयस्क मुलांबरोबर उनाडक्या करत असे. बोरीच्या काटेरी जाळ्यातून बोरे शोधत, शेजारच्या छोट्या ओढ्यातून पोहत, गलोलीने आंबे पाडत किंवा जाळ्याने मासे पकडत माझा वेळ मजेत जायचा. कधी कधी मान्यांच्या 'फाटकी' या शेताकडेही आम्ही जायचो. तेथील विहिरीत उंचावरून उड्या मारून पोहण्यात खूप मजा यायची.

आम्हा सगळ्या सवंगड्यांचा ओढ्यातील मासे पकडणे हा आवडीचा उद्योग! बबन व मी जाळे पकडायचो. आम्ही दोघे सर्वांत मोठे होतो. जाळे पकडणे हे तेव्हा खूप जबाबदारीचे काम वाटायचे. मग इतरांनी चाळीस-पन्नास फुटांवरून चालत यायचे. बरेचसे छोटे-मोठे मासे सापडायचे. कधी कधी 'वांब' हा सापासारखा पण निमुळत्या टोकदार तोंडाचा चविष्ट मासा सापडला तर लॉटरी लागल्याचा आनंद व्हायचा! पकडलेले मासे आम्ही वस्तीवर नेऊन पाटाच्या पाण्यात साफ करत असू व बबनच्या आई– कौसल्याकाकींकडे त्याचा रस्सा करायला देत असू.

गुरुजींचे घर म्हणजे एक लांबलचक झोपडीच होती. बरोबर मधला भाग शेताच्या दिशेला उघडा, फक्त वरती छत. त्याच्या एका बाजूला झोपायची जागा, स्वयंपाकघर व धान्य ठेवायची जागा, तर दुसऱ्या बाजूला गुरांचा गोठा, शेतीची अवजारे व खते ठेवायची जागा. झोपडीसमोर स्वच्छ सारवलेले अंगण. मी व माझे वडील, आम्ही उघड्यावर गादी टाकून झोपायचो. सोबत स्वच्छ चादरी व मच्छरदाणी आणलेली

असायची. आता उघड्यावर मच्छरदाणी कशी लावणार? पण माझे वडील त्यात खूप पटाईत. जवळपासची बैलगाडी, एखादे खुरटे झाड, जमिनीत ठोकलेले काही खुंटे यांना लांबलचक सुतळ्या बांधून अगदी व्यवस्थित मच्छरदाणी लावायचे. एकदा तर त्यांनी रेल्वेच्या डब्यातील वरच्या बर्थवर एक छोटी मच्छरदाणी लावून कमालच केली. येणारे जाणारे त्या मच्छरदाणीकडे पाहून आत कोण चमत्कारिक पण कल्पक गृहस्थ झोपला आहे हे पाहायचा प्रयत्न करायचे.

आम्ही पकडून आणलेले मासे कौसल्याकाकींकडे दिले, की त्या लगेचच कामाला लागत. पटपट रस्सा व भाकरी करून आम्हाला अतिशय प्रेमाने खाऊ घालत. त्यांनी केलेला रस्सा म्हणजे तिखटाचा काळा मसाला व भरपूर पाणी घालून केलेले माशाचे सूपच जणू! पण तो एवढा तिखट असायचा की पहिला घास खाताच नाका-डोळ्यांतून पाणी हमखास आलेच पाहिजे. त्याच्याबरोबर फक्त ज्वारीची भाकरी व हाताची बुक्की मारून फोडलेला कांदा! आज त्या जेवणाची चव आठवली की वाटते, त्याची सर जगातल्या प्रसिद्ध व महागड्या उपाहारगृहात मिळणाऱ्या खाद्यपदार्थांना मुळीच येणार नाही.

आम्ही सर्व सवंगडी स्वयंपाकघरात बसूनच माशाच्या रश्श्यावर ताव मारत असू. तेथे खूप अंधार व धूर असायचा. उन्हातून तेथे आत गेल्यावर सुरुवातीस अंधाराशिवाय काहीच दिसायचे नाही. फक्त एखाद्या कोपऱ्यातून आवाज यायचा, "काय आणलंसा रे पोरांनू?"

आम्ही मासे दिले की काकी रस्सा करायच्या तयारीला लागायच्या. चुलीवर एका बाजूला रस्सा तयार व्हायचा व दुसऱ्या बाजूला भाकरी. त्या आम्हाला आग्रह करकरून वाढायच्या.

"उना-तानात हिंडून भुकावला असाल रं पोरानू. नीट जेवा बघू!"

त्या वयात आम्ही केव्हाही जेवायला तयार असू.

व्हिएन्तीयेनमध्ये जवळजवळ चाळीस वर्षांनंतर प्रकर्षाने त्या दिवसांची आठवण आली. दुसऱ्या दिवशी मी चार-साडेचारलाच परराष्ट्र मंत्रालयातली मीटिंग आटोपून हॉटेलवर परतलो होतो. बाल्कनीतून बाहेर नदीकडे पाहतो तर कालचीच मंडळी पुन्हा मासे पकडण्यात दंग! आता मात्र मला राहवले नाही. पटकन सूट काढून शॉर्टस्, बूट व टी-शर्ट चढवला व हॉटेलच्या मागच्या पायवाटेने ती मंडळी मासे पकडीत होती तिकडे काट्याकुट्यातून गेलो. उत्सुकतेने ते काय काय करतात हे पाहू लागलो. तेही आश्चर्याने माझ्याकडे पाहू लागले. त्यांच्यापैकी एकाने मोडक्या तोडक्या इंग्रजीत विचारले, "तुम्ही कोणत्या देशाचे?"

"मी भारतीय आहे. तुमच्यासारखेच मासे पकडायची मला हौस आहे. मी येऊ

तुमच्याबरोबर पाण्यात?'' मी विचारले.

हे ऐकून त्याला खूप आश्चर्य वाटले व आनंदही झाला. त्याने आपल्या भाषेत इतरांना मी काय म्हणालो ते सांगितले. तेही खुष झाले. मी बूट काढून पाण्यात उतरलो. त्या इंग्रजी बोलणाऱ्याचे नाव होते वियेंगविले. तो म्हणाला, ''या, तुम्ही व मी जाळे पकडू. हे चौघे त्या बाजूने चालत येतील.''

असे सात-आठ वेळा केल्यानंतर आम्ही थांबलो. सात वाजत आले होते. बरेचसे मासे तीनशे ते चारशे ग्रॅम वजनाचे होते. एक मात्र जवळजवळ किलोचा होता. मी बूट चढवले, वियेंगविलेचा व इतरांचा निरोप घेतला.

''चला, मजा आली तुमच्याबरोबर मासे पकडताना. निघतो मी!''

इतक्यात वियेंगविलेने तो किलोचा मोठा मासा टोपलीतून काढला व मला म्हणाला, ''हा तुम्ही घेऊन जा. हा कुराव मासा चवीला फार चांगला लागतो.''

''अरे, पण मी याला शिजवणार कुठे? मी तर हॉटेलमध्ये राहतो. मला नको, तुम्हीच घेऊन जा!''

मी असे म्हणताच त्याला खूप वाईट वाटले. आपल्या मित्रांशी चर्चा करून तो जरा साशंकतेनेच म्हणाला, ''माझी झोपडी येथून जवळच आहे. आमच्याबरोबर मासे खायला येणार?''

मी त्या संध्याकाळी मोकळाच होतो. मी आनंदाने त्यांच्याबरोबर जायला तयार झालो. त्या सर्वांचा त्यावर विश्वासच बसेना. पाचच मिनिटांत आम्ही वियेंगविलेच्या झोपडीपाशी पोहोचलो. नदीच्या काठाजवळ खुंट ठोकून नारळीच्या वाळलेल्या फांद्यांपासून झोपडी तयार केली होती. वियेंगविलेने झोपडीच्या दारात एक जुनाट सतरंजी अंथरली.

''माझी आई मासे भाजणार आहे. पंधरा-वीस मिनिटांत तयार होतील!'' तो म्हणाला. मला स्वयंपाकाची आवड असल्याने मी त्याला म्हणालो, ''त्या मासे कसे भाजणार आहेत हे मी पाहू शकतो?''

''हो, आत या ना!''

मी आत गेल्यावर त्याने आपल्या वृद्ध आईची ओळख करून दिली. सत्तरीच्या त्याच्या आईचा चेहरा सुरकुत्यांनी जाळीदार झाला होता. हसत हसत ती वियेंगविलेला काहीतरी म्हणाली. तो मला म्हणाला,''आज एक परदेशी पाहुणा आपल्या घरी जेवायला आला आहे म्हणून ती भारावून गेली आहे.''

तिने केळीच्या पानावर तो मोठा कुराव मासा ठेवून त्याला तिखट व मीठ लावले व त्यावर लिंबू पिळले. काही ईडलिंबूची पाने व गवती चहाची पाने त्यावर ठेवून ते पान माशाभोवती गुंडाळले. जमिनीवर एक छोटा खड्डा होता. त्यात कोळशाचे धगधगते निखारे होते. त्यावर तो गुंडाळलेला मासा ठेवला व त्यावरही काही निखारे

ठेवले. नारळीच्या पानांपासून केलेल्या एका पंख्याने ती त्यावर वारा घालू लागली. दहा मिनिटांनी तिने तो मासा बाहेर काढला व त्याचे तुकडे करून आम्हाला केळीच्या पानावरून दिले. सोबतीला थोडा भातही दिला. आम्ही लगेच मांडी घालून बसून खाऊ लागलो. पहिल्या घासातच जाणवले की माशाची चव अप्रतिम आहे.

"आवडला तुम्हाला मासा?" वियेंगविलेने घाबरत घाबरत विचारले.

"प्रश्नच नाही. अतिशय चविष्ट लागतोय हा मासा!"

वियेंगविलेची आई मासे भाजत गेली व आम्ही एकामागून एक खात गेलो. अर्ध्या तासाने आमचे जेवण संपले. आम्ही झोपडीच्या बाहेर येण्यापूर्वी मी वियेंगविलेच्या आईचे आभार मानले. बाहेर येऊन हात धुतले व वियेंगविले व इतर सवंगड्यांचा निरोप घेतला. तेथून माझ्या हॉटेलकडे जाताना माझ्या मनात विचार आला की आगळगावपासून हजारो मैल दूर, दक्षिण-पूर्व आशियातील लाओस या देशाच्या व्हिएन्तीयेन या राजधानीत मेकाँग नदीच्या काठी मला 'बबन' व 'कौसल्याकाकी' भेटतील असे माझ्या स्वप्नात देखील आले नसते!

■

फुकट फुकेट

"हे पाहा, हा फोटो 'फि-फि' बेटांचा आहे!"

गर्द निळ्या समुद्रातील हिरवी झाडी व पांढुरके खडक असलेल्या बेटांच्या फिकट निळ्या आकाशाच्या पार्श्वभूमीवरील तो फोटो खूपच छान दिसत होता. गेले जवळजवळ तासभर मी व माझे सहकारी प्रा. विनयकुमार सक्सेना दाखवत असलेले फोटो पाहत होतो. मी त्यावेळी, म्हणजे १९९५ मध्ये, बेंगलोरच्या नॅशनल लॉ स्कूलमध्ये शिकवायचो. आमचा सहकारी प्रा. सक्सेना नुकताच दक्षिण थायलंडच्या फुकेट या बेटाला भेट देऊन आला होता. तो कामगार कायद्याचा प्राध्यापक होता. आंतरराष्ट्रीय कामगार संघटना व थाई सरकार यांच्या संयुक्त विद्यमाने फुकेट येथे चार दिवसांची एक आंतरराष्ट्रीय परिषद आयोजित केली होती. तिचे निमंत्रण नॅशनल लॉ स्कूलचे संचालक डॉ. एन. आर. माधव मेनन यांना आले होते. त्यांचा त्या विषयाचा फारसा अभ्यास नव्हता म्हणून त्यांनी प्रा. सक्सेनाला त्या परिषदेत नॅशनल लॉ स्कूलच्या वतीने भाग घ्यायला सांगितले होते. सर्व खर्च अर्थातच संयोजक करणार होते.

"आमची परिषद संपल्यावर थाई सरकारच्या वतीने आम्हाला फुकट फुकेट दर्शन घडवण्यात आलं!" सक्सेना खुषीत येऊन सांगत होता. तो मूळचा दिल्लीचा. उत्तरेकडील बऱ्याच लोकांना खूप बढाया मारायची सवय असते हे मला नंतर दिल्लीला काम करायला गेल्यावर कळले होते. फुकेटला जाऊन आल्यापासून भेटेल तेव्हा सक्सेनाच्या तोंडात 'फुकेट' हाच विषय.

"अरे उमेश, 'फांग अंगा' खाडीची सफर तर अविस्मरणीय म्हणावी लागेल. आमचं हॉटेल पटाँग बीचवर होतं. तिथून सकाळी एका बसने आम्हाला 'बांग रोंग' या बंदराकडे घेऊन गेले. तेथून एका छोट्या बोटीतून 'फांग अंगा' खाडीच्या परिसरात घेऊन गेले. त्या बोटीतून जवळ जवळ वीस-पंचवीस रबराच्या होड्या, ज्यांना 'कॅनो' असं म्हणतात, त्याही नेलेल्या. मग खाडीच्या जवळपासची बेटं, डोंगरांच्या आतील लगून्स व ओढे यांच्यातून त्या छोट्या होड्यांतून आम्हाला फिरवून आणलं. कधी

कधी पाणी अगदी छोट्या गुहेतून डोंगराच्या पलीकडे गेलेले. तेव्हा आम्हाला वाकून जावे लागले. आणि आतलं सौंदर्य काय वर्णावं! अहाहाऽऽऽ!''

आम्ही त्याने तेथे काढलेले फोटो पाहिले. ते अगदी एखाद्या इंग्रजी चित्रपटातील दृश्यांप्रमाणे वाटत होते. मी तसे त्याला म्हणून दाखवल्यावर तो म्हणाला, ''हे पाहा, हे जेम्स बाँड बेट! येथे जेम्स बाँडच्या चित्रपटांचं शूटिंग झालं आहे! आणि हे लोंबणारे खडक पाहिलेस? स्टलॅकटाईट व स्टलॅकमाईट खूप पाहायला मिळतात.'' गुहांमध्ये चुनखडीयुक्त पाण्याच्या ओघळांमुळे तयार झालेले ते खडक चित्रविचित्र पण सुंदर दिसत होते.

''आणि दुपारच्या जेवणाचं काय सांगावं? बोटीच्या डेकवर पंचवीस-तीस पदार्थांची रेलचेल झालेली. थाई, चायनीज, पाश्चात्त्य खाद्यपदार्थांनी टेबल्स भरलेली. प्रॉन्स, लॉबस्टर, चिकन... तू काय म्हणशील ते हजर! शिवाय सोबतीला थंड 'चांग' बीअरचे कॅन्स! केवळ अविस्मरणीय!'' सक्सेनाचा आम्हाला हेवा वाटू लागला होता.

''ह्या सफरीव्यतिरिक्त चर्चासत्रं संपल्यावर संध्याकाळी 'बांगताओ बीच' किंवा 'नायथॉन बीच' वरून दिसणारा सूर्यास्त पाहायला गेलं की तिथून हलावंसंच वाटायचं नाही. शिवाय 'काथू' धबधबा, पटाँग बीचवर पाण्यातील मोटारसायकली 'जेट-स्की'वरून वेगाने फेरफटका मारणं यात वेळ कसा गेला...''

सक्सेनाचे 'फुकेट पुराण' काही संपायला तयार नव्हते. त्या चार दिवसांत त्याने काय काय केले, काय काय खाल्ले याचे सगळे बारकावे आम्हाला इतके रंगवून सांगितले की मला संभ्रम पडला हा गृहस्थ एका महत्त्वाच्या आंतरराष्ट्रीय परिषदेसाठी फुकेटला गेला होता, की सहलीसाठी! न राहवल्यामुळे मी त्याला विचारले, ''परिषदेतील चर्चासत्रासंबंधी तू काहीच सांगितलं नाहीस, विनय!''

''अरे उमेश, परिषदांदरम्यान त्याच त्याच विषयांचा ऊहापोह करणं या व्यतिरिक्त काय घडतं? परिषद सुरळीत पार पडली. पण तुला एक सांगतो उमेश, आयुष्यात एकदा तरी फुकेटला जाऊन आलंच पाहिजे! आणि ते माझ्यासारख्या नशीबवान व्यक्तीला फुकटातच जमतं!''

आता आपल्या नशिबावर घसरलेला विनय आम्हाला आणखी 'पिळणार' की काय या भीतीने उठत मी म्हणालो, ''चला, माझ्या लेक्चरची तयारी करायला ग्रंथालयात जायला हवं!''

जगात हजारो सुंदर ठिकाणं आहेत. सर्वांना ती पाहता येणे केवळ अशक्य, अगदी खूप पैसा असला तरी. माझ्यासारख्या प्राध्यापकास बेंगलोरहून उटीला सुटीवर सहकुटुंब चार दिवस जायचे झाले तरी दहादा विचार करावा लागायचा. आम्हाला फुकेटच काय, मद्रासलादेखील कुणी फुकट बोलावत नव्हते!

फेब्रुवारी २००४ मध्ये कुआलालंपूर येथील आंतरराष्ट्रीय रेड क्रॉसच्या विभागीय कार्यालयात कामाला सुरुवात करून जवळजवळ एक वर्ष झाले होते. १५ फेब्रुवारीस मी घरी परतल्यावर नीलिमा व अक्षय यांना म्हणालो, "चला, बॅगा भरा! उद्या सकाळी साडेनऊच्या फ्लाईटने आपण फुकेटला जाणार आहोत!"

माझ्या बोलण्यावर दोघांचाही विश्वास बसेना. नीलिमा म्हणाली, "उमेश, गेल्या महिन्यातच आपण कंबोडियाला जाऊन आलो. आता पुन्हा परदेशची सफर कशाला? खर्चही किती होतोय!"

"असू दे! एकदा इथून बदली झाली की जमणार आहे थोडंच?" मी म्हणालो. अक्षय आपल्या खोलीकडे बॅग भरण्यासाठी केव्हाच पळाला.

"उमेश, या अशा महागड्या सफरींमुळे अक्षयही खूप शेफारलाय. तुम्ही त्याला खर्चिक सवयी लावत आहात. जिनिव्हा, सिंगापूर, बँकॉक, मॉरिशस, श्रीलंका, नेपाळ इकडे त्याला फिरवून आणलंत. प्रत्येक सुटीत तो म्हणतोय की आता कुठल्या देशाला सुटीवर जायचं? आपल्या लहानपणी काय परिस्थिती होती आठवतंय का तुम्हाला?"

"हे पाहा, तसं फुकेट येथून खूप दूर नाही." मी तिची समजूत काढायच्या उद्देशाने म्हणालो.

"शिवाय या ऑक्टोबरमध्ये तुम्ही त्याला चीनची प्रचंड भिंत दाखवायचं आश्वासनही दिलं आहे. पाहा बुवा, तुम्हीच योग्य तो निर्णय घेत जा! ही अशी उधळ-माधळ करायची असेल तर करा, मी कशाला आडकाठी आणू?" नीलिमा आपली नापसंती व्यक्त करत म्हणाली.

"अगं, तुला उद्या सांगतो हा प्रवास अचानक का ठरवला. आता तूही बॅग भरायला घे."

सकाळी आठ वाजता विमानतळावर पोहोचलो. अक्षय सोबत असला, की विमानतळावरचे सोपस्कार आम्ही पार पाडण्याचा क्रम असा– सुरुवातीला चेक-इन, तेथून सरळ मॅकडोनाल्डसकडे जाऊन त्याचे एक किंवा दोन बर्गर खाणे, तेथून इमिग्रेशन व कस्टमचे सोपस्कार झाले की मग सुरक्षा तपासणीसाठी जायचे. मॅकडोनाल्डस् हा विमानतळावरील सोपस्कारांचाच एक भाग. मग त्याने नुकतेच घरात जेवण केलेले असले किंवा थोड्याच वेळात विमानात जेवण होणार असते हा भाग दुय्यम. पण त्यादिवशी आम्ही घरून निघतानाच 'मॅकडी'मध्ये नाश्ता करायचे ठरवले होते. अक्षयने 'फिश फिले' व 'चिकन बर्गर' तर मी व नीलिमाने 'बुब्बुर आयाम' हा चिनी नाश्त्याचा प्रकार मागवला. खाद्यपदार्थ घेऊन आम्ही एका कोपऱ्यातील टेबलावर बसलो.

"चला, आता तुम्हा दोघांना सांगतो हा फुकेटचा प्रवास अचानक का ठरवला ते!" मी गरमगरम बुब्बुर आयामची चव घेता घेता म्हणालो.

दहा दिवसांपूर्वीची गोष्ट. आमच्या मलेशियातील कार्यालयाचे मुख्य फ्रान्सिस माझ्या खोलीत आले. त्यांनी खोलीचे दार लावून घेतले.

"उमेश, एका महत्त्वाच्या बाबतीत तुझ्याशी बोलायचं आहे!" फ्रान्सिस गंभीरपणे म्हणाले. मामला जरा नाजूकच असावा अशी मला शंका आली.

"उमेश, तुझे व तुझ्या बायको-मुलाचे मलेशियन व्हिसा १५ तारखेला संपतात हे तुला ठाऊक आहेच. तो वाढवण्यासाठी आपल्या ऑफिसने सगळे कागदपत्र इमिग्रेशन कार्यालयाकडे पाठवले आहेत. सध्या आपल्या संघटनेची व मलेशियन सरकारची आपल्या सर्वांना इतर राष्ट्रांप्रमाणे राजनैतिक दर्जा मिळविण्याविषयीची बोलणी चालू आहेत. तसा करार झाल्यावर व्हिसा पुढे वाढवायला पाच मिनिटेही लागणार नाहीत. पण तोपर्यंत आपल्या सर्वांचे व्हिसा आपण वेळोवेळी वाढवून घेत असतो. त्याप्रमाणेच तुमचे कागदपत्र व अर्ज आम्ही पाठवून दिले, पण ते मान्य केले नाहीत."

"म्हणजे? व्हिसा वाढवायला नकार दिला?" मी आश्चर्याने म्हणालो.

"हो, हे पहिल्यांदाच झाले आहे. त्याचे कारण मी विचारले. आता ते सांगताना मला संकोच वाटतोय, पण सत्य हे तुला सांगितलेच पाहिजे. तू सोडलास तर या कार्यालयातील बाकीचे अधिकारी युरोपियन आहेत. आमचा सर्वांचा व्हिसा चटकन वाढवून मिळतो. पण तू भारतीय असल्यामुळे...."

"पण तुम्ही मी आंतरराष्ट्रीय रेड क्रॉसचा अधिकारी आहे हे सांगून सुद्धा ते व्हिसा वाढवायला तयार नाहीत?" मी आश्चर्याने विचारले.

"मी अधिक खोलात जाऊन चौकशी केल्यानंतर खरे कारण समजले. भारतीयांसाठी व्हिसाच्या बाबतीत मलेशियन सरकारचे खूप कडक नियम आहेत. कारण कित्येक अशिक्षित भारतीय तरुण तात्पुरता व्हिसा घेऊन इकडे येतात व बेकायदेशीरपणे येथील भारतीय उपाहारगृहात किंवा अन्यत्र नोकऱ्या करतात. त्यामुळे भारतीयांसाठी वेगळे नियम केले गेले. बरे तुझी केस आम्ही इमिग्रेशन अधिकाऱ्यांना समजावून सांगायचा प्रयत्न केला, पण ते नियमावर बोट ठेवतात."

"बरं, मग आता यावर तोडगा काय?"

"दूरच्या दृष्टिकोनातून पाहिलं तर तुझी बँकॉकला बदली केली तर प्रश्न मिटेल. पण तू मला इथेच हवा आहेस व त्यासाठी मी दोन गोष्टी करणार आहे. अगदी अशक्यच झालं तर बँकॉकला जायचा विचार करू. पण एक गोष्ट लक्षात ठेव, तुझा व्हिसा वाढवून मिळाला नाही तर तुला १५ फेब्रुवारीला मलेशिया सोडून बाहेर जावं

लागेल. एक दिवसही इथे राहिलास तर तुला अटकही होऊ शकते!''

एकंदरीत प्रकरणाचे गांभीर्य लक्षात आल्यामुळे मी फ्रान्सिसना विचारले, ''आता तुम्ही काय सुचवता?''

''उद्या माझी परराष्ट्र मंत्रालयाच्या मुख्य सचिवांशी बैठक ठरली आहे. ती फक्त तुझ्याच केसबाबत चर्चा करण्यासाठी. त्यांना मी खास बाब म्हणून नियम शिथिल करायची विनंती करणार आहे. हे जर शक्य नसेल तर आपण दुसरा एक प्रस्ताव अजमावून पाहू.''

त्यादिवशी घरी गेल्यावर ही चर्चा नीलिमाच्या कानावर घातली नाही. तिला खूप काळजी वाटेल म्हणून विचार केला की तसा प्रसंग आलाच तर सांगायचे. दरम्यान या साऱ्या प्रकरणातून काहीतरी समाधानकारक मार्ग निघेल अशी मला आशा होती.

दुसऱ्या दिवशी संध्याकाळी फ्रान्सिस मंत्रालयातील बैठक आटोपून कार्यालयात आले. माझ्या खोलीत येऊन ते म्हणाले, ''परराष्ट्र सचिव प्रयत्न करतो म्हणाले आहेत. इमिग्रेशन खातं गृह मंत्रालयाच्या अखत्यारीत येतं. आपलं संपर्क मंत्रालय परराष्ट्र मंत्रालय आहे. त्यांच्या मार्फतच हे प्रकरण हाताळावं लागेल. पण सचिव म्हणाले की सध्या परराष्ट्र मंत्रालय व गृह मंत्रालय यांच्यात काही वाद चालू आहे. त्यामुळे ते खात्री देऊ शकत नाहीत. चौदा तारखेच्या दुपारपर्यंत वाट पाहा असं म्हणाले.''

''ठीक आहे. वाट पाहायची आता. त्याशिवाय दुसरं काय करू शकतो आपण?'' मी निराश होऊन म्हणालो. माझ्याच देशबांधवांनी परदेशात बेकायदेशीरपणे राहून देशाची प्रतिमा डागाळली होती. त्याचा फटका माझ्यासारख्याला बसला होता.

चौदा फेब्रुवारीस दुपारी चार वाजता फ्रान्सिस व आमच्या कार्यालयाची प्रवास व व्हिसा विभागाची साहाय्यिका शर्मिला माझ्या खोलीत आले.

''उमेश, हे तुम्हा सर्वांचे पासपोर्ट.'' शर्मिला म्हणाली.

''काय, मिळाले व्हिसा?'' मी आश्चर्याने विचारले.

त्यावर फ्रान्सिस म्हणाले, ''नाही. त्यांनी नाकारले. उद्या संध्याकाळपर्यंत तुला मलेशिया सोडून जावं लागेल. पण इमिग्रेशन खात्याने एक मार्ग सुचवला आहे. जर तू सलग चार दिवस मलेशियातून बाहेर राहून परत इकडे आलास, तर विमानतळावर युरोपियन लोकांना देतात तसा तुम्हाला तीन महिन्यांचा व्हिसा ते देतील. एकदा असं केलं, की त्या तीन महिन्यांत आम्ही व्हिसाचा व सरकारबरोबरचा कराराचा प्रश्न कायमचा निकालात लावू.''

''मग आता तुम्ही काय सुचवता?'' मी विचारले.

''शर्मिलाने सगळी चौकशी केली. सर्वांत सोयीचं म्हणजे तू सहकुटुंब उद्या सकाळी फुकेटला जायचं. तुमची विमानाची तिकिटं शर्मिलाने काढली आहेत. तसं

पाहिलं तर सिंगापूर येथून खूपच जवळ. तुम्हा सर्वांना तिकडे चार दिवसांसाठी पाठवायचाही विचार आम्ही केला. पण त्याचा व्हिसा घ्यायला आता वेळही नाही. शिवाय तिथे एक आंतरराष्ट्रीय परिषद होत असल्याने सर्व हॉटेल्स भरली आहेत. दुसरा पर्याय फुकेटचा. भारतीयांना थायलंडला जायला आधी व्हिसा घ्यावा लागत नाही. सुदैवाने एका कंपनीने सवलतीत छोट्या सुट्यांची जाहिरात केली आहे. त्यात तुमची राहण्याची, जेवणाची व तेथील वेगवेगळ्या ठिकाणांना फिरवून आणण्याची सारी व्यवस्था होतेय. प्रत्येकासाठी फक्त तीनशे अमेरिकन डॉलर्स खर्च. म्हणजे अगदीच माफक. अर्थात हा सगळा खर्च ऑफिसमार्फतच होईल. शिवाय वरखर्चाला चार-पाचशे डॉलर्स घेऊन जा.'' फ्रान्सिसनी खुलासा केला.

''ठीक आहे. आता निघायची तयारी केलीच पाहिजे!''

''उमेश, तुला हा जो त्रास व मन:स्ताप होतोय याबद्दल मी खरंच दिलगीर आहे. तुझ्या कुटुंबालादेखील हा त्रास सहन करावा लागतोय. माझ्या वतीने नीलिमाला माझी दिलगिरी कळव. हवं तर मी तिला फोन करतो.'' फ्रान्सिस म्हणाले.

''त्याची काही गरज नाही. ती समजदार आहे. तिलादेखील आपल्या कार्यालयाची अडचण समजेल.'' मी म्हणालो.

''उमेश, अरे तुझ्यासारखा समंजस गृहस्थ नसता, तर त्याने आकांडतांडव केले असते. ऐनवेळी परदेशी जायला सांगायचं म्हणजे काय चेष्टा नाही. बरं चल, काही लागलं तर मला फोन कर!''

''अच्छा, असं झालं तर! तरीच मी विचार करत होते की इतक्या तडकाफडकी तुम्ही फुकेटला जायचं कसं ठरवलं. आपण सवडीने तिकडे जायचा विचार करत होतोच, पण असा अचानक योग येईल असं वाटलं नाही!'' नीलिमा खुषीत येऊन म्हणाली.

अक्षयचा कोका-कोला व बर्गर संपले होते. आम्ही इमिग्रेशनकडे जाते झालो. विमान वेळेत सुटले. फुकेटच्या विमानतळावर आमच्या नावाचा फलक घेतलेला 'हॉटेल नायथॉनबुरी'चा प्रतिनिधी आमची वाटच पाहत होता. विमानतळावरून हॉटेलची व्हॅन हिरव्या झाडीतून, छोट्या टेकड्यांवरून वळणावळणांच्या रस्त्याने हॉटेलच्या दिशेने चालली होती. उजव्या बाजूला अंदमानचा समुद्र दिसत होता. फुकेट बेटाचे निसर्गसुंदर रूप मोहवून टाकत होते. हॉटेलवर पोहोचल्यावर तेथील स्वागत-कक्षात गेलो. सारे सोपस्कार पार पाडले. तेथील साहाय्यिका मला म्हणाली, ''मिस्टर कदम, या तुमच्या खोलीच्या किल्ल्या. हा तुमचा तीन दिवसांचा कार्यक्रम. येथील सहलींसाठी तुम्हाला घेऊन जायला प्रवासी कंपनीची व्हॅन सकाळी नऊ वाजता इथे पोहोचेल. तुमचं दुपारचे भोजन तुमच्या सहलींच्या ठिकाणीच तुम्हाला

दिलं जाईल. सकाळी नाश्ता व संध्याकाळचं जेवण यांची सोय तळमजल्यावरच्या उपाहारगृहात केली आहे. शेजारच्या खोलीतील इंटरनेट तुम्ही केव्हाही वापरू शकता. काही मदत लागल्यास आम्हाला फोन करण्यात कृपया संकोच बाळगू नका!''

मी तिचा निरोप घेऊन निघणार इतक्यात ती म्हणाली, ''अरे हो, विसरलेच! हॉटेलच्या 'स्पा'मध्ये मिसेस कदम यांच्यासाठी खास थाई मसाजचा हा पास. तसंच हॉटेलतर्फे तुम्हाला स्वागतपेयांचे हे तीन पास. समोरच्या बारमध्ये उपलब्ध असलेले कोणतेही पेय आपण निवडू शकता.''

आम्ही खोलीवर गेलो. ती प्रशस्त होती. तीन बेड्स व्यवस्थित लावलेले. खोलीच्या बाल्कनीतून समोरचा पोहोण्याचा निळा तलाव मला खुणावत होता. आम्ही थोडावेळ आराम केला व संध्याकाळी ५ वाजता तिघेही पोहायला गेलो. आम्हा तिघांना पोहायची आवड असल्याने प्रवासात नेहमी पोहण्याचा पोषाख जवळ असतो. भल्या मोठ्या तलावाच्या कडेला राहण्याच्या खोल्या होत्या. तलावाच्या भोवती हेलिकोनीयाची लाल, पिवळी व नारंगी फुले सुंदर दिसत होती. छोट्या छोट्या हत्तींची शिल्पे तलावाच्या भोवताली होती. त्यांच्या सोंडीतून तलावामध्ये पाण्याचे फवारे उडत होते. सर्व इमारती थाई वास्तुशिल्पकला वापरून बांधण्यात आल्या होत्या. हॉटेलच्या परिसरात कर्मचारी सोडले तर खूपच कमी लोक दिसत होते. आमच्या तेथील वास्तव्यात फक्त दोन-तीन पाश्चात्त्य जोडपी नजरेस पडली. पोहण्याचा तलाव रिकामाच होता. मनसोक्त पोहून झाल्यावर सात वाजता आम्ही बारकडे गेलो. त्याचा एक भाग तलावाच्या दिशेला उघड्यावरच होता. मी आमचे 'स्वागत-पेयांचे' पास बारटेंडरला दिले. अक्षयसाठी स्प्राईट, नीलिमासाठी तिच्या आवडीची गोडसर जमेकन् 'मलिबू' रम व माझ्यासाठी ब्लॅक लेबल जॉनी वॉकर स्कॉच अशी पेये घेऊन बाहेर तलावाकाठी गेलो.

आकाशात थोड्या थोड्या चांदण्या दिसत होत्या. तलावाच्या चोहोबाजूला गोल दिव्यांची रांग होती. त्याचे प्रतिबिंब पाण्यावर पडले होते. बारच्या शेजारी थाई पारंपरिक वेश परिधान केलेल्या दोन तरुणी तंतुवाद्ये वाजवत होत्या.

''पप्पा, आपण कायाकमधून फिरायचं आहे ना?'' अक्षयने स्प्राईट घेता घेता विचारले.

''हे कायाक म्हणजे काय?'' नीलिमाने विचारले.

''अगं, कायाक म्हणजे छोट्या रबराच्या होड्या– 'कॅनो'. खाडीतील बेटं, गुहा, लगून्स इकडे फिरायला त्या वापरतात. बरं, अक्षय, मी तीन दिवसांचा कार्यक्रम वाचला. त्यात सगळे फुकेट व आसपासची सुंदर ठिकाणं पाहायची व्यवस्था केलेली आहे. तू कसलीच काळजी करू नकोस! सारं फुकेट आपण तीन दिवसात पालथं घालू!''

त्या मोहक वातावरणात मी स्कॉचचा व नीलिमा मलिबूचा आस्वाद घेत तल्लीन झालो होतो. उपाहारगृहातून गवती चहा, ईडलिंबूची पाने व काही थाई मसाले वापरून केलेल्या टॉमयाम सूप, हिरव्या व लाल मसाल्याचे रस्से अशा पदार्थांचा भूक चाळवणारा वास हलक्या वाऱ्याबरोबर आमच्याकडे येत होता. माझ्या संपत आलेल्या स्कॉचच्या ग्लासकडे पाहत नीलिमा म्हणाली, "उमेश, चला तुमचा दुसरा पेग घ्या आता. पंधरा-वीस मिनिटात जाऊ जेवायला. पोहल्यामुळे छान भूक लागलीय!"

"चला, मी आता दुसरा पेग घेणार नाही. जाऊया जेवायला आपण!" मी म्हणालो.

ते ऐकून चेहऱ्यावर आश्चर्य प्रकट करत नीलिमा म्हणाली, "पण केव्हाही ड्रिंक घ्यायचं झालं तर तुम्ही दोन पेग घेता. आज एकावरच कसे थांबला?"

"अगं, फक्त एकाच पेगचा पास दिला होता त्या मुलीनं. दुसरा पेग घ्यायचा झाला तर त्याचे पैसे मोजावे लागतील. फुकट असता तर घेतला असता! बरं, ते जाऊ दे, आपण जाऊ जेवायला." असे म्हणून मी उठणार इतक्यात माझे लक्ष 'इंटरनेट' असे लिहिलेल्या खोलीकडे गेले. ते पाहून मी म्हणालो, "नीलिमा, तू व अक्षय इथे पाच-दहा मिनिटे बसा. मी एक ई-मेल करून येतो!"

"ई-मेल? एवढ्या तातडीने कोणाला बरं?"

"अगं, नॅशनल लॉ स्कूलमध्ये प्रा. विनयकुमार सक्सेना आहे ना, त्याला!" मी म्हणालो.

"प्रा. सक्सेना? त्याचे व तुमचे एवढे घनिष्ट संबंध कधीच नव्हते. त्याला एवढ्या तातडीने ई-मेल कशासाठी?" नीलिमाने विचारले.

"ते तुला कळणार नाही! मी सांगेन तुला नंतर!" असे म्हणून मी 'इंटरनेट'च्या खोलीकडे जाण्यासाठी उठलो!

■

मनिलातील लोला

"रोज जवळजवळ वीस-पंचवीस जणांची सेवा करायची व त्यांना आराम द्यायची आमच्यावर सक्ती केली जायची!"

ऐकत असलेल्या गोष्टीवर विश्वास बसत नव्हता. ऐंशी वर्षांची सेसिलिया आपले अनुभव कसलीही लज्जा किंवा संकोच न बाळगता जवळजवळ शंभर उपस्थितांना सांगत होती. ते अनुभव होते एका नुकत्याच वयात आलेल्या तरुणीचे, जवळजवळ साठ वर्षांपूर्वीचे, दुसऱ्या महायुद्धा दरम्यानचे!

डिसेंबर २००५ मध्ये फिलिपीन्स विद्यापीठ व आमच्या आंतरराष्ट्रीय रेड क्रॉसच्या मनिला येथील कार्यालयाने संयुक्तरीत्या तेथे एक चर्चासत्र आयोजित केले होते. त्याचा विषय होता 'आंतरराष्ट्रीय मानवतावादी कायदा: उगम, विकास व आव्हाने.' या चर्चासत्रादरम्यान माझे एक व्याख्यान होणार होते. तसेच फिलिपीन्स विद्यापीठातील काही प्राध्यापकही तेथे व्याख्याने देणार होते. त्यापैकी एक होता माझा मित्र प्रा. हॅरी रॉके. हॅरीला मी गेली तीन वर्षे चांगलेच ओळखत होतो. तो माझ्यापेक्षा दहा वर्षांनी लहान पण त्याचे वजन माझ्या दुप्पट. त्याचा स्वभाव अगदी मनमोकळा. त्याची व माझी मैत्री पहिल्या भेटीतच जमलेली. जाडाजुडा हॅरी आंतरराष्ट्रीय कायदेतज्ज्ञ होता. आम्ही दोघेही लंडन विद्यापीठाचे विद्यार्थी. जरी तो माझ्यानंतर जवळजवळ आठ वर्षांनंतर लंडनला शिकायला गेला तरी मला शिकवलेल्या काही प्राध्यापकांनी हॅरीलाही शिकवले. त्यामुळे आमची मैत्री अधिकच दृढ झाली. जेव्हा मी आंतरराष्ट्रीय मानवतावादी कायद्यावर काही कार्यक्रम आयोजित करत असे तेव्हा हमखास हॅरीला काही व्याख्यानांसाठी मी पाचारण करत असे. या विषयावरच्या इतर कार्यक्रमातही त्याची व माझी भेट अन्य देशातही व्हायची.

तीन महिन्यांपूर्वीची गोष्ट. ऑस्ट्रेलियातील ब्रिस्बेन या शहरात आम्ही एका कार्यक्रमादरम्यान भेटलो. तो कार्यक्रम तीन दिवस चालणार होता. आम्ही दोघेही विक्हॅम टेरेसवरच्या सोफिटेल हॉटेलमध्ये राहिलो होतो. कार्यक्रमाच्या दुसऱ्या

दिवशी दुपारी चहाच्या वेळी हॅरीने मला विचारले,

"उमेश, संध्याकाळी मोकळा आहेस ना? जेवायला जाऊ कुठेतरी!"

"हो नक्कीच!" मी म्हणालो.

त्यादिवशी संध्याकाळी सात वाजता हॉटेलच्या स्वागतकक्षात भेटायचे ठरले. कार्यक्रम सहा वाजता संपल्यानंतर मी पाऊण तास फिरून आलो व शॉवर घेऊन तयार झालो. दिवसभर सूट घालून कंटाळा आल्यामुळे माझ्या आवडीचा फिकट निळ्या रंगाचा टी-शर्ट व जीन्स घातली. स्वागतकक्षात गेलो तेव्हा हॅरी तेथे आधीच पोहोचला होता. त्याने फिलिपीनो पद्धतीचा सिल्कचा पांढरा शर्ट व काळी पँट घातलेली. हॅरीचा तो आवडता पेहराव होता.

"चल, जेवायच्या आधी जरा 'कॅसलमाईन' घेऊया!" हॅरी उत्साहाने म्हणाला. त्याला बीअर आवडते हे मला चांगलेच ठाऊक होते.

"कॅसलमाईन येथून दहा मिनिटांच्या अंतरावर तयार होते. मला वाटतं तुला तिथे जाऊन ताजी पहिल्या धारेची बीअर घ्यायला आवडेल!" मी गमतीने म्हणालो. आम्ही हॉटेलजवळच्या एडवर्ड स्ट्रीटवरील एका पबमध्ये घुसलो. हॅरी दोन भले मोठे फेसाळलेल्या बीअरचे ग्लास घेऊन आला. आमच्या गप्पा सुरू झाल्या.

"उमेश, मी अलीकडे लोलांच्या हाल-अपेष्टांसाठी त्यांना जपानच्या सरकारने नुकसानभरपाई द्यावी यासाठी कायदेशीर कारवाई सुरू केली आहे." हॅरी म्हणाला.

त्याने काही सामाजिक प्रश्नांविषयी जनहितवादी याचिका न्यायालयात दाखल करून कित्येक उपेक्षितांना न्याय मिळवून दिला होता, हे मला चांगलेच ठाऊक होते. गेल्या वर्षीच त्याने फिलिपीन्सच्या राष्ट्रपती श्रीमती ग्लोरीया अरोयो यांची निवडणूक अवैध आहे अशी याचिका सर्वोच्च न्यायालयात दाखल करून संपूर्ण देशात खळबळ माजवून दिली होती.

त्यानंतर जेव्हा आम्ही भेटलो तेव्हा हॅरी हसत हसत म्हणाला, "उमेश, आता मला कोणत्याही क्षणी तुरुंगात डांबलं जाईल! किंवा कोणीतरी 'अज्ञात बंदूकधारी' माझ्यावर गोळ्या झाडेल! तेव्हा तुझ्या पुढच्या सेमिनारसाठी माझ्याऐवजी दुसरा एखादा वक्ता तुला शोधावा लागेल!"

ब्रिस्बेनमध्ये त्या संध्याकाळी हॅरीने लोलांचा विषय काढला व माझ्या डोळ्यांसमोर त्यांचा इतिहास व त्यांच्यावर झालेला अन्याय एका क्षणात उभा राहिला...

दुसऱ्या महायुद्धाच्या दरम्यान जपानने मोठ्या प्रमाणावर आपले सैन्य चीन, कोरिया, फिलिपीन्स अशा पौर्वात्य राष्ट्रांत घुसवले होते. सर्वत्र जपानी सैन्यांच्या तुकड्यांची तैनात करण्यात आली होती. जपानी सैनिक अतिशय कडवे, क्रूर व काटक. हार पत्करावी लागली तर आत्महत्या करतील पण शत्रूला शरण जाणार नाहीत, असे स्वाभिमानी. महिनोन्महिने घरा-दारापासून दूर राहणाऱ्या आपल्या

सैनिकांची सरकार खूप काळजी घ्यायचे. त्यांच्या सर्व गरजा भागवायचे. अशा सैनिकांची शारीरिक भूक भागवायची जबाबदारी सरकारने आपल्याकडे घेतली! जेथे जेथे जपानी फौजांनी आपला ताबा प्रस्थापित केला होता, तेथे तेथे त्यांनी तरुण व देखण्या मुलींना पकडून त्यांना एका छावणीत ठेवून सैनिकांशी शरीरसंबंध ठेवण्याची सक्ती केली. हे सारे जपानच्या सरकारच्या संमतीने करण्यात आले. कोरिया, चीन, फिलिपीन्स व अन्य देशात हा प्रकार सर्रासपणे चालू झाला. त्या असहाय तरुणींचे काम एकच– सैनिकांना लैंगिक सुख द्यायचे. त्यांना 'कंफर्ट विमेन' किंवा 'आराम देणाऱ्या महिला' असं संबोधलं जाऊ लागलं. दुसऱ्या महायुद्धादरम्यान ऐन तारुण्यात असलेल्या अशा बहुतेक महिलांनी आज सत्तरी ओलांडलेली आहे. सध्या फिलिपीन्समध्येही अशा बऱ्याच महिला आहेत. सर्व जवळजवळ ७५ ते ८० वर्षांच्या. त्यांना तेथे 'लोला' असं संबोधलं जातं.

"उमेश, फिलिपीन्सच्या लोलांनी खूप हाल-अपेष्टा सहन केल्या आहेत. युद्धादरम्यानचे अत्याचार तर त्यांनी सहन केलेच, पण नंतर त्यांना वाऱ्यावर सोडून देण्यात आलं. त्यांचं शिक्षणही त्यावेळी त्या पुरं करू शकल्या नव्हत्या. त्यांच्यापैकी बऱ्याचशा कितीतरी लहानसहान कामं करून सन्मानाने उर्वरित आयुष्य कंठायचा प्रयत्न करत होत्या. आता त्या इतक्या थकल्या आहेत की त्यांना काही सेवाभावी संस्थांच्या आधारेच जगता येतं. हे माझ्या निदर्शनास आल्यानंतर मी त्यांच्यावतीने कायदेशीर कारवाई सुरू केली." हॅरीने खुलासा केला.

"पण हॅरी, तू त्यांना नुकसानभरपाई कशी काय मिळवून देणार?" मी विचारले.

"मी त्यांच्यावतीने फिलिपीन्स सरकारविरुद्ध एक याचिका दाखल केली आहे. त्यात माझी मागणी आहे की लोलांच्या वतीने सरकारने सध्याच्या जपानी सरकारकडून नुकसानभरपाई मागावी. अर्थात नुकसानभरपाईसाठी आम्ही फिलिपीन्समध्ये जपान सरकारविरुद्ध दावा दाखल करू शकणार नाही, तसेच जपानमध्ये जाऊनही आम्हाला तसे करण्यामध्ये तांत्रिक अडचणी आहेत."

"असं? आता प्रकरण कुठवर आलं आहे?"

"येत्या नोव्हेंबरमध्ये सरकार आपलं म्हणणं सादर करणार आहे. पण उमेश, पुढच्या महिन्यात आपण मनिलामध्ये जे चर्चासत्र सादर करणार आहोत, त्यावेळी माझ्या माहितीची लोला सेसिलिया हिला आपले अनुभव कथन करायला मी बोलावू?" हॅरीने विचारले.

आंतरराष्ट्रीय मानवतावादी कायदा हा युद्धांची झळ बसणाऱ्या सर्वांच्या हालअपेष्टा हलक्या करण्याच्या उद्दिष्टाने अस्तित्वात आलेला असल्याने लोलांचा प्रश्न त्या विषयाशी निगडित होता म्हणून मी हॅरीला म्हणालो, "चांगली कल्पना आहे, हॅरी!"

सेसिलिया त्या चर्चासत्रादरम्यान आपला अनुभव कथन करत होती. सर्व श्रोते अवाक् होऊन तो ऐकत होते.

"१९४३ चा जून महिना. संपूर्ण मनिला शहरावर त्यावेळी जपानी सैनिकांचा ताबा होता. ते सर्वत्र गस्त घालत. रस्त्यांवरून जपानी जीपगाड्या, रणगाडे, सैनिकांचे ट्रक सतत जा-ये करत. सर्व रहिवासी भीतीच्या छायेखाली कसे-बसे दिवस काढत होते. खायला अन्न मिळणं मुष्किल झालं होतं. फक्त भात व कधी कधी एखादा छोटासा मासा मिळायचा. जपानी सैनिक अतिशय क्रूर होते. जर कोणी कर्फ्यु असताना बाहेर दिसला तर त्याला मारून मारून बेजार करत. एकदा माझे वडील घरामागे वाढलेला रानटी पाला भाजी करण्यासाठी आणायला बाहेर पडले, तर त्यांना तीन दिवस कोठडीत ठेवण्यात आले. शिवाय वरून बेदम मारहाणही केली."

"एके दिवशी दुपारी जपानी सैनिकांचा एक ट्रक आमच्या वस्तीजवळ आला. चार-पाच बंदूकधारी जपानी सैनिकांच्या तुकड्या त्यातून बाहेर पडल्या व आसपासच्या घरात घुसल्या. जपानी सैनिक मुलींना पळवून नेतात असं आम्ही ऐकलं होतं. त्यांचा ट्रक खिडकीच्या झरोक्यातून पाहिल्यावर मी व माझी धाकटी बहीण आम्ही कॉटखाली लपलो. तेव्हा मी अठरा वर्षांची व बहीण बारा वर्षांची होती. वडील बाहेर मजुरीसाठी गेलेले. सैनिकांची एक तुकडी आमच्या घरात घुसली. त्यांना आई सामोरी गेली. त्यांच्यापैकी एकाने तिला बाजूला ढकलून घराची झडती घ्यायला सुरुवात केली. माझी छाती धडधडत होती. एका सैनिकाने पलंगाखाली बॅटरीचा झोत टाकला व आम्हाला बाहेर काढले. तो इतरांना काहीतरी म्हणाल्यावर ते सर्वजण क्रूरपणे हसले. त्यापैकी एकाने माझ्या बहिणीकडे पाहिल्यावर तिला बाहेर जायला सांगितले व मला अंगावरचे सर्व कपडे काढायला लावले. सर्वजण बंदूकधारी असल्याने माझ्यापुढे पर्याय नव्हता. त्यापैकी एकाने माझ्या संपूण शरीरावर हात फिरवायला सुरुवात केली. मी भीतीने थरथर कापत होते. त्याने जेव्हा त्याचे हात माझ्या वक्षस्थळांवर फिरवले तेव्हा तो जपानी भाषेत इतरांना काहीतरी म्हणाला. त्यावर ते खो-खो हसू लागले. त्यांनी मला माझे कपडे घालायला लावले व त्यांच्याबरोबर जायचा इशारा केला. माझ्या आक्रोश करणाऱ्या आईला एकाने बंदुकीच्या दस्त्याने मारून खाली पाडले.

"ट्रकमध्ये माझ्याच वयोगटाच्या माझ्या दहा-बारा मैत्रिणी रडत व भीतीने थरथरत बसल्या होत्या. ट्रक एका सैनिकी तळाकडे नेण्यात आला. तिथे आम्हाला एक प्रकारचे निर्जंतुक रसायन घातलेले गरम पाणी अंघोळीसाठी देण्यात आले. नंतर नवीन आकर्षक कपडेही घालायला दिले. आमची रवानगी एका कोठडीकडे करण्यात आली. तिथे आम्हाला भरपूर जेवण वाढून दिले. त्यात खमंग वासाचे पोर्क, भात, भाज्या व तळलेला मासा होता. असे अन्न आम्ही कित्येक दिवसात पाहिले नव्हते, पण खायची इच्छाच नव्हती. आम्हाला त्यांनी जबरदस्तीने खाऊ घातलं.

"दुसऱ्या दिवसापासून आम्हाला वेगवेगळ्या सैनिकी तळांवर नेण्यात येऊ लागलं. प्रत्येक ठिकाणी छोट्या छोट्या खोल्या होत्या. तिथे असायचा फक्त एक पलंग. दुपारचं जेवण झाल्यानंतर मला एका अशाच खोलीत डांबून ठेवलं. दोन वाजता एक जपानी सैनिक माझ्या खोलीत आला. त्याने खोलीचं दार लावून घेतलं व मला कपडे काढायला लावले. त्यानेही आपले कपडे काढले. आयुष्यात प्रथमच मी नग्न पुरुष पाहत होते. त्यादिवशी केवळ कौमार्यच नव्हे तर माझी चार-चौघींसारखी साधं व सरळमार्गी जीवन जगण्याची आशा, अपेक्षा व स्वप्नं माझ्यापासून क्रूरपणे हिरावून घेतली गेली." सेसिलिया बोलायची थांबली. जवळजवळ साठ वर्षांपूर्वीचा तो प्रसंग आठवून तीही कासावीस झाली होती. थोडे सावरल्यावर तिने पुढे सांगायला सुरुवात केली.

"रोज जवळजवळ वीस-पंचवीस जणांची 'सेवा' करायची व त्यांना 'आराम' द्यायची आमच्यावर सक्ती केली जायची! दुपारी दोन वाजल्यापासून रात्री दोन वाजेपर्यंत हे अखंड चालायचं. मध्ये फक्त पंधरा मिनिटं जेवण्यासाठी मिळायची. रात्री झोपल्यावर ओटीपोटातून होणाऱ्या वेदनांनी मी व्याकुळ होऊन विव्हळायची. अंगही ठणकायचं. कित्येक सैनिक विकृत होते. ते आम्हाला सपासप मारायचे, चिमटे काढायचे, अंगावर सिगारेटचे चटके द्यायचे, त्यांच्या शरीराशी नको नको ते चाळे करायला भाग पाडायचे... असं सलग तीन वर्षे चाललं!"

सेसिलियाच्या डोळ्यांतून अश्रू वाहू लागले होते. सर्व श्रोते तिचे अत्याचारांचे कथन ऐकून सद्गदित झाले होते.

त्यानंतर जवळजवळ सात-आठ महिने हॅरीची व माझी भेट झाली नाही. परवाच मी मनिलाला गेलो असताना मुद्दाम त्याला भेटायला विद्यापीठात गेलो. आमचे एकमेकांचे कुशल विचारून झाल्यावर गप्पा सुरू झाल्या. काही वेळाने मला हॅरीने दाखल केलेल्या याचिकेची आठवण झाली.

"हॅरी, त्या लोलांच्या याचिकेचं काय झालं पुढे?"

"उमेश, कोर्टाने ती मान्य केली व फिलिपीन्स सरकारला जपान सरकारकडून लोलांच्या वतीने नुकसानभरपाई मागण्यासाठी राजनैतिक पातळीवर हालचाली सुरू करायचे आदेश दिले. आम्ही त्यावर म्हणालो की त्या प्रक्रियेस यश येऊन नुकसानभरपाई मिळायला कित्येक वर्षे लागतील. तोपर्यंत फिलिपीन्स सरकारने त्यांना यथायोग्य आर्थिक मदत करावी व ती जपानकडून मिळणाऱ्या नुकसानभरपाईतून यथावकाश वसूल करावी. आश्चर्य म्हणजे सर्वोच्च न्यायालयाला ही मागणी पटली व त्यांनी प्रत्येक लोलास तातडीने दोन-दोन लाख पेसो म्हणजे जवळजवळ पाच हजार अमेरिकन डॉलर्स द्यावेत असा आदेश काढला!"

“अरे वा! सेसिलियाला बरं वाटलं असेल!” मी म्हणालो.

“उमेश, हे आदेश गेल्या महिन्यातच दिले गेले. तीन महिन्यांपूर्वी सेसिलिया वारली!” हॅरी म्हणाला.

ते ऐकून मला फार वाईट वाटले.

“हॅरी, निदान थोडे दिवस तरी आपल्यावर झालेल्या अपरंपार अत्याचारांबद्दल अल्पशी का होईना पण नुकसानभरपाई मिळाल्याचं तिला समाधान व्हायला हवं होतं!” मी म्हणालो.

“ते भाग्य तिच्या नशिबी नव्हतं. सेसिलियाला अर्थातच कोणी वारस नाही. तरीही तिने आम्ही जेव्हा याचिका दाखल केली तेव्हा माझ्या मदतीने मृत्युपत्र करून ठेवलं होतं.” हॅरी म्हणाला.

“असं? कोणाच्या नावे, हॅरी?”

“आपल्यावर झालेल्या अत्याचारांबद्दल जर काही नुकसानभरपाई मिळण्याचे आदेश निघाले तर ती रक्कम वेश्यांची मुलं व वयोवृद्ध वेश्या यांचा चरितार्थ चालवण्यासाठी काम करणाऱ्या एखाद्या सेवाभावी संस्थेस देण्यात यावी असं तिने मृत्युपत्रात लिहून ठेवलं आहे!”

■

प्रसंगी अखंडित खात जावे!

"जेव्हा पाहाल तेव्हा इथली उपाहारगृहं खचाखच भरलेली असतात! तसेच लोकही तळलेल्या व इतर तेलकट पदार्थांवर यथेच्छ ताव मारताना दिसतात!"

मलेशियात माझी नेमणूक झाल्यानंतर ही गोष्ट प्रकर्षाने जाणवली होती. ती मी माझा मलेशियन शीख मित्र सुखदेव सिंग याच्याशी एकदा गप्पा मारत असताना त्याला बोलून दाखवली.

"उमेश, 'खाणे' हा मलेशियन लोकांचा राष्ट्रीय छंद आहे!" हसत हसत सुखदेव म्हणाला.

मलेशियात जेवणाचे वैविध्य कसे, याचा उलगडा व्हायला वेळ लागला नाही. तेथील जवळ जवळ साठ टक्के लोक मलय वंशाचे मुसलमान, तीस टक्के मूळचे चिनी वंशाचे व उर्वरित भारतीय वंशाचे. त्या भारतीयांचे पूर्वज ब्रिटिशांच्या काळात स्थलांतरित झालेले. त्यावेळी प्रामुख्याने रबराच्या झाडांच्या लागवडी व ऊसमळे याठिकाणी काम करण्यासाठी ब्रिटिशांनी त्यांना तिकडे नेलेले. त्यांच्या पुढच्या पिढीतले बरेचसे लोक शिकून सवरून चांगल्या नोकऱ्या किंवा व्यवसाय करीत. ते मलेशियन नागरिक असले तरी त्यांनी भारतीय संस्कृती जतन करून ठेवली आहे. तीन प्रमुख वंशांच्या लोकांच्या गरजा पुरविण्यासाठी मलय, चिनी व भारतीय उपाहारगृहे मोठ्या प्रमाणावर उघडली गेली. शिवाय प्रवाशांना आकर्षित करण्यासाठी थाई, व्हिएतनामी, जपानी, इंडोनेशियन, कोरियन, युरोपियन व अरबी उपाहारगृहांचीही त्यात भर पडलेली. त्यापैकी काही २४ तास उघडी असतात.

त्यातल्या त्यात मलय वंशाच्या लोकांना खाण्याचा मोठा शौक. सकाळी नाश्त्यासाठी 'नासी लेमाक आयाम' म्हणजे भात व तेलातली चिकन करी, तोंडी लावायला तळलेले छोटे सुके मासे व तळलेले शेंगदाणे हे अतिशय लोकप्रिय. मलेशियातच चिकन डोसा, बीफ डोसा, फिशकरी डोसा असे पदार्थ पाहायला मिळाले.

अलीकडचीच गोष्ट. मी कार्यालयात एक रिपोर्ट तयार करण्यात मग्न होतो.

इतक्यात आमच्या कार्यालयाची व्यवस्थापिका ॲन गोमेझ माझ्या खोलीत आली व म्हणाली, "उमेश, आम्ही दवाखान्यात दलेनाच्या नवऱ्याला पाहायला निघालोय. यायचंय तुला?"

दलेना ही आमच्या कार्यालयात साहाय्यिका होती. ती छोटीशी, २५-२६ वर्षांची, नाजूक व गोरी; तर तिचा नवरा याह्या ताडासारखा उंच.

"काय झालंय त्याला?" मी ॲनाला विचारले.

"खूप ताप आलाय म्हणे!"

"चल, मीही येतो तुमच्याबरोबर." आम्ही ५-६ जण पंताय हॉस्पिटलमध्ये पोहोचलो. दलेना सचिंत मुद्रेने बसलेली. आम्ही याह्याला पाहून स्वागतकक्षात दलेना बरोबर बोलत बसलो.

"नेमकं काय झालं आहे डॉक्टरांच्या मते?" मी तिला विचारले.

"ड्युरियनचा प्रताप!" दलेना म्हणाली.

"म्हणजे काय?" मला काहीच उलगडा होईना.

"परवा गावाहून एक मित्र ड्युरियन घेऊन आला. याह्याने त्यांचा फडशा पाडला. ड्युरियनमध्ये उष्णता खूप. त्याची प्रतिक्रिया होऊन त्याचा ताप १०४ वर गेला. मी घाबरून गेले व सरळ इकडे आणलं." दलेना म्हणाली.

ड्युरियन हे उग्र वासाचे, फणसाच्या जातीचे फळ मी बाजारात पाहिले होते. पण एखादे फळ खाऊन दवाखान्यात दाखल व्हायची पाळी यावी हे मला नवीनच होते. नंतर मला कळले की त्यात एल.डी.एल. कोलेस्टेरॉलही खूप मोठ्या प्रमाणात असते व हे सर्वज्ञात असले तरी ते खायचा मोह लोक आवरू शकत नाहीत!

एकदा मला पूर्व मलेशियाच्या बोर्नीओ बेटावरील सारावाक प्रांतात बतांग-आय या छोट्या गावी कामानिमित्त जाण्याचा योग आला. ते ठिकाण सारावाकची राजधानी कुचिंग येथून अडीचशे किलोमीटर अंतरावर होते. ते एका प्रचंड धरणाच्या काठावर वसलेले. तेथे जाण्याचा जवळजवळ संपूर्ण रस्ता घनदाट जंगलातून होता. माझ्या सोबत मलेशियन रेड क्रेसेंट सोसायटीचे (रेड क्रॉस सारखीच, पण चिन्ह वेगळे) कुचिंग कार्यालयातील जॉन लाम व यो लिआँग हे दोन चिनी वंशाचे अधिकारी व माझ्याबरोबर कुआलालंपूर येथील त्या सोसायटीच्या मुख्य कार्यालयातून आलेले निवृत्त कर्नल हसन होते. आम्ही सर्वजण एका जीपने तिकडे जायला निघालो. वाटेमध्ये जंगली ड्युरियन विकणारी आदिवासी मुले दिसली. त्यांच्याकडे पाहत जॉनने मला विचारले, "उमेश, तू ड्युरियन खातोस ना?"

"नाही जॉन, मी अजून त्याची चव चाखलेली नाही." मी म्हणालो.

"चल, आपण ड्युरियन घेऊया. एकदा चाखून तरी पाहा! कदाचित आवडलं तर कुआलालंपूर इथेही तुला मिळतील." जॉन म्हणाला. त्याचे मन न मोडण्यासाठी

मी म्हणालो, "ठीक आहे, पाहूया खाऊन."

त्या मुलांकडून जॉनने चांगले पाच-सहा ड्युरियन विकत घेतले. जंगली ड्युरियन खूपच चविष्ट असतात असेही तो म्हणाला. ड्युरियन पाहून कर्नल हसन खूप खुष झाले होते. आम्ही गेस्ट हाउसवर पोहोचल्यावर कधी एकदा ड्युरियन खातो असे त्यांना झाले होते. जॉनने जाड काटेरी साल कापून आतील पिवळसर लुसलुशीत फणसासारखा एक गरा मला खायला दिला. तो खूप गोड होता पण त्याचा वास फार उग्र वाटला. तिकडे कर्नल हसननी जवळ जवळ अर्धा किलो ड्युरियन गरे खाल्ले. त्या जंगलात जवळपास वैद्यकीय सेवा उपलब्ध नव्हती त्यामुळे मला त्यांची काळजी वाटली. पण सुदैवाने त्यांना काही त्रास झाला नाही. मी मात्र फक्त एकाच गऱ्यावर थांबलो.

बतांग-आय येथील कार्यशाळेत जेवणाच्या वेळी आम्ही एकत्रच असू. बुफे पद्धतीचे आयोजन असायचे. त्यावेळी लक्षात आले की कर्नल हसन खाण्याचे भोक्ते आहेत! त्यांच्या प्लेटमध्ये पदार्थांची रेलचेल झालेली असायची. तेथून तिसऱ्या दिवशी आम्ही पुन्हा कुचिंगला जायला निघालो. वाटेत एका खेड्याजवळ खूप लोक रांगेमध्ये उभे असलेले दिसले. मी तिकडे कुतूहलाने पाहत होतो. तेव्हा कर्नल हसत म्हणाले, "ओपन हाउस दिसतेय!"

"ते काय असतं?" मला 'ओपन हाउस' हा प्रकार माहीत नव्हता.

"ओपन हाउस म्हणजे कोणीही जेवायला जावं. काहीतरी निमित्ताने भोजन समारंभ आयोजित करायचा व तो सर्वांसाठी खुला ठेवायचा." जवळजवळ गावजेवणासारखेच. मी विचार केला की किती मोठ्या प्रमाणावर अशा प्रसंगी जेवण करावे लागत असावे.

"रमझान ईद झाल्यानंतर मलेशियात जवळजवळ महिनाभर ओपन हाउस चालतात." कर्नल हसन उत्साहाने म्हणाले.

"म्हणजे एक महिनाभर फास्टिंग (उपास) व नंतरचा एक महिना फिस्टिंग (मेजवान्या)!" मी हसत हसत म्हणालो.

"आमच्याकडे ईदच्या दिवशी पंतप्रधान ओपन हाउस आयोजित करतात व प्रत्येक अतिथीशी हस्तांदोलन करून ईदच्या शुभेच्छाही देतात. तुम्ही सुद्धा त्याला जाऊ शकता." कर्नल हसननी मला सांगितले.

"त्यासाठी फक्त अडीच-तीन तास रांगेत उभे राहायची तयारी हवी!" आमचे संभाषण ऐकत असलेले लिआँग म्हणाले.

आम्ही कुचिंगला पोहोचलो. जॉनने लिआँगना आधी त्यांच्या घरी सोडले. माझे व कर्नल हसन यांचे विमान रात्री साडेआठला सुटणार होते. आता सहा वाजत आले होते.

जॉन म्हणाला, "चला, विमानतळाजवळ आपण जेवायला जाऊ. नंतर मी तुम्हा

दोघांना विमानतळावर सोडेन.''

आम्ही एका चिनी उपाहारगृहात जेवायला गेलो. तिघेही व्यवस्थित जेवलो. सकाळचे जेवण लवकरच झाले होते. त्यामुळे तशी बऱ्यापैकी भूक लागलेली. जेवण झाल्यावर जॉन आम्हाला सात वाजता विमानतळावर सोडून गेला. विमानतळावर समजले की आमचे विमान साडेआठऐवजी रात्री दहाला सुटणार आहे. मी घरी फोन करून उशिरा पोहोचत असल्याचे नीलिमास सांगितले.

विमान कंपनीने विमानास विलंब झाल्याबद्दल आम्हास जेवणाची कुपन्स दिली. विमानतळावरील उपाहारगृहात आमची जेवणाची सोय करण्यात आली होती. पण आमचे जेवण झाल्यामुळे त्यांचा आम्हा दोघांना काही उपयोग होणार नाही असा मी विचार केला. पण साडेआठच्या सुमारास कर्नल हसन म्हणाले, ''चला काय जेवण देतात पाहूया!''

ते ऐकून मला आश्चर्य वाटले. त्यांना फक्त सोबत व्हावी या उद्देशाने मी त्यांच्या बरोबर उपाहारगृहात गेलो. त्यांनी दीड एक तासांपूर्वीच यथेच्छ भोजन केले होते तरी देखील पुन्हा भात, बीफ करी व काही भाज्या वाढून घेतल्या.

''तुम्ही नाही घेत काही?'' माझ्याकडे आश्चर्याने पाहत त्यांनी विचारले.

''नाही. तुम्ही घ्या खाऊन. मी बसेन तुमच्याशी गप्पा मारत.'' मी म्हणालो.

रात्री दहा वाजता विमान सुटले. कर्नल हसन व मी शेजारी शेजारी बसलो होतो. सकाळचा प्रवास व विमान सुटण्यास झालेला विलंब यामुळे मला बसल्या बसल्या डुलक्या येत होत्या. कदाचित मला झोपही लागली असावी. रात्री पावणे अकराच्या सुमारास कर्नलनी मला हलवून जागे केले.

''उठा, जेवण द्यायला सुरुवात केली आहे!'' कर्नल म्हणाले.

''मला नको. मी जरा आराम करतो.''

हवाई सुंदरीने देऊ केलेला जेवणाचा ट्रे कर्नलनी घेतला व पुन्हा खायला सुरुवात केली. मला त्यांच्या पोटाची कमाल वाटली. मी पुन्हा झोपी गेलो. अर्ध्या तासाने मला जाग आली. पाहतो तर शेजारी कर्नल नव्हते. मी इकडे-तिकडे पाहिले तर ते टॉयलेटसमोर आतील व्यक्ती बाहेर यायची वाट पाहत उभे असलेले दिसले.

विमान रात्री पावणेबाराच्या सुमारास कुआलालंपूरला पोहोचले. आम्ही सामान घेऊन टॅक्सीच्या रांगेत उभे होतो. कर्नलनी मोबाईलवरून आपल्या घरी फोन लावला असावा.

''हां, फातिमा, मी आत्ताच पोहोचलो. टॅक्सी मिळेल एवढ्यात. तरी घरी यायला पाऊण तास लागेल. त्या बेताने जेवण गरम करायला घे. मी पोहोचलो, की लगेचच आपण जेवायला बसू...!''

■

बालीचा शिवभक्त

'येथे गाड्या भाड्याने मिळतील' हा फलक वाचून मी जलान पंताय कुटा या रस्त्यावरच्या त्या प्रवासी कंपनीच्या कार्यालयाचे काचेचे दार ढकलून आत गेलो. तेथे पन्नाशीचे एक गृहस्थ बसले होते. मला पाहताच उठून ते म्हणाले, "या, बसा. काय मदत करू शकतो मी आपल्याला?" अगदी अदबीने त्यांनी मला विचारले.

"बाली पाहायला चार दिवसांसाठी गाडी भाड्याने मिळेल का?" मी त्यांना विचारले.

"नक्कीच! आमच्याकडे नव्या कोऱ्या टोयोटा जीप आहेत. आमचे ड्रायव्हरही खूप अनुभवी आहेत. तुम्हाला अगदी व्यवस्थित बाली दाखवतील. सोबत मार्गदर्शक न्यायची गरजच नाही!"

"गाडीचे भाडे किती?" मी व्यवहाराच्या मुद्याला हात घातला.

"एक दिवसाला १०० किलोमीटरपर्यंत दहा तासांसाठी दोन लाख रुपये!"

अर्थात त्या आकड्याने मी चकित झालो नाही. इंडोनेशियात आपल्या एका भारतीय रुपयात तेथील दोनशे रुपये येतात. इंडोनेशियन रुपयांचे भारतीय रुपयात रूपांतर करायची एक सोपी पद्धत मी नेहमी अवलंबायचो. त्या आकड्यातील शेवटची दोन शून्ये उडवायची व राहिलेल्या आकड्यास दोनने भागायचे! हे तंत्र वापरून माझ्या लक्षात आले की टॅक्सीचे एका दिवसाचे भाडे होते १००० भारतीय रुपये. तसं पाहिलं तर ते अवाजवी मुळीच नव्हते.

"ठीक आहे, उद्यापासून चार दिवस मी तुमची एक जीप भाड्याने घेऊ इच्छितो."

"छान. किती लोक आहेत तुमच्याबरोबर? आणि गाडी कोणत्या हॉटेलवर पाठवू?"

"माझी पत्नी, अकरा वर्षांचा मुलगा व मी असे फक्त तिघेच. गाडी सकाळी साडेनऊला कुटा सी-व्ह्यू हॉटेलवर पाठवा. माझा खोली क्रमांक आहे ४२५. बरं, ड्रायव्हर जरा चांगला व थोडीतरी इंग्रजी जाणणारा असावा!"

"त्याची तुम्ही काही काळजीच करू नका. ॲडव्हान्स द्याल काही?"

गी त्या गृहस्थांना पन्नास हजार रुपये दिले व त्याची पावती घेतली. हॉटेल तेथून जवळच होते. २००५ मध्ये आम्ही कुआलालंपूरहून चार-पाच दिवसांच्या बाली भेटीवर गेलो होतो. बाली पाहायची मला खूप उत्सुकता होती. जवळजवळ तीस लाख लोकवस्ती असलेल्या इंडोनेशियाच्या या सुंदर बेटावरील जवळजवळ ९३% लोक आजही हिंदू आहेत! इसवी सन १२९३ ते १५२० पर्यंत तेथे हिंदू मजापहित साम्राज्य होते. तसं पाहिलं तर दक्षिण-पूर्व आशियाच्या अनेक देशात त्यावेळी भारतातून गेलेले हिंदू राजे राज्य करत होते.

दुसऱ्या दिवशी सकाळी बरोबर सव्वा नऊला माझ्या खोलीतील फोन वाजला.

"नमस्कार साहेब, आपल्यासाठी गाडी घेऊन आलो आहे."

"असं? आम्ही पाच-दहा मिनिटांत येतोच. कुठे भेटणार तुम्ही?"

"मी गाडीजवळच उभा असेन. गाडी क्रमांक आहे बी.एस. २०५६."

मी तो नंबर लिहून ठेवला.

"अक्षय, चला. तू कॅमेऱ्याची बॅग धरतोस?"

"हो पप्पा आणि आज मीच तुमचे फोटो काढणार हं!" त्याला फोटो काढायची खूप हौस.

गाडी शोधून काढायला वेळ लागला नाही. गाडीजवळ एक पंचवीस-सव्वीस वर्षांचा, गोल हसऱ्या चेहऱ्याचा, फिकट पिवळसर रंगाचा बुश-शर्ट व तपकिरी रंगाची पँट घातलेला ड्रायव्हर उभा होता. त्याने केसांचा व्यवस्थित भांग पाडलेला. एकंदरीत तो ड्रायव्हरसारखा वाटत नव्हता. प्रसन्न चेहऱ्याने हसत त्याने आमचे स्वागत केले.

"या साहेब. कसं कसं फिरायचं तुम्ही ठरवलं आहे?"

मी माझ्या हातातील बालीचे मार्गदर्शक पुस्तक त्याला दाखवत म्हणालो, "आम्हाला इथली प्राचीन मंदिरं व अन्य प्रेक्षणीय स्थळं पाहायची आहेत. आम्ही इथे चार दिवस राहणार आहोत. तुम्हीच सुचवा कधी कुठे जायचं ते!"

"आणि मला उबूडला जाऊन काही काष्ठशिल्पंही घ्यायची आहेत!" नीलिमा म्हणाली.

"मला समुद्र किनाऱ्यावर जाऊन 'जेट-स्की' (पाण्यावरची मोटरसायकल) वर बसायचं आहे!" अक्षय म्हणाला.

"ठीक आहे. आता तुम्ही हे काम माझ्यावर सोपवा!" हसत हसत तो म्हणाला.

आमचे बालीमध्ये हिंडणे सुरू झाले. हवा थोडी गरमच पण स्वच्छ होती. मधून मधून वाऱ्याच्या झुळकाही येत होत्या. मी ड्रायव्हरला विचारले, "तुमचं नाव काय?"

"बागुस चोवान, साहेब! आणि आपलं?"

"मी उमेश, हा अक्षय व ही नीलिमा. आमचे आडनाव कदम!"

"वा, छान! सुंदर नावं आहेत. आमच्याकडे नावाच्या खूप विचित्र प्रथा आहेत. आडनाव पांडे, शुक्ल, मौर्य, सिंदीया अशी असतात. पण मुलांची व मुलींची नावे एकच असतात. मूल कितवे आहे यावर नाव ठरतं! पहिलं असेल तर वायान, पुतु, नेंगा अशी नावं दिली जातात. दुसऱ्यांची मादे, कादेक, दानु वगैरे तर तिसऱ्यांची न्योमान, बागुस अशी. सगळ्या बालीमध्ये ही ठरावीक नावंच तुम्हाला आढळतील! आपण भारतीय आहात ना?"

"हो, पण सध्या वास्तव्य मलेशियात. तुमचं आडनाव जे आहे ते 'चौहान'चा अपभ्रंश असावा. पण 'बागुस' चा अर्थ काय?"

"बागुस म्हणजे चांगले, उत्तम, वगैरे!"

"असं? तर मग तुम्हाला उत्तमराव चव्हाण या नावानेच मी हाक मारेन आता! हे नाव आमच्याकडेही असतं." मी हसत म्हणालो.

"साहेब, एक गोष्ट विचारली तर राग येणार नाही ना?" त्याने जरा घाबरतच विचारले. मी जरा आश्चर्याने त्याला म्हणालो,

"हो विचार ना!"

"आपण हिंदू आहात, साहेब?"

"हो!" मी म्हणालो.

"मी देखील! साहेब, आपल्या नावाला पण काही अर्थ आहे?"

"हो! मी सोमवारी जन्मलो म्हणून माझे नाव 'उमेश' ठेवले. उमेश म्हणजे शिवशंकराचे नाव आणि आडनाव 'कदंब' या पासून झाले. पूर्वी गोव्याच्या आसपास कदंब साम्राज्य होते!"

"खरंच की काय? बालीत पण बरेच 'कदंब' आहेत. पण उमेश हे नाव इकडे नसतं. तुम्हाला सांगायचं म्हणजे मी स्वत: शिवभक्त आहे! पायांगान जवळ एक प्राचीन शिवमंदिर आहे. आपल्या फिरायच्या रस्त्यावरच आहे. उद्या तुम्हाला घेऊन जाईन ते दाखवायला! तुम्ही देवळांना भेटी देत असता?"

"मला प्राचीन संस्कृतीचा व वास्तुशिल्पाचा एक आविष्कार म्हणून जुनी मंदिरं पाहायला आवडतात. मी स्वत: देव मानतो, पण मंदिरातला मूर्तीरूपी नाही. त्यामुळे मी नित्य-नियमाने देवाला जात नाही. बरं ते राहू दे, आज काय काय पाहायचं आहे आपण?"

बागुसने त्या चार दिवसांत कोठे कोठे जायचे हे सांगितलं. त्या दिवसापासून आमची भ्रमंती सुरू झाली. बालीमध्ये रामायण व महाभारत यांचा किती प्रभाव आहे ते तेथे गेल्यावरच अनुभवास आले. वेगवेगळ्या ठिकाणी पुराणातील देखाव्यांवर आधारित भव्य शिल्पे, दुकानांची व घरांची नावे व संपूर्ण बेटावर पसरलेली हिंदू मंदिरे

त्याला साक्षी होती. आम्ही ब्रातान तलावाकाठी पोहोचलो व तेथील तलावाशेजारील मंदिरे पाहून थक्क झालो. त्या मंदिराचे शिखर झोपड्यांची लहान लहान होत गेलेली छते एकमेकांवर ठेवल्यावर जशी दिसतील तसे होते. त्याचे बांबूच्या झाडांच्या झरोक्यातून पाण्यावर पडलेले प्रतिबिंब, दूरचे निळे डोंगर व पक्ष्यांची किलबिल तासन्‌तास पाहत राहावेसे वाटले. तेथून आम्ही बातुर येथील 'गुणुंग-आगुंग' हा ज्वालामुखीचा पर्वत पाहायला गेलो. तो अजूनही शिखराजवळ धगधगतो आहे असे बागुस म्हणाला. त्याच्या मुखातून वाहिलेल्या लाव्हापासून बनलेले खडक दिसत होते. त्यामुळे त्याच्या शिखराच्या आसपास झाडी नव्हती.

"बागुस, जेवायला थांबूया कुठेतरी." मी घड्याळाकडे पाहत म्हणालो.

"आपल्याला कोणत्या प्रकारचं जेवण हवं?"

"इथलं स्थानिक जेवण चालेल!" मी म्हणालो.

"पण नॉनव्हेज मात्र हवं!" अक्षयने पुस्ती जोडली.

"ठीक आहे. सेरीबातू इथे चांगली उपाहारगृहं आहेत. इथून दूर नाही ते ठिकाण." असे म्हणून बागुसने गाडी तिकडे घेतली. एका स्वच्छ स्थानिक उपाहारगृहाजवळ त्याने गाडी लावली.

"तू पण आमच्याबरोबर जेवायला चल!" मी त्याला म्हणालो. तो संकोचून म्हणाला, "नको साहेब, तुम्ही आरामात जेवून घ्या. मी जवळपास काहीतरी खाऊन घेतो!"

"ते काही चालणार नाही, उत्तमराव! तुम्ही आमच्याबरोबर आलंच पाहिजे!" मी आग्रह केल्यावर तो तयार झाला.

"बागुस, बालीचे काही वैशिष्ट्यपूर्ण पदार्थ मागवूया. आम्हाला नवीन ठिकाणी गेल्यावर तेथील स्थानिक पदार्थ खायला आवडतात." मी खुलासा केला.

"असं?" मेनूकार्ड पाहत बागुस म्हणाला, "तुम्ही पोर्क खाता?"

"हो, ते चालतं आम्हाला!"

"मग बाबी गुलींग मागवू या? लाकडावर भाजलेले व इथले खास मसाले लावलेले कोवळ्या पोर्कचे तुकडे चांगले लागतात. बदक आवडत असेल तर मसाले व भाज्या भरलेले, केळीच्या पानात गुंडाळून शिजवलेले बदक म्हणजे बेबेक बेतुतु देखील मिळतं इथे."

"ठीक आहे, दोन्ही पदार्थ मागवूया. बरोबर सॅलड व भातही सांगू."

बागुसने सुचवलेले दोन्ही पदार्थ चविष्ट होते. शेवटी 'जाजा' हा गोड पदार्थही आम्ही मागवला. सोयाबीनपासून बनवलेला हा पदार्थ अक्षयला खूप आवडला.

दुसऱ्या दिवशी सकाळी आणखी काही ठिकाणांना भेट दिली. सानुर या ठिकाणी खास बाली पद्धतीचे नृत्य पाहिले. त्या संध्याकाळी उलुवातू येथील एका उंच

कड्यावरील मंदिर पाहिले. त्याच्या एका बाजूला खोलवर समुद्राच्या फेसाळलेल्या लाटा येऊन आदळत होत्या. वेळ सूर्यास्ताची होती. आसमंतात नारंगी रंगाची छटा पसरलेली होती. थोड्याच वेळात तेथे एक नृत्य होणार होते. सगळ्या नृत्यांचा विषय एकच– रामायण! सीतेचे अपहरण, हनुमानाने लंकेत जाऊन सीतेची भेट घेणे, राम रावण युद्ध हे सारे प्रसंग दाखवले. त्या नृत्याचे वैशिष्ट्य म्हणजे त्यातील चाळीस-पन्नास जणांची वानरसेना तोंडाने 'चा-चा-चा-चा' असे आवाज करून पार्श्वसंगीत द्यायची. कसलीही वाद्ये त्यांनी वापरली नाहीत. शेवटी शेवटी लंकेला आग लावल्याच्या दृश्यावेळी पेटते दिवे व मशाली घेऊन त्यांनी चित्तथरारक नाच केला.

उलुवातूहून हॉटेलकडे जाताना जिंबारन येथे जेवायला थांबायचे ठरले. समुद्रकिनाऱ्यावर उपाहारगृहांची लांबलचक रांग होती.

"साहेब, इथे मासळीचं उत्तम जेवण मिळतं!"

"असं? आम्हाला मासा खूप आवडतो. चल, जाऊया जेवायला."

एका उपाहारगृहासमोर गाडी लावल्यावर बागुस म्हणाला, "साहेब, तुम्ही जेवून घ्या. मी जरा समोरच जाऊन येतो. माझं घर जवळच आहे इथे. जरा बायकोला भेटून येतो!"

"असं? घरी कोण कोण आहे?" नीलिमाने त्याला विचारले.

"बायको व आई." जरा लाजतच बागुस म्हणाला, "तिला सहावा महिना चालू आहे. आज सकाळी निघालो तेव्हा तिला काहीसं बरं वाटत नव्हतं. जरा पाहून येतो!"

"ये, अगदी आरामात ये!"

तिसऱ्या दिवशी सकाळी आम्ही उबुडकडे चाललो होतो. ते गाव हस्तकला व शिल्पकला यांसाठी खूपच प्रसिद्ध. ते गाव यायच्या आधी रस्त्याच्या दुतर्फा हस्तकला वस्तू विक्रीची दुकानेच दुकाने दिसली, जवळ जवळ सात-आठ किलोमीटर रस्त्यावर फक्त तीच दुकाने दिसत होती. तेथे गेल्यावर अक्षय मला डोळा मारून म्हणाला, "पप्पा, आता खिसा सांभाळा!"

त्याला रागवत नीलिमा म्हणाली, "मी काही खूप खरेदी करणार नाही हं! इथली आठवण म्हणून काही घ्यायला हवं की नको?"

बराच वेळ दुकानात घालवल्यावर आम्ही शंकर-पार्वतीचे लाकडाचे भिंतीवर टांगता येण्यासारखे मुखवटे विकत घेतले. ते पाहून बागुस म्हणाला, "मी स्वत: शिवभक्त असल्याने माझ्या घरी देखील असेच मुखवटे आहेत." तेथून तो आम्हाला त्याचे प्रिय शिवमंदिर पाहायला घेऊन गेला. एका टेकडीवरचे ते मंदिर सुरेख दिसत होते. बालीत फिरताना वाटेमध्ये भातशेती, फळफळावळांच्या लागवडी, नारळीच्या बागा, तलाव, नद्या, उंच डोंगर, समुद्रकिनारे लागायचे. तेथील नैसर्गिक सौंदर्य व सांस्कृतिक वारसा पाहून आम्ही थक्क झालो. अटलबिहारी वाजपेयी पंतप्रधान

असताना बालीला वारंवार का जायचे, याचा आत्ता उलगडा झाला.

संध्याकाळी हॉटेलकडे परतताना बागुस म्हणाला, "साहेब, हे पाहा तीन वर्षांपूर्वी बॉंबस्फोटात मृत्युमुखी पडलेल्यांचं स्मारक! इथे गाडी लावायला जागा नाही, पण हॉटेलच्या खूपच जवळ आहे, तुम्ही चालतही येऊ शकता इथे!"

"बागुस, त्या बॉंबस्फोटानंतर इकडे येणाऱ्या प्रवाशांच्या संख्येत खूप घट झाली होती असं ऐकलं, ते खरं होतं?"

"होय साहेब, आमचा तर धंदाच बसला होता. त्या घटनेनंतर ५-६ महिन्यांनी हळूहळू लोक पुन्हा इकडे येऊ लागले. तुमच्या लक्षात आले असेल की या बेटावरच्या लोकांची उपजीविका प्रवाशांवर अवलंबून आहे. मी तर त्यावेळी स्थलांतर करायच्याच विचारात होतो, पण मालक म्हणाले की जरा दम धर, लोक पुन्हा यायला लागतील!"

१२ ऑक्टोबर २००२ च्या रात्री अकरा वाजून पाच मिनिटांनी पाठीला लावलेल्या बॅगेतील शक्तिशाली स्फोटकांचा एका आत्मघातकी दहशतवाद्याने स्फोट करून गजबजलेल्या 'पॅडीज् पब' येथे व त्याच्या साथीदारांनी जवळच्या 'सारी क्लब' समोर लावलेल्या गाडीतील स्फोटकांचा स्फोट त्यानंतर फक्त पंधरा सेकंदानंतर करून एकच खळबळ उडवून दिली होती. त्यामध्ये २०२ लोकांना प्राण गमवावे लागले. त्यापैकी बहुतांशी ऑस्ट्रेलियन व पाश्चात्त्य प्रवासी होते. सर्वजण विशी-तिशीतले. अमेरिकेच्या दहशतवादाविरुद्धच्या लढ्याला उत्तर म्हणून हे स्फोट घडवून आणले होते. त्याचा स्थानिक जनतेच्या उदरनिर्वाहावर प्रतिकूल परिणाम होणे साहजिकच होते. आम्ही त्या संध्याकाळी ते स्मारक पाहून आलो. एका भल्यामोठ्या काळ्या संगमरवरी दगडावर तेथे मृत्यू पावलेल्या प्रत्येक व्यक्तीचे नाव कोरले होते.

चौथ्या दिवशी बागुस आम्हाला आणखी काही प्रेक्षणीय स्थळांना घेऊन गेला. सूर्यास्ताच्यावेळी मेंगवी येथील तमान आयुन शाही मंदिराजवळ पोहोचलो. समुद्राला भरती आली की त्या मंदिराच्या चोहोबाजूला पाणी होते.

हॉटेलवर सोडताना बागुस म्हणाला, "साहेब, उद्या कितीचं विमान आहे?"

"सकाळी अकराचं." मी म्हणालो.

"मी गाडी घेऊन तुम्हाला सोडायला येतो. त्याचे पैसे देऊ नका! गेले चार दिवस तुमच्याबरोबर गप्पा मारताना वेळ छान गेला."

"आम्हालाही तू भेटलास हे छानच झालं. अगदी संपूर्ण बाली तू दाखवलंस. बरं, तुझा पत्ता दे बरं, अक्षयने काढलेले आपले फोटो तुला पाठवून देईन!"

बागुसने पत्ता लिहून दिला. गेल्या चार दिवसांत आमच्यात खूप जिव्हाळा निर्माण झाला होता.

"बायको बाळंत झाल्यावर कळव आणि मुलाचं किंवा मुलीचं नाव वायान, पुतु

किंवा नेंगा असंच ठेवणार ना?'' नीलिमाने त्याला विचारले.

''खरं सांगू का मॅडम, मला ही नावं मुळीच आवडत नाहीत. मी आईला सांगितलंय की मी पहिल्या बाळाचं नाव वेगळंच ठेवणार. अजून ठरवलं नाही काय ते!'' बागुस म्हणाला.

''पण आम्हाला कळव. आमचा पत्ता लिहून घे!'' नीलिमा म्हणाली.

''तुम्हा सर्वांना घरी चहाला घेऊन जायचं होतं, पण बायकोची प्रकृती जरा नाजूकच...''

''अरे, राहू दे! वाईट वाटून नको घेऊस. अशा अवस्थेत तिला आरामाची गरज आहे!'' नीलिमा म्हणाली.

दुसऱ्या दिवशी विमानतळावर बागुसचा निरोप घेताना वाईट वाटले. पत्रव्यवहार ठेवायचे आश्वासन दिले.

त्यानंतर तीन एक महिने उलटले असतील. १ ऑक्टोबर २००५ च्या संध्याकाळी नीलिमा व मी बी.बी.सी.च्या बातम्या पाहत होतो.

''इंडोनेशियातील बाली बेटावर जिंबारन व कुटा याठिकाणी तीन शक्तिशाली बॉंबचे स्फोट होऊन त्यात वीस जण दगावले व एकशेतीस लोक जखमी झाले आहेत...''

आम्ही ती बातमी काळजीपूर्वक पाहिली.

''आपण जिंबारनला समुद्रकिनाऱ्यावर जेवलेलो आठवतंय?'' नीलिमा म्हणाली, ''उमेश, बागुसचं घरही तिथेच आहे ना?''

''होय. अगं त्याला कामाच्या गडबडीत फोटो पाठवायचंच राहून गेलं. त्याचा पत्ताही कुठे सापडत नाही!'' मी म्हणालो.

''निदान त्याला पत्र तरी पाठवता आलं असतं!'' नीलिमा म्हणाली. मला बागुसची काळजी वाटून राहिली.

२००६ सालच्या मे महिन्यात बाली येथे 'अंतर्गत कलह व विभागीय सुरक्षा' या विषयावर एक परिषद भरणार होती. तिच्यात आशिया व प्रशांत विभागातील अनेक तज्ज्ञ भाग घेणार होते. तिच्या दरम्यान युद्धविषयक कायद्यांच्या तरतुदींवर दोन सत्रे होणार होती. त्यांचे संचालन मी करावे असे परिषदेचे संयोजक ऑस्ट्रेलियाचे प्राध्यापक ग्रॅहॅम वेलस्ली यांनी आमच्या कार्यालयाला सुचवले. १४ मे या दिवशी मी बालीच्या दक्षिणेच्या 'नुसा दुआ' या भागातील 'मेलिया बाली रिझॉर्ट' वर पोहोचलो. परिषद तीन दिवस चालणार होती. ते ठिकाण जिंबारनजवळच होते. मी बागुसला भेटायचे ठरवले होते. त्याचे फोटोही सोबत घेतले होते. परिषदेच्या दुसऱ्या दिवशी संध्याकाळी चारनंतर मी मोकळाच होतो. टॅक्सी करून जिंबारनला गेलो. ज्या

उपाहारगृहात आम्ही जेवलो होतो, त्याच्या समोरच्या गल्लीत बागुसचे घर होते. तेथे सात-आठ लोकांना विचारल्यावर एकाने बागुसचे घर दाखवले. घर एका दुमजली इमारतीच्या पहिल्या मजल्यावर होते. दाराची कडी वाजवल्यावर एका साठीच्या बाईनी दार उघडले. बागुसच्या आई असाव्यात. त्यांना बागुस आहे का विचारले. त्यांना माझी भाषा समजत नव्हती पण मी बागुसची चौकशी करतोय एवढे मात्र समजले. त्या आत गेल्या. आतून बागुस आला. मला पाहताच त्याला आश्चर्याचा धक्काच बसला,

"अरे, कदमसाहेब? तुम्ही कसे काय इकडे?"

मी खुलासा केला.

"तू कसा आहेस बागुस?"

"साहेब, परिस्थिती फार बिकट आहे. गेल्या ऑक्टोबरच्या स्फोटानंतर जे काही थोडे प्रवासी यायचे, तेही कमी झाले. मालकाचा धंदा बसला. त्याने चारपैकी तीन गाड्या विकल्या. राहिलेली स्वतःच चालवतो. आमच्या नोकऱ्या गेल्या!"

"अरेरे, बागुस, खरंच किती दुर्दैवी परिस्थिती झालीय तुझी."

"साहेब, सध्या एका शेतात कामाला जातोय. चार पैसे कसेबसे मिळतात. दिवस ढकलतोय झालं. माझा एक मित्र कतारला मध्यपूर्वेत गेलाय. तिकडे ड्रायव्हरच्या नोकऱ्या मिळतात असं म्हणतोय. मी अर्ज केलाय. अजून कतारच्या सरकारने कामाचा परवाना दिला नाही. माझा अर्ज गेले चार महिने त्यांच्या परराष्ट्र मंत्रालयात पडून आहे. काही उत्तर यायचं चिन्ह नाही. मी तर आता तो विषयच डोक्यातून काढून टाकलाय..." हताश होऊन बागुल म्हणाला.

"तुझा परवाना कतार सरकारने मंजूर केला आहे असं समज!" मी म्हणालो.

त्यावर विश्वास न बसून बागुस म्हणाला, "गरिबाची चेष्टा करू नका साहेब!"

"चेष्टा नाही, बागुस. कतारच्या परराष्ट्र मंत्रालयाचे प्रमुख कायदा सल्लागार आहेत पी. शिवानाथन. ते मला थोरल्या बंधूसारखे आहेत. ते पूर्वी दिल्लीत भारताच्या परराष्ट्र मंत्रालयाचे प्रमुख कायदा सल्लागार व युनोच्या आंतरराष्ट्रीय कायदा आयोगाचे सदस्य होते. आंतरराष्ट्रीय कायद्याच्या क्षेत्रात त्यांचा खूप दबदबा आहे. ते मला मी विद्यार्थिदशेत असल्यापासून मार्गदर्शन करतात. त्यांची मुलगी किरणमयी पुढे माझी विद्यार्थिनी होती. त्यांचे अधूनमधून ई-मेल येत असतात. आज हॉटेलवर गेल्यावर ई-मेल करतो. तू तुझ्या अर्जाचा संदर्भ-क्रमांक मला दे. दोन आठवड्यात तुझा परवाना मंजूर नाही झाला तर नाव बदलेन!" मी आत्मविश्वासाने म्हणालो.

"मग तुमचं नाव आपण वायान, पुतु किंवा नेंगा असं ठेवूया!" बागुस खुशीत येऊन म्हणाला. त्याचा चेहरा उजळला होता.

"त्यापैकी नको. 'बागुस' चालेल मला!" मी म्हणालो. बागुसने त्याच्या अर्जाची

प्रत मला दिली. ती मी सांभाळून ठेवली.

"साहेब, शिवशंकराची नावे असलेले तुम्ही म्हणजे 'उमेश' व ते 'शिवानाथन' साहेब यांची मला आयुष्यात पुन्हा स्थिरस्थावर व्हायला मदत झाली तर मी म्हणेन, की पायांगानच्या मंदिरातले शिवशंकर या शिवभक्ताला पावले. माझं हे काम झालं तर मी तिथे दुधा-तुपाचा अभिषेक करेन!" बागुस म्हणाला.

"अरे हो, हे तुझे फोटो आणि हे नीलिमाने तुझ्या बाळासाठी दिलं आहे!" नीलिमाने आठवणीने एक ड्रेस बागुसच्या बाळासाठी दिला होता. अशा गोष्टीत ती खूप तत्पर असते. माझ्या डोक्यात मात्र ते आलं नसतं!

"कशाला त्रास घेतला साहेब?" बागुस भारावून जाऊन म्हणाला.

"बरं, विचारायचंच राहिलं, मुलगा झाला की मुलगी?" मी विचारले.

"मुलगा झाला साहेब." बागुस म्हणाला.

"कुठं आहे बाळ, झोपलाय की काय?" मी विचारलं.

"नाही. दानु त्याला तयार करते आहे. थांबा, त्यांना घेऊनच येतो." असे म्हणून बागुस आत गेला. दानु त्याच्या बायकोचे नाव असावे. पाच-सहा मिनिटांनी बागुस व दानु बाहेर आले. बागुसने दानुची ओळख करून दिली. तिच्या कडेवर सहा-सात महिन्यांचे गुटगुटीत बाळ होते.

"साहेब, दानु म्हणत होती, की तुम्हाला जेवायला ठेवून घ्या म्हणून. थांबाल तुम्ही जेवायला?"

पंचतारांकित हॉटेलमधील झगमगणाऱ्या कृत्रिम व नाटकी वातावरणात जेवण्यापेक्षा या साध्या घरातील जिव्हाळ्याच्या वातावरणात जेवण्यात खूप समाधान वाटणार हे नक्कीच. शिवाय अशा घरातील प्रेमाने केलेल्या साध्यासुध्या जेवणाची लज्जत पंचतारांकित हॉटेलमधील महागातील महाग पदार्थाला मुळीच येणार नाही हा अनुभव मी पूर्वी खूप वेळा घेतल्यामुळे काहीही विचार न करता उत्तरलो, "ठीक आहे. थांबतो तुमचा आग्रह असेल तर! शिवाय बाळाच्या बारशाचं जेवण चुकलं ना माझं!" हे ऐकल्यावर बागुस व दानु खुष झाले.

मी दानुच्या कडेवरील बाळाकडे पाहिले. त्याचे जावळ चांगलेच वाढले होते. मोठ्या डोळ्यांनी आश्चर्यचकित होऊन ते माझ्याकडे टक लावून पाहत होते.

"तुमच्या मिसेसनी पाठवलेला ड्रेस खूप छान आहे!" मोडक्या तोडक्या इंग्रजीत दानु म्हणाली.

"असं? बरं, बाळाला द्या माझ्याकडे. येईल का तो अनोळखी व्यक्तीकडे?" मी तिला विचारले.

"हो, नक्कीच येईल!" दानु म्हणाली.

मी त्याला कडेवर घेण्यासाठी माझे दोन्ही हात पुढे केले. ते पाहताच तो चटकन माझ्याकडे आला. बागुस बाळाचं नाव काहीतरी वेगळं ठेवणार होता ते आठवून मी दानुला विचारले, "काय नाव ठेवलंय बाळाचं?"

"उमेश!" दानु माझ्याकडे पाहत हसत म्हणाली.

■

मसाल्याची बाग

"तुम्ही आमच्याबरोबर आज जेवायला आलंच पाहिजे!" जेम्स रॉबिन्सन आग्रहाने म्हणाले.

"तसं तुम्हाला आज कोणाचं आमंत्रण नाही, तुम्ही मोकळेच आहात तेव्हा आमच्या बरोबर जेवायला आलात तर आम्हाला आनंद होईल!" कॅथी रॉबिन्सनही मनापासून म्हणाल्या.

रॉबिन्सन दांपत्याची व माझी ओळख फक्त दहा मिनिटांपूर्वी झालेली. पण त्यांचा आग्रह मनापासून होता. त्याला कारणही तसेच होते...

सिंगापूरच्या ऑर्चर्ड स्ट्रीट जवळील हॉलिडे इन् पार्क व्ह्यू या हॉटेलमधला माझा तो तिसरा दिवस होता. काम आटोपून मी हॉटेलवर संध्याकाळी ५ वाजता परतलो होतो. सिंगापूरला गेलं, की माझा एक अतिशय आवडीचा कार्यक्रम म्हणजे सकाळी किंवा संध्याकाळी फोर्ट केनिंगवर एक तास रपेट मारून यायचा. फोर्ट केनिंग हा ब्रिटिशांच्या काळी एका टेकडीवर तयार केलेला किल्ला. माझ्या हॉटेलपासून ५-६ मिनिटे चालत गेल्यावर तेथे पोहोचता यायचे. हल्ली तेथे एक भला मोठा पार्क व त्याभोवती दाट झाडीतून जाणारा जॉगिंग किंवा चालण्याचा सुरेख रस्ता आहे. एका बाजूला एक महागडा क्लबही आहे. त्या फिरण्याच्या रस्त्याच्या आजूबाजूला उंच झाडी, फुलांचे वाफे व हिरवेगार गवत असल्याने तेथे फिरायला अतिशय प्रसन्न वाटायचे. शिवाय तो पार्क वाहतुकीपासून थोडासा दूर, एका छोट्या टेकडीवर असल्याने तेथे फिरताना चोहोबाजूच्या परिसराचे सुंदर दर्शनही व्हायचे. त्या संपूर्ण रस्त्याचा परीघ जवळजवळ दीड किलोमीटरचा. त्याच्या मी चार-पाच चकरा मारायचो. त्या रस्त्यावर मध्ये मध्ये बकुळीचा सडा पडलेला असायचा किंवा शेजारच्या हिरव्या चाफ्याचा सुगंध दरवळलेला असायचा. पक्ष्यांची किलबील चालू असायची. सिंगापूरसारख्या गजबजलेल्या शहरात फिरायला अशी जागा मिळणे म्हणजे एक पर्वणीच होती. एके ठिकाणी तो रस्ता एका मसाल्यांच्या बागेतून जायचा. तेथे

वेलदोडे, दालचिनी, लवंग, मिरे, जायफळ व इतर काही मसाल्यांची रोपे लावलेली. तेथून जाताना त्या मसाल्यांचा जो सुगंध दरवळायचा त्याला तोड नाही. तेथून पुढे जावेसेच वाटायचे नाही. फिरताना प्रत्येक वेळी तेथून जाताना एक वेगळीच अनुभूती यायची व समाधानही व्हायचे. कधी कधी माझे फिरणे संपले तरी केवळ त्या मसाल्याच्या बागेतून फिरायला मिळावे म्हणून मी आणखी एक चक्कर मारायचो.

त्यादिवशी संध्याकाळी मी सूट उतरवून शॉर्ट्स, टीशर्ट व रिबॉकचे बूट चढवले व फिरायला बाहेर पडलो. माझी खोली पाचव्या मजल्यावर होती. मी लिफ्टचे बटण दाबून ते वर यायची वाट पाहत होतो. इतक्यात माझे लक्ष तेथील छोट्या कोचवर पडलेल्या एका जाड्या-जुड्या पैशाच्या पाकिटाकडे गेले. ते हॉटेलच्या मॅनेजरकडे किंवा त्याच्या मालकाकडे सुपूर्द करायच्या हेतूने मी उचलले व उघडून पाहिले तर आत जवळ जवळ सहाशे सिंगापुरी डॉलर्स, तीन क्रेडिट कार्डस्, एक खूप जुना सैनिकी गणवेष घातलेल्या देखण्या तरुणाचा फोटो व ऑस्ट्रेलियन सरकारच्या शिक्क्याचे एक ज्येष्ठ नागरिक कार्ड दिसले. त्यावर नाव होते 'जेम्स रॉबिन्सन, २५ विन्स्टन अॅव्हेन्यू, अॅडलेड, ऑस्ट्रेलिया.' खाली पोहोचल्यानंतर मी मॅनेजरला विचारले, "जेम्स रॉबिन्सन किती नंबरच्या खोलीत राहतात?"

त्याने संगणकाची काही बटणे दाबली व मला सांगितले, "खोली क्रमांक ५०४."

मी त्याचे आभार मानले व अंतर्गत फोनवरून त्या खोलीचा नंबर फिरवला. फोन वाजू लागला पण कोणीही उचलला नाही. कदाचित बाहेर गेलेले असावेत. जाता जाता त्यांचे पाकीट लिफ्टजवळ कोचावर लिफ्टची वाट पाहत बसले असताना पडले असणार. ते मी स्वतःच नंतर त्यांना परत करायचे ठरवले. फिरून आल्यानंतर सर्वप्रथम खोली क्रमांक ५०४ कडे जाऊन दारावरची बेल वाजवली. थोड्याच वेळात आतून चेन लावलेले दार अर्धवट उघडले गेले. अंदाजे ७५-७६ वयाच्या एका चिंताग्रस्त चेहऱ्याच्या गृहस्थाने विचारले, "काय हवंय?"

"आपण मिस्टर जेम्स रॉबिसन्स?" मी विचारले.

"हो मीच. आपण कोण?"

"मी उमेश कदम. येथेच ५१६ क्रमांकाच्या खोलीत राहतो. आपले पैशाचे पाकीट मला सापडले आहे, ते परत करण्यासाठी मी आलो आहे!"

हे ऐकताच त्यांचा चेहरा एकदम खुलला व त्यांनी दाराची चेन काढून मला आत यायची विनंती केली. आत कॉटवर सत्तरीच्या एक बाई बसल्या होत्या. त्यांच्या चेहऱ्यावरही चिंतेची झाक होती. मी खिशातून पाकीट काढून त्यांना देता देता म्हणालो, "सहाच्या सुमारास लिफ्टसमोरील कोचावर सापडले. त्याचवेळी परत करण्यासाठी येणार होतो. पण आपण त्यावेळी खोलीत नव्हता. आतले पैसे व इतर

वस्तू तपासून पाहा!''

मिस्टर रॉबिन्सननी पाकीट उघडून पाहिलं. सर्व पैसे, क्रेडिट कार्ड वगैरे अर्थातच जिथल्या तिथे होते. ते म्हणाले, ''मिस्टर कदम, तुमचे आभार कसे मानावेत कळत नाही. पण तुम्ही आमची एका मोठ्या संकटातून मुक्तता केलीत.''

''असं कसं, पाकीट हॉटेलच्या आवारातच गहाळ झालं होतं. ज्याला सापडलं असतं त्यानं ते परत केलं असतंच. मी काही विशेष केलं नाही.'' मी म्हणालो.

आत्तापर्यंत शांत असलेल्या त्या बाई म्हणाल्या, ''अहो, तसं नाही. एखाद्या अप्रामाणिक कर्मचाऱ्याला किंवा इतर व्यक्तीला मिळालं असतं तर मोहापायी ते त्यानं परत केलंही नसतं!''

''चला, आता पैसे मिळाले त्याबद्दल आपण सर्वजण कोठेतरी जेवायला जाऊ. मिस्टर कदम तुम्ही आमच्याबरोबर याल?'' जेम्स म्हणाले.

''अहो आज काय खायचं असा प्रश्न आमच्यासमोर पडला होता. आमचे सगळे पैसे व क्रेडिट कार्डस् याच पाकिटात होते. शिवाय हॉटेलचे बिल कसे भागवायचे ही देखील विवंचना होती. येथे आमच्या परिचयाचे कोणी नाही. तरी मी जेम्सला नेहमी सांगत असते, की सगळे पैसे व क्रेडीट कार्डस् एकत्र ठेवत जाऊ नकोस म्हणून. माझ्याकडे थोडे पैसे देऊन ठेव असं मी सकाळीच त्याला म्हणाले होते. अडचणीच्या प्रसंगी काय करणार बरे?'' मिसेस रॉबिन्सन म्हणाल्या.

''कॅथी, तुझ्याकडे थोडे पैसे ठेवायला तशी माझी काही हरकत नसते. पण शॉपिंगमध्ये ते केव्हा गायब होतील याची मात्र मला खात्री नसते!'' जेम्स हसत हसत म्हणाले.

''तुझं हे नेहमीचंच असतं! मी काही उधळ-माधळ करत नसते हं! बरं, मिस्टर कदम, याल ना तुम्ही आमच्याबरोबर जेवायला?''

त्यांचा आग्रह मनापासून होता. मी त्यांच्याबरोबर जायला कबूल झालो. अर्ध्या तासाने हॉटेलच्या स्वागतकक्षात भेटायचे ठरले. दरम्यान मी शॉवर घेऊन तयार झालो. आम्ही हॉलंडे इनच्या समोर डावीकडे जाणाऱ्या कप्पेज रोडवर जेवायला गेलो. त्याच्या दुतर्फा फक्त उपाहारगृहेच होती. चिनी, थाई, भारतीय, व्हिएतनामी, जपानी, पाश्चात्त्य अशा उपाहारगृहांची तेथे रेलचेल झालेली.

''तुम्हाला थाई जेवण आवडते मिस्टर कदम?'' जेम्सनी विचारले.

''हो, चालेल मला!'' मी म्हणालो.

आम्ही 'अमारिन थाई' या उपाहारगृहात जाऊन स्थानापन्न झालो. जेम्सनी सर्वांसाठी 'टॉमयाम' सूप, कच्च्या पपईचे सॅलड, वाफेवर थाई पद्धतीने शिजवलेला एक अख्खा मासा व भात असे पदार्थ मागवले. जेवणासोबत 'सिंगा' बीअरही मागवली. आमच्या गप्पा पुढे चालू झाल्या. त्यांनी माझ्या बाबतीत माहिती विचारली. मी देखील

त्यांना त्यांच्या बाबतीत विचारले. ते निवृत्त सरकारी अधिकारी होते. त्यांचे वास्तव्य ऑस्ट्रेलियातील ॲडलेड् या शहरात होते.

“आपण सिंगापूरला यापूर्वीही आला होता?” मी जेम्सना विचारलं.

“हो, मी व कॅथी तीन वर्षांपूर्वी येथे येऊन गेलो होतो. त्यापूर्वीही दर तीन-चार वर्षांच्या अंतराने इकडे यायचो!” जेम्स म्हणाले.

“सिंगापूर हे तुमच्या आवडीचे ठिकाण असावे!” मी म्हणालो.

“आमचे वेळोवेळी सिंगापूरला यायचे एक खास कारण आहे.” बीअरचा एक घोट घेऊन जेम्स म्हणाले, “आणि ते तुम्हाला सांगायलाही काही हरकत नाही. माझे वडील ब्रिटिश सैन्यात अधिकारी होते. दुसऱ्या महायुद्धादरम्यान त्यांना सिंगापूरला फौजेच्या एका तुकडीबरोबर पाठवलं होतं. जवळ जवळ दोन वर्षं त्यांचा तळ होता येथून जवळच्याच फोर्ट केनिंगवर. १९४२ च्या जानेवारीत इथे ब्रिटिश व जपानी फौजांदरम्यान घनघोर लढाई झाली. त्यात माझे वडील मृत्युमुखी पडले. त्यांचं दफन येथील क्रांजी या उपनगराजवळच्या सिमेटरीत केलं आहे. मधून मधून त्यांच्या कबरीवर पुष्पचक्र वाहून त्यांच्या स्मृतीला वंदन करायला आम्ही इकडे येत असतो. प्रकृतीमानाने प्रत्येक वर्षी यायला जमत नाही. आज त्यांचा साठावा स्मृतिदिन आहे. आम्ही सकाळीच क्रांजीला जाऊन आलो. हा पाहा त्यांचा फोटो.” असे म्हणून जेम्सनी त्यांच्या पाकिटातील मी पाहिलेला सैनिकी गणवेष घातलेल्या तरुण अधिकाऱ्याचा जुनाट फोटो दाखवला.

“त्यांचा जिथे दोन-चार वर्षे वावर झाला त्या फोर्ट केनिंगवरही आम्हाला जायचं होतं, पण आता मला संधिवातामुळे चढ चढता येत नाही.” जेम्स म्हणाले.

काय योगायोग असावा! मघाशीच जेम्स यांच्या वडिलांचा फोटो असलेले पाकीट खिशात ठेवून मी फोर्ट केनिंगला सहा प्रदक्षिणा घातल्या होत्या!

खरंच, पितृस्मृतीने भारलेल्या जेम्सना आपण एका मोठ्या अडचणीतून मुक्त होण्यासाठी मदत केल्याचे अनोखे समाधान झाले. अगदी मसाल्याच्या बागेत आणखी एक चक्कर टाकून आल्यासारखे!

■

चिनी चित्रे

मी त्या इमारतीसमोरून जी धूम ठोकली ते रितान पार्कलाच पोहोचलो. एकदाही मागे वळून कोणी पाठलाग करतेय का हेही पाहिले नाही! मी जवळजवळ जॉगिंग करतच त्या पार्कमध्ये पोहोचलो होतो. शक्यतो मी जॉगिंग करत नाही, पण आज करणे भाग पडले होते...

बीजिंगच्या जियांगुओ हॉटेलच्या प्रवेशद्वारातून मी रितान पार्कमध्ये संध्याकाळी फिरायला जाण्यासाठी बाहेर पडलो. ते हॉटेल जियांगुओमेनवाईदाजी रस्त्यावर होते. तेथून उजवीकडे अर्धा किलोमीटर चालल्यावर उजव्या हाताचा चाओविंग रस्ता सरळ रितान पार्ककडे जातो. तो संपूर्ण परिसर वेगवेगळ्या देशांचे दूतावास व काही आंतरराष्ट्रीय संघटनांच्या कार्यालयांसाठी व त्यांच्या अधिकाऱ्यांच्या निवासासाठी सरकारने खास राखून ठेवला आहे. माझे आंतरराष्ट्रीय रेड क्रॉसचे विभागीय कार्यालय त्याच परिसरात आहे. जेव्हा जेव्हा मी बीजिंगला कुआलालंपूरहून जायचो, तेव्हा माझी राहायची सोय जियांगुओ हॉटेलमध्येच केली जायची. कारण आमचे कार्यालय तेथून फक्त ५-६ मिनिटांच्या अंतरावर होते. तेथे पहिल्यांदा गेल्यावर नकाशाच्या आधारे रितान पार्क शोधून काढला. फारसा मोठा नसला तरी व्यायामासाठी फिरायला उत्तम होता. त्यात एक जॉगिंग करण्यासाठी किंवा चालण्यासाठी छोटा ट्रॅकही होता.

त्या दिवशी हॉटेलच्या बाहेर पडतो न पडतो तोच अंदाजे २०-२२ वर्षांची, जीनची पँट, पांढरा टी शर्ट घातलेली व चष्मा असलेली एक तरुणी माझ्याकडे आली व तिने मला विचारले, "तुम्ही भारतीय आहात का?"

मी तिच्याकडे दुर्लक्ष केले. चीनला मी ६-७ वेळा गेलो होतो. सुरुवातीस अशा तरुणी काहीतरी बहाणा करून तुमच्याशी बोलायला सुरू करतात व नंतर लक्षात येते की त्या कॉलगर्ल्स आहेत. शियामेन या चीनच्या दक्षिणेकडील शहरात मागे गेलो असताना संध्याकाळी नेहमीप्रमाणे फिरायला बाहेर पडलो. तेव्हा एक मध्यमवयीन स्त्री व तिच्या बरोबरची २०-२२ वर्षांची तरुणी माझ्याकडे आल्या. ती स्त्री मला

म्हणाली, ''आम्ही हुबै प्रांतातून इथे आलो आहोत. जवळ एकही पैसा नाही. आम्हाला खूप भूक लागली आहे, पण तुमच्याकडून भीक मागायला लाज वाटते. ही माझी मुलगी तुम्हाला छान 'चिनी मसाज' करून देईल. तुम्हाला द्यायचे तेवढे युआन द्या!''

त्यांचा हेतू लक्षात आल्यावर काढता पाय घेतला. अलीकडेच वूहान या मध्य चीनमधल्या शहरात गेलो असताना काही तरुणी चक्क तुमच्याजवळ येऊन हॉटेलवर घेऊन जायचा आग्रह करतात हे मी प्रत्यक्ष पाहिले होते. चीनमध्ये एकीकडे आर्थिक प्रगती होत असली तरी दारिद्र्यही प्रचंड प्रमाणावर होते. अशा तरुणींनी तसे विचारल्यावर मला राग येण्याऐवजी त्यांची दया वाटायची. परिस्थितीने त्यांना शरीरविक्रय करायला भाग पाडले होते. त्यांना रागावून किंवा तुरुंगात टाकून प्रश्न सुटणार नव्हता, पण त्यांची अशी दया वाटली तरी त्यापोटी त्यांच्याकडून 'मसाज' किंवा मसाजच्या नावाखाली अन्य काही 'सेवा' घ्यावी असे मला कधीही वाटायचा प्रश्नच नव्हता.

१९९३ मध्ये ब्राझिलची राजधानी रिओ द जनेरो येथे एका आंतरराष्ट्रीय परिषदेसाठी गेलो होतो. तेथे संध्याकाळी हॉटेलच्या समोरील कोपाकबाना समुद्र किनाऱ्यालगतच्या रस्त्याने फिरत असताना एक १३-१४ वर्षांचा मुलगा बुटांना पॉलिश करताना पाहिला. माझे काळे बूट पॉलिश करायला झाले होते. मला वेळही होता. मी त्याच्याकडून पॉलिश करून घ्यायचे ठरवले. त्याने मला बसायला एक छोटेसे स्टूल दिले. मी बूट काढून त्याला पॉलिश करायला दिले व त्या स्टूलवर बसलो. अंधार पडत आला होता. त्या बीचचे, समुद्राचे व आकाशात भरभर बदलणाऱ्या रंगांचे नयनमनोहर दृश्य पाहण्यात मी मग्न होतो. एवढ्यात अचानक एक तरुणी कुठून तरी येऊन चक्क माझ्या मांडीवर बसली व गळ्यात हात टाकून म्हणाली, 'डार्लिंग, चल आज रात्रभर तुझ्या कुशीत झोपव मला!''

तिला ढकलून देता देता माझ्या नाकी नऊ आले. बूट तेथेच सोडून पळ काढावा की काय असा विचार मनात आला. कुठून बुटांना पॉलिश करायची दुर्बुद्धी झाली असेही वाटले, पण मला तिच्यामध्ये अजिबात स्वारस्य नाही हे लक्षात आल्यावर ती दुसऱ्या कोणाची तरी 'कूस' शोधायला गेली!

पूर्वी ऑक्टोबर २००१ मध्ये उझबेकिस्तानची राजधानी ताश्कंद येथे गेलो होतो तेव्हा ज्या हॉटेलमध्ये राहिलो होतो. तेथील कर्मचारीच हलक्या आवाजात 'मुलगी हवी का?' असं विचारायचे. एकदा तेथील स्थानिक सहकारी सर्गी राखीमॉव्ह याला ही गोष्ट सांगितल्यावर तो म्हणाला, ''उमेश, जरा सांभाळून हं! अनोळखी व्यक्तीने खोलीच्या दारावर टकटक केली तर दार उघडू नकोस. नाहीतर त्या डॉ. कास्परसारखं व्हायचं!''

''मी मुळीच उघडणार नाही, पण डॉ. कास्पर यांच्याबाबतीत काय झालं

होतं?'' मी उत्सुकतेने विचारले.

''अरे, आपल्या जिनिव्हाच्या मुख्य कार्यालयातून सर्जन डॉ. कास्पर एक आठवड्यासाठी इथे आले होते. मला वाटतं त्याला दीडएक वर्ष झालं असेल. इथे युद्धादरम्यान जखमी होणाऱ्यांवर कराव्या लागणाऱ्या शस्त्रक्रियांवर एक कार्यशाळा आयोजित करण्यात आली होती. त्यासाठी ते आले होते. पन्नाशीचे डॉक्टर अगदी सज्जन व सरळमार्गी. त्यांच्या येथील वास्तव्याच्या तिसऱ्या दिवशी ते आमच्याबरोबर जेवून खोलीवर परतले. झोपण्यापूर्वी त्यांना वाचायची सवय. रात्री दहाच्या सुमारास त्यांचा खोलीतील फोन वाजला...

''हॅलो, डॉक्टर कास्पर बोलतोय!'' त्यांना यावेळी फोन अपेक्षित नव्हता म्हणून जरा आश्चर्यानेच त्यांनी विचारले.

''डॉक्टरसाहेब, आपला एक फॅक्स आला आहे. त्यावर अर्जंट असं लिहिलं आहे. खोलीवर पाठवू का?'' त्या गृहस्थाने विचारले.

''हो, हो, लगेचच पाठवा!'' डॉक्टर म्हणाले.

''ताश्कंदमध्ये जरी रात्रीचे दहा वाजले होते तरी जिनिव्हामध्ये तेव्हा संध्याकाळचे पाचच वाजले होते. काहीतरी महत्त्वाचा संदेश तिकडून आला असणार याची डॉक्टरांची खात्री झाली. एवढ्यात दारावर 'टकटक' असा आवाज आला. डॉक्टरांनी लगबगीने दार उघडले. त्याचबरोबर हॉटेलच्या एका वेटरने दारातून एका तरुणीला आत ढकलले, दाराची किल्ली काढून घेतली व दार बाहेरून बंद केले! हे सगळे एवढ्या पटपट घडले की डॉक्टरांना काही कळायच्या आतच तो वेटर दार बंद करून निघून गेलेला! दाराला त्याने बाहेरून कुलूप लावलेले. त्या धक्क्यातून जरा सावरल्यावर डॉक्टरांनी त्या मुलीकडे पाहिले. ती कोचावर बसून उन्मादक व सूचक नजरेने पाहत मंद स्मितहास्य करत होती व डॉक्टरांना आपल्या शेजारी येऊन बसायला खुणावत होती! डॉक्टर तिला म्हणाले, ''हे पाहा मुली, मी तुझ्या वडिलांसारखा आहे. माझी थोरली मुलगी तुझ्याच वयाची असेल! मला तुझ्याकडून काहीही नको आहे. तू तुझा व माझा वेळ वाया घालवू नकोस. तू येथून निघून जा!''

''पण तो कुलूप लावून गेला आहे ना!'' ती नाराज होऊन म्हणाली. आता एवढ्या उशिरा दुसरे 'गिऱ्हाईक' कोठून मिळणार यामुळे तिला चिंता वाटली असावी.

''थांब, मी रिसेप्शनला फोन करून दार उघडायला सांगतो.'' असे म्हणून त्यांनी फोन उचलला, तर तो काम करत नव्हता! वातानुकूलित खोलीच्या खिडक्या उघडायचीही सोय नव्हती. म्हणजे आरडाओरडा करून कोणाचे लक्ष वेधण्याचीही शक्यता नव्हती. हॉटेलचे कर्मचारीच वेश्याव्यवसायात गुंतलेले! डॉक्टरांनी विचार केला की चला आता एखादा तासभर त्या गृहस्थाची वाट पाहत बसायचं झालं! दरम्यान त्या मुलीने टी.व्ही. सुरू केला होता व उझबेकी भाषेतील एक मालिका ती

पाहत बसली होती. डॉक्टरांनी आपले पुस्तक उघडले, पण त्यांचे वाचण्यावर लक्ष केंद्रित होईना. पाच-दहा मिनिटांनी त्यांनी तिला विचारले, ''किती वाजता येतो म्हणाला तुझा साथीदार?''

''तो आता उद्या सकाळी साडेसहालाच येणार!'' ती थंडपणे म्हणाली.

''म्हणजे, आता रात्रभर तू याच खोलीत राहणार?'' डॉक्टरांनी विश्वास न बसल्याने विचारले.

''अर्थातच!'' ती म्हणाली.

''अरे बापरे! ही काय आपत्ती आली म्हणायची?'' डॉक्टर कपाळावर हात मारत स्वत:शीच म्हणाले.

''शिवाय रात्रीतून तुमचा विचार बदलला तर मी आहेच तुमच्या शेजारी!'' ती मिष्किलपणे हसत म्हणाली.

''म्हणजे तुला काय सुचवायचंय?''

''तुम्हाला आत्ता इच्छा नसेल, पण माझ्या सहवासाने ती नंतर झाली तर?''

''ते मुळीच शक्य नाही! पण आता प्रश्न असा आहे, की रात्रभर तू झोपणार कुठे? इथे तर एकच सिंगल बेड आहे. शिवाय कोचही छोटासाच आहे. नाहीतर मी कोचावर झोपलो असतो पण आता...'' डॉक्टरांना काही सुचेना. बरं, आपण कॉटवर झोपून हिला खुर्चीत बसायला कसं सांगायचं? काही झालं तरी एक स्त्री आहे ती!

''हे बघ मुली, तू बेडवर झोप. मी बसतो इथे खुर्चीत, पण मला एक सांग, एवढी सुंदर दिसणारी तू, या वाईट मार्गाला का लागलीस?''

''असं म्हणताच ती मुसमुसून रडू लागली. अरे बापरे, आता काय करायचं म्हणून डॉक्टर अधिकच काळजीत पडले. काही वेळाने ती शांत झाली व तिने आपल्या खेड्यातून गरिबीमुळे कसं स्थलांतर केलं, तिला नोकरीच्या आमिषाने कसं फसवलं गेलं, वेश्याव्यवसाय करणाऱ्यांच्या टोळ्या हॉटेल कर्मचाऱ्यांच्या संगनमताने कशा काम करतात, हे सगळं बारीक-सारीक तपशिलांसह डॉक्टरांना सांगितलं. पहाटे तीन वाजेपर्यंत ते बोलत बसले! शेवटी ती बेडवर झोपली व डॉक्टर खुर्चीतच डुलक्या काढू लागले!''

''अरे बापरे! मी आता कोणीही दार वाजवलं तरी मुळीच उघडणार नाही!'' मी सर्गीला म्हणालो.

हे असे अनुभव ऐकल्यामुळे त्या दिवशी संध्याकाळी जियांगुओ हॉटेलच्या बाहेर जेव्हा ती तरुणी माझ्याशी संवाद साधायच्या हेतूने बोलू लागली, तेव्हा मी तिच्याकडे लक्षच दिले नाही.

''मी एक विद्यार्थिनी आहे, तुमचा गैरसमज नसावा!'' असे जेव्हा ती म्हणाली

तेव्हा माझी पावले थबकली. मागे एकदा टोकियोमध्ये मी शाही राजवाडा पाहायला गेलो होतो, तेव्हा काही शाळकरी मुली माझ्याजवळ येऊन त्यांनी थोडावेळ त्यांच्याशी इंग्रजीत संभाषण करायची मला विनंती केली होती. त्या खरंच इंग्रजी शिकत होत्या. त्यांच्या प्रशिक्षकाने त्यांना जेथे परदेशी प्रवासी जातात, अशा ठिकाणी जाऊन त्यांच्याशी इंग्रजीमध्ये संवाद करायचा सराव करायला सांगितले होते. असाच अनुभव इंडोनेशियातील बोरोबुद्दूर या सुप्रसिद्ध प्राचीन मंदिर संकुलात गेलो असताना आला होता. त्या विद्यार्थ्यांशी दहा-पंधरा मिनिटे बोलताना गंमत आली होती व त्यांना त्यांच्या अभ्यासात मदत केल्याचे समाधानही झाले होते. जवळजवळ वीस वर्षे मी शिक्षणक्षेत्रात काम केले होते. त्यामुळे कोणत्याही विद्याशाखेच्या विद्यार्थ्यांबद्दल माझ्या मनात नेहमीच सहानुभूती असते. ती चिनी तरुणी 'मी एक विद्यार्थिनी आहे...' असे जेव्हा म्हणाली, तेव्हा मी थबकलो व तिला विचारले, "इंग्रजी संभाषणाचा सराव करायचा आहे का?"

"नाही, मी येथील चिंगव्हा विद्यापीठात चिनी चित्रकला शिकते आहे!" ती म्हणाली.

हे ऐकल्यावर माझी उत्सुकता वाढली. त्याची कारणे दोन. आम्ही कुआलालंपूरमध्ये राहात असलेल्या 'मेनारा बांगसार' या अपार्टमेंट्सच्या आवारातच चिनी चित्रकलेचे वर्ग भरतात. एक प्रशिक्षक आठवड्यातून दोनदा ते वर्ग घेतात. नीलिमाने ते वर्ग सुरू केले होते. तिचा चित्रकलेत हात चांगलाच आहे. जरा वेगळ्या धर्तीची, तांदळापासून केलेल्या कागदांवरची जलरंगातील चिनी चित्रकलेची एक वेगळीच शैली होती. हल्ली तिने बोगनवेली, मैना, इतर फुले, बांबूची झाडे, नदी-डोंगरांचे देखावे यांची सुंदर चित्रे चिनी शैली वापरून काढली होती. दुसरे कारण असे, की मला स्वत:ला चित्रकलेची खूप आवड. लहानपणापासून वडील चित्रे काढायला बसले, की मीही त्यांचे अनुकरण करायचा प्रयत्न करायचो. वडिलांचा निसर्गचित्रे काढण्यात हातखंडा. त्यांनी जवळजवळ एक हजार सुंदर निसर्गचित्रे काढली आहेत. त्यांचा वारसा अगदी छोट्या प्रमाणावर मी चालवत आहे. आमच्या अक्षयलाही चित्रकलेची खूप आवड आहे. जेव्हा ती मुलगी चित्रकला शिकते आहे असे म्हणाली तेव्हा माझी उत्सुकता वाढली.

"आम्हा विद्यार्थ्यांच्या चित्रांचं एक प्रदर्शन शेजारच्याच इमारतीत लागलं आहे. तुम्ही येऊ शकाल पाहायला?" तिनं अजिजीने विचारले. मी घड्याळाकडे पाहिले. पाच वाजले होते. एखादा तासभर फिरून नंतर संध्याकाळी साडे-सात वाजता चीनच्या परराष्ट्र मंत्रालयाने आयोजित केलेल्या एका खास भोजन समारंभास मला हजर राहायचे होते. जवळजवळ तीस आंतरराष्ट्रीय संघटनांच्या अधिकाऱ्यांना मंत्रालयाने आमंत्रित केले होते. आमच्या बीजिंग येथील कार्यालयाचे प्रमुख व मी त्यास हजर

राहणार होतो. पाच-दहा मिनिटे त्या मुलीची चित्रे पाहून थोडावेळ फिरून हॉटेलवर परत येऊन शॉवर घेऊन सूट वगैरे परिधान करून जायला मला भरपूर वेळ होता.

"चल, पाहू बरं कसलं प्रदर्शन तुम्ही विद्यार्थ्यांनी लावलं आहे!" मी तिला म्हणालो.

ती खुषीत येऊन मला शेजारच्या इमारतीकडे घेऊन जाऊ लागली. मी तिला म्हणालो, "तू मला जेव्हा पहिल्यांदा विचारलंस, की तुम्ही भारतीय आहात का, तेव्हा मी तुझ्याकडे दुर्लक्ष केलं कारण बऱ्याचवेळा अन्य काही वाईट हेतूने तरुण मुली प्रवासी लोकांच्यामागे लागतात!"

त्यावर मंद हास्य करत ती म्हणाली, "मला त्याची कल्पना आहे! बरं झालं तुम्ही माझ्याशी न बोलता निघून गेला नाहीत! बरं, माझं नाव चिंग-ली, तुम्ही?"

मी माझं नाव तिला सांगितलं. एवढ्यात आम्ही त्या प्रदर्शनाच्या दालनात पोहोचलो. तेथे कित्येक सुंदर चिनी चित्रे टांगली होती. फळाफुलांची, डोंगराची, चीनच्या प्रचंड भिंतीची, नद्या-तलावांची अप्रतिम चित्रे पाहून मी थक्क झालो.

"ही सगळी चित्रं विद्यार्थ्यांनी काढली आहेत?" विश्वास न बसल्यामुळे मी विचारले.

"हो, आमचे प्रशिक्षक खूपच चांगले आहेत. हे काय, इथे बसलेले हे गृहस्थच आमचे प्रशिक्षक आहेत!" तेथील एका चाळिशीच्या गंभीर चेहऱ्याच्या गृहस्थाकडे हात दाखवून ती म्हणाली. तो एक चिनी पुस्तक वाचण्यात मग्न होता. त्याने माझ्याकडे फक्त एक कटाक्ष टाकला व आपले वाचन पुढे सुरू केले. सर्व चित्रे पाहून झाल्यावर मी चिंग-ली ला म्हणालो, "छान चित्रं आहेत. यातली तुझी कोणती?"

तिने मला तिची चित्रं दाखवली. तिचा हात चांगलाच होता.

"चला, निघतो मी, मला गेलं पाहिजे!" घड्याळाकडे पाहत मी म्हणालो.

"मिस्टर कदम, तुम्हाला काही चित्रं विकत घ्यायची असतील तर घेऊ शकता!" चिंग-ली म्हणाली.

माझी चित्रे विकत घ्यायची इच्छा नव्हती. माझ्या घरात फक्त नीलिमाची, अक्षयची व माझी काही चित्रे आम्ही भिंतीवर लावलेली. मला विकतची चित्रे घरात लावायला मुळीच आवडत नाही. मी चित्रे विकत घ्यायला तयार नाही हे कळल्यावर ती खूप नाराज झाली.

"एखादं तरी माझं चित्र विकत घ्या. आम्ही विद्यार्थी चित्रे विकूनच पुढचा अभ्यासक्रम पुरा करू शकतो!"

तिने असे म्हणताच मला वाईट वाटले, पण भावनेला बळी न पडता मी एकही चित्र विकत घ्यायचे नाही, हे पक्के ठरवले होते. तिने खूप आग्रह केल्यानंतरही मी चित्रे विकत घेणार नाही हे तिला कळल्यावर तिचा चेहरा पडला. माझा नाइलाज

होता. मी त्या दालनातून बाहेर पडलो. तीही बाहेर आली.

"अलीकडेच माझी एक मैत्रीण भारतास गेली होती. तिच्याकडचे काही शिल्लक राहिलेले भारतीय चलन तिने माझ्याकडे ठेवायला दिले आहे. ते तुम्ही विकत घेऊ शकता?"

असे तिने विचारल्यावर मला जरा रागच आला. मी तिला म्हणालो, "हे पाहा चिंग-ली, मला चित्रे अथवा चलन काहीच विकत घ्यायचे नाही."

"बरे, विकत घ्यायचे राहू दे. तुम्ही आमची चित्रे पाहायला आलात याबद्दल धन्यवाद! येथील एखाद्या उपाहारगृहात चहा किंवा अन्य काहीतरी प्यायला जाऊया?"

आता मात्र मला तिच्याबरोबर एक मिनिटही राहायचं नव्हतं. मी जरा रागानेच म्हणालो, "हे पाहा, आज दिवसभर एका सेमिनारमध्ये बसून माझी पाठ अवघडून गेली आहे. आता मला माझ्या खोलीवर जाऊन जरा आडवं पडावंसं वाटतंय!" मी तिला थाप ठोकली.

"असं? चला, मग तुमच्या पाठीला छानपैकी 'चिनी मसाज' करून द्यायला तुमच्या खोलीवर मीही येते!"

हे ऐकल्यावर मी तेथून धूम ठोकली व रितान पार्क गाठला!

■

परांजपे काकू

पूर्व अंधेरीतील परांजपे काकांच्या घराची बेल वाजवली. काकांनीच दार उघडले.

"या, या! घर सापडले ना लगेच?"

"हो, तुम्ही सांगितलेल्या मार्गानेच आलो. लगेचच सापडले!" मी म्हणालो. आतल्या खोलीकडे तोंड करून काका म्हणाले, "अगं, उमेश व नीलिमा आले. बाहेर ये!" आम्हाला उद्देशून काका म्हणाले, "बसा हं, पाणी आणतो मी!"

इतक्यात काकू आतून आल्या. आंब्याचा रस काढायचे काम मध्येच सोडून त्या आलेल्या. सर्वांत आधी त्यांनी आम्हा दोघांकडे डोळाभरून पाहिले. त्यांच्या डोळ्यात जिव्हाळा, आपुलकी व कृतज्ञता असे भाव दाटून आले होते. आम्हाला पाहताच त्यांचे डोळे पाणावलेही होते. आम्ही दोघेही त्यांच्या पाया पडलो तर त्या खूपच संकोचल्या.

"कशी तब्येत आहे काकू आता?" नीलिमाने विचारलं.

"अगदी उत्तम. बसा हं, मी हात धुवून आले." त्या आत गेल्यावर काका म्हणाले, "अजूनही मधून मधून तिला घाबरल्यासारखं होतंय, पण आता ती जवळजवळ नव्वद टक्के बरी झाली आहे." काकू बाहेर आल्या.

"तुमचा दोघांचा चेहरा काही केल्या आठवत नाही. मला नंतर यांनी तुमच्याविषयी सांगितले आणि कधी एकदा तुम्हाला भेटू असं मला झालं होतं!"

"म्हणून तर मुद्दाम आम्ही आलो. बरं, जेवायचा बेत साधाच आहे ना? रात्री सव्वा अकराची फ्लाईट आहे." मी म्हणालो.

"अहो, तुम्ही येणार हे कळल्यापासून हिच्या पायाला दम नाही. हे करू की ते करू, हे त्यांना आवडेल की ते त्यांना आवडेल अशी तिची धांदल उडाली!" काका हसत म्हणाले. काकू देखील आम्हाला चहा हवा की सरबत, ए.सी. ठीक काम करतो की नाही, आमचं सामान व्यवस्थित ठेवले आहे की नाही, हे पाहण्यात मग्न होत्या.

"आज मी आमरसाचा बेत केला आहे. तुम्हाला चालेल ना?" काकूंनी विचारले.

“अगदी उत्तम! नीलिमाला रस-पोळी खूप आवडते. मलेशियात बाराही महिने आंबे मिळतात, पण आपल्या हापूसची बरोबरी कुठलाच आंबा करू शकत नाही!” मी म्हणालो.

“अहो, त्यांना मंदारच्या बाळाचे फोटो दाखवा ना!” काकू काकांना म्हणाल्या. आम्ही त्यांच्या अमेरिकेतील नातवाचे फोटो पाह्यले.

“मी जाणार आहे तिकडे अजून दोन महिन्यांनी!” काकू म्हणाल्या.

“छान! आता तुम्हाला कधी एकदा तिकडे जातो असं झालं असेल.” मी म्हणालो.

थोड्यावेळाने आम्ही जेवायला बसलो. काकूंनी केवळ आमरस-पोळी न करता इतरही खूप पदार्थ केले होते. भाज्या, आमटी, कोशिंबीर, चटण्या, लोणचे, पापड यांनी ताट भरून गेले होते.

“काकू, अहो किती पदार्थ केले तुम्ही?” नीलिमा म्हणाली.

“अहो आज सकाळपासून ती तयारीला लागली. इतके दिवस फक्त पोळी-भाजी, वरण-भात करायची!” काका म्हणाले.

“तुम्ही काय वारंवार इकडे येता? आता व्यवस्थित जेवायचं हं!” काकू म्हणाल्या. त्यांनी आम्हाला आग्रह करकरून वाढले. जेवण झाल्यावर नीलिमाची ओटी भरून तिला एक छानशी पर्स व माझ्यासाठी शर्टाचे कापड दिले. त्यांच्या पाहुणचाराने व आदरातिथ्याने आम्ही दोघेही भारावून गेलो होतो.

नऊ वाजता त्या दोघांचा निरोप घेतला त्यावेळी काकूंच्या डोळ्यांतील ओलावा माझ्या नजरेतून सुटला नाही. त्या कुटुंबाची व आमची ओळख एका कठीण प्रसंगी झाली होती...

फेब्रुवारी २००६ ची गोष्ट. रात्री अकराच्या सुमारास मी विमानतळावरून घरी पोहोचलो. टोकियो ते कुआलालंपूर या प्रवासात माझा सारा दिवस निघून गेला होता. जेव्हा रात्री अकराच्या पुढे घरी पोहोचणार असतो, तेव्हा मी आवाज न करता कुलूप काढून, कपडे बदलून झोपायला जात असतो. जेवण विमानातच होत असल्याने घरी गेल्यावर थोडी फार भूक असल्यास एखादे फळ खात असे. नीलिमा साडेदहाच्या सुमारास झोपी जायची. त्या दिवशी नेहमीप्रमाणे मी कुलूप उघडून आत गेलो व पाहतो तर नीलिमा दिवाणखान्यात ‘रीडर्स डायजेस्ट’ वाचत बसलेली.

“हे काय? तू झोपली नाहीस अजून?” मी काहीशा आश्चर्याने विचारले.

“आज झोप येत नव्हती म्हणून विचार केला, की तुम्ही येईतोपर्यंत वाचत बसायचं. तुम्ही कपडे बदलून घ्या. काही खायचंय तुम्हाला? तसा फ्रीजमध्ये थोडा भात व फिश करी आहे!” नीलिमा म्हणाली.

“आता भात वगैरे काही नको. थोडे दूध व एक केळं घेईन. आलोच मी कपडे

बदलून!'' मी म्हणालो व आत जाऊन वॉश घेऊन कपडे बदलून आलो.

''उमेश, मघाशी कोल्हापूरहून स्वातीताईंचा फोन आला होता. त्यांच्या मामींच्या बहीण मिसेस परांजपे व त्यांचे मिस्टर एका प्रवासी कंपनीतून सिंगापूर, कुआलालंपूर व बँकॉकच्या सफरीवर आले आहेत. काल त्यांचा कुआलालंपूर येथेच मुक्काम होता. रात्री जेवण झाल्यावर ते दोघे हॉटेलच्या जवळ एक चक्कर टाकायला बाहेर पडले तेव्हा मोटरसायकलवरून आलेल्या एका माणसाने मिसेस परांजपेंच्या खांद्याच्या पर्सला पकडून हिसका मारायचा प्रयत्न केला पण त्यांच्या पर्सऐवजी त्यांच्या साडीचा पदर त्याचा हाती आला व त्याच्या हिसड्याने त्याखाली पडल्या व थोडे फरफटत गेल्या. त्यांच्या डोक्याला जखम झाली आहे व सध्या त्या कोमामध्ये आहेत.'' नीलिमा म्हणाली.

''अरे बापरे? कोणत्या दवाखान्यात त्यांना ठेवलंय?''

''कुआलालंपूर हॉस्पिटल. सुदैवाने ते हॉस्पिटल हॉटेलच्या समोरच आहे. मिस्टर परांजपे ग्रँड सिझन्स हॉटेलमध्येच अजूनही आहेत. त्यांच्या परिचयाचं इथे कोणीच नाही. ते खूप घाबरून गेले आहेत. त्यांना काही मदत करता येईल का असं स्वातीताई विचारत होत्या.''

स्वाती कुलकर्णी या कोल्हापूरचे सुप्रसिद्ध हृदयरोगतज्ञ डॉ. दिलीप कुलकर्णींच्या पत्नी. पूर्वाश्रमीच्या त्या स्वाती भावे. आम्ही शहाजी लॉ कॉलेजला एकाच वर्गात शिकलेलो. त्यांचे वडीलही वकील होते. ते आमचा दोघांचा अभ्यासही घ्यायचे. कुलकर्णी दांपत्याचा व आमचा चांगलाच घरोबा.

''असं करू, उद्या सकाळी आपण सरळ हॉटेलवर व हॉस्पिटलला जाऊ. मी ऑफिसला उशिरा येतो आहे असं कळवतो.''

दहा-बारा दिवस या सुंदर प्रदेशाला भेट द्यायला, थोडी मौज-मजा करायला आलेले परांजपे दांपत्य केवढ्या मोठ्या अडचणीत सापडले होते? परदेशात कोणाचीही ओळख-पाळख नसताना अशा दिव्याला सामोरे जायचे म्हणजे सोपे नव्हते.

सकाळी आम्ही तयार झालो. नीलिमा स्वयंपाकघरातच होती.

''अगं चल आता, निघायला हवं!'' मी म्हणालो.

''मिस्टर परांजपेंसाठी थोडासा उपमा करून घेतलाय. डब्यात भरतेय. झालंच!''

आम्ही पंधरा-वीस मिनिटांत ग्रँड सीझन्स हॉटेलवर पोहोचलो. मिस्टर परांजपेंच्या खोलीचा नंबर मिळवला. त्यांच्या खोलीचे दार ठोठावले. जवळजवळ ६२-६४ वयाच्या चिंताग्रस्त चेहऱ्याच्या गृहस्थांनी दार उघडले.

''आपण मिस्टर सुरेश परांजपे?'' मी मराठीतच विचारले. आमच्याकडे आश्चर्याने पाहत त्यांनी विचारले, ''हो, आपण कोण?''

मी खुलासा केला.

"अहो, मला परवा रात्रीपासून काहीच सुचत नाही. डॉक्टर काही खात्री देत नाहीत. आमच्या बरोबरचे सहप्रवासी थोड्याच वेळात सिंगापूरला आज जाणार व रात्रीच्या विमानाने मुंबईला. आमच्या प्रवासाच्या शेवटी शेवटी ही काय आपत्ती आली पाहा."

"काका, तुम्ही आता काळजी करू नका. आम्ही तुमच्याबरोबर आहोत..."

इतक्यात त्यांच्या प्रवासी कंपनीचे व्यवस्थापक खोलीत आले. ते म्हणाले, "परांजपेसाहेब, तुमचं काम झालं. तुम्ही हवं तितके दिवस याच हॉटेलमध्ये राहू शकता. तुमचं बील आमच्याकडे पाठवलं जाईल. तुम्ही मुंबईत आल्यावर आम्हाला पैसे द्या. खोलीचं दिवसाचं भाडं साडेचार हजार रुपये आहे. तरी किती दिवस तुम्हाला इथे राहावं लागेल असं वाटतंय?"

"अहो डॉक्टर काहीच सांगत नाहीत. ते म्हणतात असे पेशंट एक-एक महिना कोमात राहू शकतात. तेही इजा खूप गंभीर नसेल व हळूहळू प्रकृतीत सुधारणा होत असेल तर. आता इथे किती दिवस राहावं लागेल मी कसं सांगू!"

हे ऐकताच नीलिमा म्हणाली, "काका, तुम्ही खोली आजच रिकामी करा व आमच्या घरी राहायला चला. सध्या आमचा अक्षय इथे नसतो. त्याची खोली रिकामीच आहे. पंधरा-वीस मिनिटांत तुम्ही सहज इथे पोहोचाल. शिवाय इथे तर तुमचे खाण्याचेही हाल होतील."

"खरंच काका, तुम्ही कसलाही संकोच बाळगू नका. स्वातीताई अगदी माझ्या बहिणीसारख्या आहेत. आम्ही कोणी परके लोक नाही. तुम्ही सामान भरायला घ्याच." मीही नीलिमाच्या प्रस्तावाला दुजोरा दिला.

"अहो पण..." काका चाचरत म्हणाले.

"आता पण वगैरे काही नाही. आपण असं करू, सामान भरून तयार ठेवूया. मग हॉस्पिटलकडे जाऊ. डॉक्टरांना भेटू व परिस्थितीचा आढावा घेऊ." मी म्हणालो व प्रवासी कंपनीच्या व्यवस्थापकाला सांगितले, "तुम्ही हॉटेलच्या मॅनेजरना आम्ही अकरा वाजता खोली खाली करत आहोत असं सांगा." तो गृहस्थ आमचा निरोप घेऊन निघून गेला. काका सामान भरायला लागले.

"काका, तुमचा नाश्ता झाला आहे की नाही? मी तुमच्यासाठी थोडा उपमा आणला आहे. खाऊन घेता आधी?" नीलिमाने विचारले.

"अहो, परवाच्या त्या प्रसंगापासून माझी तहानभूक हरपून गेली आहे. खायची इच्छाच होत नाही. तुम्ही म्हणता आहात तर मी खाऊन घेईन..."

आमच्या तेथे गेल्यामुळे काकांच्या जीवात जीव आला होता. त्यांनी उपमा खाऊन झाल्यावर सामान तयार ठेवले. आम्ही समोरच्या प्रशस्त हॉस्पिटलमध्ये गेलो. सरकारी हॉस्पिटल असले तरी ते अद्ययावत होते. तेथे तज्ज्ञ डॉक्टर्स काम करत हे

मला ठाऊक होते, त्यामुळे तेथून परांजपे काकूंना दुसरीकडे हलवायचा प्रश्नच उद्‌भवत नव्हता. आम्ही न्यूरॉलॉजी विभागातील दुसऱ्या मजल्यावरील वॉर्डमध्ये पोहोचलो. वॉर्ड अतिशय स्वच्छ व प्रशस्त होता. फिकट निळ्या रंगाचा गणवेश घातलेल्या नर्सेस इकडून तिकडे जा-ये करत होत्या. आम्ही काकूंच्या बेडजवळ आलो. त्या शांत झोप लागल्यासारख्या डोळे मिटून पडल्या होत्या. काळे-करडे कुरळे केस काहीसे अस्ताव्यस्त झालेले. नाकामध्ये प्राणवायूची नाजूक नळी लावलेली. त्यांच्या गळ्यापर्यंत पांघरलेल्या हिरव्या चादरीतून उजवा हात बाहेर आलेला, त्याला सलाईन जोडलेले. किंचित सावळा वर्ण, पण चेहरा निस्तेज झालेला. अगदी मंद श्वासोच्छ्वास चाललेला होता. तेवढे सोडले तर सर्व शरीर निश्चल होते.

"मी रात्री इथेच होतो. सकाळी अंघोळीसाठी हॉटेलवर गेलो. रात्रभर हिच्या शेजारी बसून होतो, यदाकदाचित शुद्धीवर आली तर एकदम घाबरून जाऊ नये म्हणून." काका म्हणाले.

आम्ही तेथून प्रतीक्षागृहात गेलो. तेथे गेल्यावर काकांना म्हणालो, "काका, आता तुम्हालादेखील व्यवस्थित विश्रांती घ्यायची गरज आहे. तुमच्या मदतीला आम्ही आहोत. मी आता काकूंवर उपचार करणाऱ्या डॉक्टरांची भेट घेतो. त्यानंतर मी ऑफिसला जाईन व संध्याकाळी पुन्हा येईन, त्यावेळी तुम्ही बॅग घेऊन माझ्याबरोबर चलायचं. तुम्ही इथे रात्रभर बसून राहण्याने काही फरक पडणार नाही. अशा प्रसंगी तुमची प्रकृती ठीक व तुम्ही मनाने खंबीर असणं आवश्यक आहे."

मी मेट्रनकडून काकूंवर उपचार करणाऱ्या डॉक्टरांचे नाव घेतले. ते मूळचे भारतीय वंशाचे पण मलेशियन होते. त्यांचं नाव होतं डॉ. चंद्रन. त्यांना भेटून काकूंच्या बाबतीत विचारले.

"परिस्थिती गंभीर आहे. आम्ही रोज दोन वेळा मेंदूचं स्कॅनिंग करतो. इतर चाचण्याही करतो. मेंदूच्या डाव्याभागास धक्का पोहोचला आहे. इजा कितपत गंभीर आहे हे समजत नाही. औषधोपचार तातडीने सुरू केले आहेत."

"कोमातून केव्हा बाहेर येऊ शकतील याचा काही अंदाज?" मी विचारले.

"मिस्टर कदम, त्यांचं नशीब बलवत्तर असेल तरच त्या कोमातून बाहेर येऊ शकतील. अशा कित्येक केसेसमध्ये पेशंट कोमातून बाहेर न येताच जातात. माझ्या म्हणण्याचा मथितार्थ तुम्ही ओळखून घ्या. जर हळूहळू सुधारणा होत असेल तर त्या वाचतीलही, पण कोमातून कधी बाहेर येतील ते सांगता येत नाही. सहा दिवसांतही येतील किंवा सहा महिन्यांनीही येतील पण तुम्ही एक खात्री बाळगा, आम्ही आमच्या प्रयत्नांची पराकाष्ठा करत आहोत."

"आमचा आपल्यावर नितांत विश्वास आहे डॉक्टरसाहेब, पण समजा एक-दोन आठवड्यांत त्या कोमातून बाहेर नाही आल्या तर त्यांना तसंच मुंबईला हलवू

शकतो?'' मी विचारले.

''मिस्टर कदम, त्या कोमातून बाहेर आल्याशिवाय व त्या प्रवासायोग्य झाल्याशिवाय मी त्यांना डिस्चार्ज देऊ शकत नाही. शिवाय अशा केसेसमध्ये त्या प्रवासायोग्य स्थितीत असल्याचा डॉक्टरांचा दाखला पाहिल्याशिवाय कोणतीही विमानकंपनी त्यांना प्रवासी म्हणून स्वीकारू शकत नाही.''

मी डॉक्टरांचे आभार मानून तेथून निघालो. काकांना आमच्या संभाषणाची थोडक्यात कल्पना दिली.

''काका, आम्ही निघतो, संध्याकाळी पुन्हा येतो, त्यावेळी तुम्ही आमच्याबरोबर घरी चला. बरं, हे पैसे राहू देत.'' असे म्हणून मी काकांना एक हजार रिंगीट म्हणजे जवळजवळ बाराहजार रुपये दिले.

''अहो हे कशाला...''

''राहू देत लागतील इकडे-तिकडे. तसं तुमच्या जवळचं परकीय चलनही संपत आलं असेल.''

''हो तेही खरंच. मी मंदारकडून तारेने पैसे मागवून घ्यायचा विचार करत होतोच. पाहूया, तो येऊ शकला तर त्याला पैसे घेऊन यायला सांगेन, तेव्हाच तुमचेही परत करेन.''

''ते आपण नंतर पाहू.'' मी म्हणालो.

त्या संध्याकाळी काका आमच्या घरी राहायला आले. त्यानंतर आमचा दिनक्रम ठरला. सकाळी काका नाश्ता करून हॉस्पिटलला जायचे. दुपारी तिथेच काहीतरी खाऊन घ्यायचे. संध्याकाळी नीलिमा व मी हॉस्पिटलकडे सात-सव्वासातला जायचो. तेथे एक तास-दीड तास थांबून काकांना घरी घेऊन जायचो. घरी गेल्यावर आम्ही तिघेही जेवून घ्यायचो. असे जवळजवळ आठ दिवस गेले. माझ्या अपार्टमेंटच्या इमारतीतच राहाणारे माझे मित्र कौस्तुभ पाठक व त्यांच्या पत्नी प्राजक्ता हेही आमच्याबरोबर कधीकधी हॉस्पिटलमध्ये येऊ लागले. पुण्याचे कौस्तुभ थरमॅक्सच्या कुआलालंपूर येथील विभागीय कार्यालयात काम करायचे.

काकूंचा दवाखान्यातील दहावा दिवस. त्यांच्या प्रकृतीत तसूभरही फरक नव्हता. मी त्यांना पहिल्या दिवशी पाहिलेले अगदी तशाच निश्चेष्ट पडलेल्या. मी वेळोवेळी डॉ. चंद्रन यांची भेट घ्यायचो. ते ही म्हणायचे, की काकूंच्या प्रकृतीत सुधारणाही नाही की ती आणखी खालावलीही नाही. काकांचा धीर दिवसागणिक खालावत चालला होता. आम्ही दोघे त्यांना आमच्यापरीने धीर द्यायचा प्रयत्न करत होतो. अलीकडे रात्रीची झोप व घरचे चार घास पोटात गेल्यामुळे त्यांना थोडीतरी उभारी आली होती. त्या रात्री काका म्हणाले, ''उद्या अकरापर्यंत मंदार पोहोचेल. तो सरळ दवाखान्यातच येतो म्हणालाय.''

मंदार हा काकांचा २७-२८ वर्षांचा मुलगा, अमेरिकेत नोकरीनिमित्त गेली काही वर्षे राहायचा. काकांनी फोन करून त्याला झाल्या प्रकाराची कल्पना दिली होती. त्याला अमेरिकेवरून कुआलालंपूरला यायला तीन दिवस प्रवास करावा लागणार होता, तोही चार विमाने बदलून.

"उद्या शनिवार असल्याने आम्हीही सकाळीच दवाखान्यात येतो. दुपारी मंदार आल्यावर थोडावेळ दवाखान्यात थांबू दे त्याला, नंतर तोही आपल्याबरोबर इथेच राहील." मी म्हणालो. त्यालाही आमच्याकडेच ठेवून घ्या असे सांगायला काका संकोचत होते म्हणून मीच खुलासा केला.

दुसऱ्या दिवशी नाश्ता करून साडेनऊला आम्ही दवाखान्यात हजर. काकूंची प्रकृती जैसे थे. नुकतेच त्यांना स्कॅनसाठी नेले होते. दवाखान्यातील प्रेमळ व कार्यतत्पर नर्सेस काकूंकडे काळजीपूर्वक लक्ष देत होत्या. आम्ही प्रतीक्षागृहात बसलो.

"हिला एकदा मुंबईला हलवले ना, म्हणजे माझी निम्मी चिंता मिटेल!" काका म्हणाले.

"हो, मी समजू शकतो काका, पण त्या प्रवास करायच्या परिस्थितीत असल्याशिवाय तुम्ही तसं करू शकणार नाही हे लक्षात असू दे." मी म्हणालो.

इतक्यात घामाघूम झालेला, हातात एक सुटकेस व खांद्याला एक छोटी बॅग लावलेला मंदार तेथे पोहोचला. त्याला पाहताच काकांचे डोळे भरून आले. त्याला जवळ घेत काका म्हणाले, "बेटा, फार त्रास नाही झाला ना?"

"नाही बाबा, आई कुठे आहे?" डोळे पुसत मंदारने विचारले. तो प्रवासाने थकला होता हे स्पष्ट दिसत होते.

"चल, जाऊ या तिच्याकडे." काका जाता जाता म्हणाले, "हे उमेश आणि नीलिमा. हे इथे नसते तर माझं काय झालं असतं कोणास ठाऊक!"

मंदारने आमच्याकडे कृतज्ञतापूर्वक नजरेने पाहून 'थँक्स' म्हटले. त्याला कधी एकदा आईला पाहू असे झाले होते. आम्ही काकूंच्या बेडजवळ पोहोचलो. अश्रुपूर्ण डोळ्यांनी मंदारने आईला त्या अवस्थेत पाहिले व तो म्हणाला, "आई, मी मंदार. तुला भेटायला आलोय!"

आणि काय आश्चर्य! गेले दहा दिवस निपचीत पडलेल्या काकूंनी कष्टाने डोळे उघडले, मंदारकडे वात्सल्यपूर्ण नजरेने पाहिले व विचारले, "मंदार, कसा आहेस तू! आणि असा अचानक कसा आलास?"

"आई, तुझी प्रकृती ठीक नाहीये. तुला भेटायला आलोय मी!" मंदार म्हणाला.

"माझी प्रकृती? मला काय झालंय? जरा डोळा लागला होता वाटतं. चल, दमला असशील, चहा ठेवते..." असं काकू म्हणाल्या आणि पुन्हा त्यांनी डोळे बंद केले.

आम्ही सगळे आश्चर्यचकित झालो. काका उत्तेजित होऊन म्हणाले, "अरे, ती आज शुद्धीवर आली, दहा दिवसांनंतर. नीलिमा, उमेश, तुम्ही ऐकलंत ती बोललेलं? सिस्टर, ती आज बोलली, सिस्टर डॉक्टरांना बोलवा. ही शुद्धीवर आली म्हणून त्यांना सांगा..."

मी काकांना थांबवत म्हणालो, "काका, शांत व्हा. मी डॉक्टरांना भेटतोय. नीलिमा, तू मंदारना घरी घेऊन जा व दुपारी त्यांना परत पाठव. मी इथेच थांबतो. काका, आपण खाली कॅन्टीनमध्ये जाऊन सँडविच खाऊन येऊ. डॉक्टर एका शस्त्रक्रियेत मग्न आहेत. मोकळे झाले की मी त्यांना भेटतोच."

डॉक्टरांची व माझी भेट दीड तासांनी झाली. आमची बरीच चर्चा झाली. डॉक्टरांनी पुन्हा काकूंचे स्कॅनिंग करायचा सूचना त्यांच्या साहाय्यकाला दिल्या. त्या दिवशी संध्याकाळी आमच्या घरी जेवण झाल्यावर आम्ही बोलत बसलो होतो. काकांच्या चेहऱ्यावरील किंचितशी समाधानाची झाक स्पष्ट दिसून येत होती.

"बाबा, हे चार हजार डॉलर्स ठेवा." मंदार काकांना म्हणाला.

"ते तू उमेशकडे दे. आमची विमानाची तिकिटं जायच्यावेळी तेच काढतील व इतर हिशोब चुकता करतील." काका म्हणाले. मी ते पैसे नीलिमाला तिजोरीत ठेवायला दिले.

मंदार मला म्हणाला, "मी इकडे येताना व्हिसा घेऊ शकलो नाही. वेळच नव्हता. मला फक्त तीन दिवसच मलेशियात राहायची परवानगी आहे. व्हिसा करून घ्यावा लागेल."

"मंदार असं करू या, उद्या डॉ. चंद्रन यांच्याकडून तुमची इथे गरज असल्याचं पत्र घेऊ. त्यात काकूंच्या प्रकृतीविषयी ते लिहितीलच, ते पत्र व तुमचा पासपोर्ट घेऊन तुम्ही सोमवारी सकाळी पुत्राजया येथील इमिग्रेशन कार्यालयात जा. दोन आठवड्यांचा व्हिसा मिळू शकेल."

दुसऱ्या दिवशी मंदार व काकांशी चार-पाच वाक्ये बोलून काकू पुन्हा डोळे बंद करून शांत पडल्या. थोडीशी प्रगती होती. सोमवारी दुपारी मंदार पुत्राजयाहून परतला. त्या संध्याकाळी तो व काका चिंताग्रस्त मुद्रेने घरी आले. त्यांना पाहताच काकांना विचारले, "काका, काय झालं?"

"याला व्हिसा नाकारला. उद्या सकाळी याला जाणं भाग आहे."

"मी व्हिसा न घेता इथे आलो, मला फक्त तीन दिवस राहायची परवानगी दिली. असं असताना या तीन दिवसांत मला व्हिसासाठी अर्ज करता येत नाही." खिन्न चेहऱ्याचा मंदार म्हणाला.

"हो, पण डॉक्टरांचं पत्र पाहून देखील त्यांनी परवानगी दिली नाही?" मी विचारले.

"नाही, कायद्यातील तांत्रिक कारणास्तव तसं करता येत नाही असं तो अधिकारी म्हणाला." मंदारने खुलासा केला. मंदार येथे असता तर काकांना खूपच आधार मिळाला असता. आता तो उद्या जाणार म्हणून त्यांचा चेहरा केविलवाणा झाला होता. शेवटी कायदा व माणुसकी यांचा कित्येक वेळा मेळ बसत नाही हेच खरे!

मंदार मंगळवारी निघून गेला. आमचे दवाखान्यात रोज जाणे-येणे सुरूच होते. काकू मधूनच शुद्धीवर येत व पुन्हा झोपत पण त्यांची शुद्धीवर असण्याची वेळ दिवस जातील तसे वाढत होती. मी रोज डॉ. चंद्रन यांची भेट घ्यायचो. अजूनही ते त्यांना प्रवासाची परवानगी द्यायला तयार नव्हते. त्यांनी आता काकूंना व्हिलचेअरमधून दवाखान्याचा तो वॉर्ड असलेल्या मजल्यावरच फिरवायची परवानगी दिली होती. त्या थोडे थोडे बोलायच्या, पण असंबद्ध. नीलिमा रोज संध्याकाळी त्यांना अर्धा एक तास फिरवायची. ती त्यांच्याशी बोलायचाही प्रयत्न करायची, त्यांना घरची खीर खायला घालायची.

"काकू, आता तुम्ही ठीक होताय. आता लवकरच तुम्ही घरी जायचं आहे!"

"असं? बरं. पण मंदार कुठे दिसत नाही?"

"ते जरा कामासाठी गेलेत बाहेर. येतील नंतर!"

"किती काम करतो बरं हा पोरगा!"

एकदा फिरवता-फिरवता नीलिमा त्यांना एका खिडकीजवळ घेऊन गेली. एका इमारतीकडे बोट दाखवून काकू म्हणाल्या, "तुला ती पिवळ्या रंगाची इमारत दिसते का गं?"

"हो, दिसते ना! का बरं?" नीलिमा.

"अगं, त्याच इमारतीत आमचं घर आहे." नीलिमाकडे पाहत त्या पुढे म्हणाल्या, "हे बघ, मला घरी जायलाच हवं आता. पण तुम्ही लोकांनी मला इथे का आणून ठेवलंय?"

त्यानंतर दोन दिवस गेले. डॉ. चंद्रन मला म्हणाले, "मिस्टर कदम, गुडन्यूज. आजचे स्कॅनचे रिपोर्ट पाह्यले. हे पाहा, त्यांना इथून पुढे जवळजवळ एक वर्षभर वैद्यकीय उपचारांची गरज आहे, पण परवा दिवशी डिस्चार्ज व हवाई प्रवासाची परवानगी देतो!"

ही गोष्ट काकांना सांगताच त्यांना हर्षवायूच झाला. मी एअर इंडियाच्या कार्यालयात जाऊन तिकिटे काढली. कौस्तुभ गाडीने विमानतळावर सर्वांना घेऊन जाणार असे म्हणाले. त्यादिवशी संध्याकाळी सात वाजता डिस्चार्ज मिळाला. आम्ही सर्वांनी डॉ. चंद्रन व सर्व कर्मचाऱ्यांचे मनापासून आभार मानले. जवळजवळ १७-१८ दिवसांची शुश्रूषा, औषध-पाणी, चाचण्या, डॉक्टरांची फी वगैरे सगळे मिळून बील फक्त दहा हजार रुपये? आमचा विश्वासच बसेना. दवाखाना सरकारी होता, पण तेथील

सोयी व वागणूक आपल्याकडील महागड्या खाजगी रुग्णालयात मिळणार नाहीत अशा.

गाडी विमानतळाच्या दिशेने धावत होती. आता काकू दिवसभर शुद्धीवर असायच्या. त्यांचे बोलणे चालूच होते.

"हा दिव्यांचा झगमगाट कशासाठी? आणि तुम्ही लोक मला कुठे घेऊन चालला आहात?"

आम्ही त्यांच्या समाधानासाठी काही तरी उत्तरे देत होतो. विमान रात्री बारा वाजून दहा मिनिटांनी सुटणार होते. एअरइंडियाच्या स्थानिक मॅनेजरची ओळख काढून त्यांना काकूंसाठी मागच्या बाजूस मधल्या मोकळ्या सीट्सवर आडवे पडता येईल अशी सोय करायची विनंती केली होती. काका व काकूंचा निरोप घ्यायची वेळ आली. मी काकांना बाजूला बोलावले.

"काका, ज्यावेळी मंदारने हाक मारल्यावर काकू शुद्धीवर आल्या त्यानंतर माझी व डॉ. चंद्रन यांची काही चर्चा झाली. त्याबद्दल मी तुम्हाला काहीच सांगितलं नाही!" मी म्हणालो.

"काय बरं, उमेश?"

"डॉक्टरांनी त्यादिवशी सकाळीच स्कॅनिंग केले होते. काकू शुद्धीवर आल्यानंतर पुन्हा स्कॅनिंग केले. ते दोन रिपोर्ट दाखवत डॉक्टर मला म्हणाले..."

"मिस्टर कदम, हे दोन रिपोर्ट एकाच पेशंटचे चार-पाच तासांच्या अंतराने घेतले आहेत, यावर माझा विश्वासच बसत नाही!" डॉ. चंद्रन.

"ते कसे काय, डॉक्टर?" मी विचारले.

"या दुसऱ्या रिपोर्टमध्ये इतकी सुधारणा दिसून येते, की वैद्यकशास्त्रानुसार त्याचा उलगडा करणं केवळ अशक्य आहे. मी तर म्हणेन की हा केवळ एक चमत्कार आहे." डॉ. चंद्रन.

"डॉक्टर, माफ करा. आपण एका प्रगत शास्त्राचे तज्ज्ञ आहात. आपला चमत्कारावर विश्वास आहे?" मी.

"मिस्टर कदम, आमच्या व्यवसायात वैद्यकशास्त्राला केव्हाही उलगडणार नाहीत अशा गोष्टी आम्हाला कधी कधी पाहायला मिळतात. त्यापैकीच हा प्रकार. कधी कधी पेशंटची प्रबळ इच्छाशक्ती किंवा इतरांच्या प्रार्थनेचा किंवा सदिच्छेचा प्रभावही चमत्कारास कारणीभूत असावा. तसं पाहिलं तर माझे बरेचसे सहकारी यावर विश्वास ठेवत नाहीत हा भाग वेगळा, पण माझा त्यावर विश्वास आहे. आता हेच पाहा, मिसेस परांजपे कोमातून सहीसलामत बाहेर पडण्याची मी तरी आशा सोडून दिली होती. आता त्या पूर्ण बऱ्या होण्याची स्पष्ट चिन्हे दिसत आहेत. हा चमत्कार नाही तर काय?" डॉ. चंद्रन.

“त्यास काय कारणीभूत असावं?” मी.

“मिस्टर कदम, मृत्युशय्येवर पडलेल्या आपल्या असाहाय्य आईला हजारो मैल दुरून आलेला चिंताग्रस्त मुलगा साद घालतो व म्हणतो ‘आई, मी तुला भेटायला आलोय!’ आणि फक्त त्याच शब्दांची कंपने त्या माउलीच्या अंतर्मनापर्यंत जाऊन पोहोचतात व ती त्याला प्रतिसाद देते, हा केवळ आई आणि मुलातील अगाध प्रेमाच्या शक्तीचा चमत्कार आणि हेच त्यांच्या बरं होण्याचं एकमेव कारण आहे, यात मुळीच शंका नाही!” डॉ. चंद्रन.

■

कुत्र्यापासून सावध राहा!

माझ्या कुआलालंपूर येथील कार्यालयातील मलेशियन शीख सहकारी सुखदेव सिंग काही कामानिमित्त दक्षिण कोरियाची राजधानी सेऊलला जाणार आहे हे मला कळल्यावर मी त्याला एकदा विचारले, ''सुखदेव, तू सेऊलला पहिल्यांदाच चालला आहेस ना?''

''होय, उमेश!'' सुखदेव उत्तरला.

''तिथे कुत्र्यांपासून सावध राहा!'' मी म्हणालो.

''म्हणजे तिथे भटकी कुत्री आहेत? आणि ती चावायला अंगावर येतात की काय?'' काळजीग्रस्त चेहऱ्याने सुखदेवने विचारले.

''तिथे तुला कुत्रा पाहायला देखील मिळणार नाही. अंगावर यायचं तर नावच काढू नकोस! जेवायला गेल्यावर टेबलावर कुत्र्याचा पदार्थ असला तर त्यापासून सावध राहा असं मला म्हणायचं होतं!'' मी चार-पाच वेळा कोरियाला जाऊन आलो होतो त्यामुळे तेथील भोजनासंबंधी अधिकारवाणीने त्याच्याशी बोलत होतो.

''हां, खूप पूर्वी माझ्या वाचनात आलं होतं की कोरियन लोक कुत्री खातात म्हणून.'' सुखदेव म्हणाला.

''अगदी बरोबर! तुला जरा नवनवीन पदार्थ चाखायची माझ्यासारखीच सवय आहे म्हणून बजावलं. परवाच्या खेपेला मी जवळजवळ कुत्र्याचं कटलेट खायचाच, पण युनक्युनने मला वेळीच सावध केलं!''

''हा युनक्युन कोण?'' सुखदेवने विचारले.

''युनक्युन 'तो' नसून 'ती' आहे. कोरियन रेड क्रॉसमधली ती साहाय्यिका आपल्याबरोबर राहून भाषांतर करायला, पत्ते शोधायला वगैरे मदत करते. तू तिला तिथे गेल्यावर भेटशीलच!''

''बरं झालं उमेश तू मला सावध केलंस. कुत्रा खातात या कल्पनेनंच मला शिसारी येते.'' सुखदेव कडवट चेहऱ्याने म्हणाला.

“मला सुद्धा. खरं म्हणजे कुत्र्यांच्या बाबतीत तुला एक गंमत सांगतो. मी मलेशियाला येण्यापूर्वी दिल्लीत सहा वर्षे काम करत होतो, तेव्हाची गोष्ट. दक्षिण दिल्लीत ‘महाराणी बाग’ नावाची एक उच्चभ्रूंची वसाहत आहे. तेथील घरे चांगलीच महाग आहेत. त्या वसाहतीत भटक्या कुत्र्यांनी उच्छाद मांडला होता. मुलेच काय, मोठ्या लोकांच्या अंगावरही कुत्री धावून जात, पिंढऱ्यांचे लचके तोडत. त्या कुत्र्यांनी तेथील रहिवाशांना सळो की पळो करून टाकले होते. त्यांच्या संघटनेचे एक प्रतिनिधी मंडळ दिल्लीच्या महानगरपालिकेकडे एक तक्रारवजा अर्ज घेऊन गेले. भटक्या कुत्र्यांचा बंदोबस्त करावा अशी त्यांची कळकळीची विनंती होती. महानगरपालिकेचा अधिकारी त्यांना म्हणाला, ‘दिल्लीच्या अन्य भागात कुत्र्यांचा फारसा उपद्रव नाही कारण आम्ही भटकी कुत्री पकडून त्यांना विष खायला घालून मारून टाकतो. तुमच्या भागात आमचे लोक कुत्र्यांना पकडायला जाऊ शकत नाहीत कारण तिथे मनेका गांधी राहतात, त्यांनी कुत्र्यांना पकडून मारायला मज्जाव केला आहे.”

“या मनेका गांधी कोण?” सुखदेवने विचारले.

“त्या इंदिरा गांधीच्या सूनबाई. पती संजय गांधी जवळजवळ तीस वर्षांपूर्वी एका दुर्दैवी विमान अपघातात निवर्तले. मनेका गांधी पर्यावरण रक्षणाच्या चळवळीत आहेत, राजकारणातही आहेत. काही काळ केंद्रीय मंत्रिमंडळातही होत्या. त्यांनी कुत्र्यांना भूतदयेखातर अभय द्यायचा अट्टाहास धरला.”

“पण ज्यांना कुत्र्यांचा उपद्रव होत होता त्यांचं काय?” सुखदेवने विचारले.

“त्याबद्दल मनेकाबाई म्हणाल्या की प्रत्येकाने सावधगिरी बाळगली तर कुत्री चावणार नाहीत. पण पुढे एक गंमत झाली. महाराणी बाग वसाहतीतील कुत्र्यांची संख्या हळूहळू कमी होऊन जवळजवळ नाहीशीच झाली!”

“कोणीतरी गुपचुपपणे त्यांना विष घालून मारून टाकलं असणार!” सुखदेव म्हणाला.

“मुळीच नाही. त्या वसाहतीत तीन कोरियन कुटुंबं घरं भाड्यानी घेऊन राहायला गेली तेव्हापासूनच कुत्री कमी कमी होत गेली.”

“म्हणजे त्यांनी कुत्री पकडून खायला सुरू केलं की काय?” सुखदेवने आश्चर्यानें विचारले.

“अर्थातच! दिल्लीमध्ये ‘ह्यंदै’– ज्याला भारतात ‘हुंडाई’ असा चुकीचा उच्चार करून संबोधतात ती व ‘देवू’ या दोन कोरियन गाड्या तयार करणाऱ्या कंपन्यांनी आपले कारखाने उघडल्यापासून कोरियन तंत्रज्ञ दिल्लीमध्ये राहू लागले. त्यापैकी काही महाराणी बाग वसाहतीत राहायला गेल्यानंतर तेथील श्वानग्रस्त जनता सुखावली.”

“चला, म्हणजे कोरियनही खुष व महाराणी बागवालेही खुष! पण मनेकाबाईंनी त्याबद्दल आवाज उठवला नाही?”

"छे, छे, त्या राजकारणात इतक्या मग्न होत्या, की कुत्री सांभाळण्यापेक्षा आपली खुर्ची सांभाळणं त्यांना महत्त्वाचं वाटलं असावं. बरं, ते जाऊ दे, खरी गंमत तर पुढे आहे!"

सुखदेवची उत्सुकता वाढत होती. मी महाराणी बागेची खरी हकिकत सांगून झाल्यावर त्याची फिरकी घ्यायचे ठरवले.

"जेव्हा महाराणी बाग वसाहतीत घडलेला चमत्कार दिल्लीच्या अन्य काही श्वानग्रस्त वसाहतीतील लोकांना कळला तेव्हा त्यांनी आपल्या वसाहतीतही कोरियन कुटुंबं राहायला यावीत यासाठी आटापिटा सुरू केला. काहींनी कोरियन कुटुंबासाठी घरभाड्यात सवलतीही देऊ केल्या. मी असंही ऐकलं, की एक शिष्टमंडळ पंतप्रधानांना भेटून त्यांनी भारतात आणखी कोरियन कंपन्यांना आकर्षित करण्यासाठी काही सवलती द्याव्यात असा आग्रह धरला! त्यामुळेच की काय दिल्लीतील मेट्रो रेल्वे तयार करायचं कंत्राट एका कोरियन कंपनीला दिलं गेलं अशी वदंता आहे!" मी गंभीरपणे म्हणालो.

"त्या एका उदाहरणाने किती दूरगामी परिणाम झाले म्हणायचे!" बिचारा सुखदेव माझ्या थापांना बळी पडतो आहे हे पाहून मला अधिकच उत्साह आला.

मी म्हणालो, "कुत्रा हा प्राणी खूप हुशार! महाराणी बाग वसाहतीतील प्रकरणाची वार्ता हां हां म्हणता श्वानविश्वात पसरली असावी. एकही कुत्रा इतर भागातून चुकूनही महाराणी बाग भागाकडे जायला तयार नाही. नाहीतर पूर्वी इतर भागातली रिकामटेकडी कुत्री आपल्या महाराणीबाग भागातील बांधवांकडे उगीचच जाऊन म्हणायची, 'या भागात आलो होतो, म्हटलं चला तुमच्याकडे एखादं दुसरं हाड चघळत चार गप्पा माराव्यात!' काही वयस्क मादी कुत्र्या समवयस्क मादी कुत्र्यांकडे दुपारच्या वेळेत शिळोप्याच्या गप्पा मारायला जायच्या. नव्या पिढीचे विषय त्या उकिरडे उकरता उकरता उकरत व एकमेकींवर कुरघोडी करायची स्पर्धा करत. हे सगळं बंद झालं. इतकंच काय, संध्याकाळी कुत्र्यांची पिल्लं उकिरड्यांवर लोळायला जाऊ लागायची तेव्हा त्यांच्या आया बजावायच्या, 'महाराणी बागेकडे लोळता लोळता चुकूनही जायचं नाही हं!' किंवा एखाद्या कुत्रीचे बंड कुत्रे मांजरे पकडण्याची कला शिकण्यात चुकारपणा करू लागले तर ती त्याला धमकी द्यायची, 'आता हा धडा लवकर शिकला नाहीस तर महाराणी बागेत तुला सोडून येईन!' "

"हे फारच झालं हं, उमेश!" सुखदेव न राहवून म्हणाला.

"खोटं नाही, प्राणितज्ज्ञ बिट्टू सेहगलना विचार! त्यांनी संशोधन करून हे निष्कर्ष काढले आहेत. पण खऱ्या गमतीपर्यंत मी अजून पोहोचलोच नाही!" त्याची उत्सुकता वाढवायच्या दृष्टीने मी म्हणालो.

"सरकारने गुपचूपपणे उचललेल्या काही पावलांमुळे भारताकडे अनेक कोरियन

कंपन्या आकर्षित झाल्या. अनेक कोरियन लोक भारतात राहायला आले पण बरेचसे दिल्लीतच राहत. अशातच राष्ट्रीय पातळीवरील दोन संघटनांनी आपलं लक्ष श्वानविश्वावर केंद्रित केलं.''

''त्या कोणत्या बरं?'' सुखदेवची उत्सुकता वाढते आहे हे मी हेरले!

''त्यापैकी पहिली होती अखिल भारतीय श्वानग्रस्त नागरिक संघटना. त्यांनी सरकारवर असा दबाव आणला की कोरियन कंपन्या फक्त दिल्लीतच केंद्रित करू नयेत. अशा कंपन्यांना भारताच्या अन्य शहरात गुंतवणूक करण्यास व त्यांचे कारखाने उघडण्यास सरकारने उत्तेजन द्यावे. त्यांची अशीही मागणी होती की सरकारने कायदा करून कोरियन कंपन्यांना दिल्लीच्या परिसरात कारखाने उघडण्यावर बंदी घालावी. कारण आता दिल्ली श्वानमुक्त झाली आहे.''

''खरंच, चांगलीच कल्पना आहे. सरकारने तसा कायदा संमत केला?'' सुखदेवने विचारले.

''नाही. सरकारच्यामते असा कायदा घटनाबाह्य ठरला असता. पण सरकारने एक मात्र केले, नव्या कोरियन कंपन्यांना दिल्ली परिसरात कारखाने उघडायला परवाने दिले नाहीत. इतर भागात त्यांना कारखाने उघडायला प्रवृत्त केले!''

''अरे वा! दुसरी संघटना कोणती होती?''

''हळूहळू भारतात कोरियन लोकांची संख्या वाढत होती. ती लक्षात घेऊन अखिल भारतीय उपाहारगृह मालक संघटना जागी झाली. शेवटी ग्राहकांकडून पैसे कसे उकळायचे हे तंत्र त्यांना अवगत. कोरियन लोकांच्या आवडी-निवडी लक्षात घेऊन त्यांना भारतीय चवीचे कुत्र्याचे पदार्थ उपलब्ध करून दिले तर त्यांचा नफा वाढणार हे त्यांनी दूरदृष्टीने जाणलं. त्या हेतूने त्यांनी त्यांच्या वार्षिक सर्वसाधारण सभेच्या दरम्यान 'श्वान-खान-पान-सेवा' या विषयावर एक कार्यशाळा व चर्चासत्र आयोजित केलं. तेथे अनेक शिफारसी करण्यात आल्या, काही नवे पदार्थ सुचवण्यात आले!''

''म्हणजे भारतीय मसाले व जेवणाची पद्धत वापरून कुत्र्यांचे पदार्थ तयार करायचे त्यांनी ठरवलं?'' सुखदेवने विश्वास न बसल्याने विचारले.

''ऐक तर खरं! हैद्राबादचे एक सदस्य म्हणाले, की आमच्या उपाहारगृहात आता आम्ही 'शाही कुत्राबादी बिर्याणी' द्यायला सुरू करू. पुण्याचे 'वडा-पाव' या पदार्थाबद्दल प्रसिद्ध असलेले दोशी नावाचे एक सदस्य म्हणाले की आम्ही कुत्र्यांचे वडे व पाव असा नवा पदार्थ सुरू करू म्हणजे आम्हाला आता 'दोशी कुत्रेवाले' या नावाने लोक ओळखू लागतील! कोल्हापूरच्या 'जयभवानी' उपाहारगृहाचे मालक म्हणाले की आम्ही 'कुत्रा-पुलाव', 'पामेरियनचा पांढरा रस्सा' व गावठी कुत्र्याचा 'लाल रस्सा' द्यायला सुरू करू. अमृतसरचे प्रीतमसिंग त्यांच्या 'छोले-कुल्चे' या पदार्थाबद्दल

प्रसिद्ध. ते म्हणाले की मी छोले करायचे बंद करून आता 'कुत्ते-कुल्चे' सुरू करेन! गोव्याचे एक पाश्चात्त्य उपाहारगृह चालवणारे गोन्साल्वीस म्हणाले, की मी खराखुरा 'हॉटडॉग' सुरू करेन व 'मॅक-डॉगाल्ड्स' नावाची फास्ट फूड उपाहारगृहं साऱ्या भारतात सुरू करेन!''

''त्या सगळ्या व्यावसायिकांनी खरंच मनावर घेतलेलं दिसतंय!'' भाबड्या चेहऱ्याने सुखदेव म्हणाला.

''अर्थातच. पण त्या दिवशी त्यांच्या सभेत एका सदस्याने एक प्रश्न उपस्थित केला व सर्वजण चिंतेत पडले!''

''कोणता बरं?''

''तो सदस्य म्हणाला की काही श्वानप्रेमी आपल्या या उपक्रमास आक्षेप घेऊन आपल्यावर कायदेशीर कारवाई करतील, कदाचित न्यायालयात एखादी याचिका दाखल करतील व मनाईही मिळवतील. हल्ली पब्लिक इंटरेस्ट लिटिगेशन ज्याला पी.आय.एल. असं सर्वसाधारपणे संबोधलं जातं, यामुळे कोणीही नागरिक न्यायालयात धाव घेऊ शकतो!

''यावर नागपूरचे श्री. जसाना म्हणाले की अशा बऱ्याचशा याचिका केवळ प्रसिद्धीझोतात येण्यासाठी दाखल केल्या जातात. त्यात जनहित साधायचा हेतू मुळीच नसतो. तसं पाह्यलं तर ते 'पब्लिसिटी इंटरेस्ट लिटिगेशन' असतं. अशा बऱ्याच याचिका न्यायालय दाखलही करून घेत नाही. शिवाय, समजा जर एखादी दाखल करून घेतली तर आपण म्हणू शकतो की भारतीय राज्य घटनेच्या कलम १९(जी) अन्वये सर्वांना आपल्या आवडीचा व्यवसाय करायचं स्वातंत्र्य आहे. हा एक मूलभूत हक्कच आहे असा युक्तिवाद केला, तर तशा याचिका न्यायालय नक्कीच धुडकावून लावेल! हे ऐकल्यावर सर्वांनी सुटकेचा निश्वास सोडला,''

''पण त्या श्री. जसानांचं कायद्याचं ज्ञान अगदी सखोल असावं!'' सुखदेव म्हणाला.

''त्याचं असं आहे, श्री. जसाना पंधरा वर्षांपूर्वी वकील झाले व त्यांनी वकिली व्यवसाय करायला सुरुवात केली. त्यांची वकिली काही केल्या चालेना. म्हणून त्यांनी नागपूरच्या जिल्हा न्यायालयासमोर भज्याची गाडी सुरू केली. त्यात त्यांचा जम बसला. आधी एक उपाहारगृह, नंतर उपाहारगृहांची व चिवडा, फरसाण अशा पदार्थांच्या त्यांच्या व्यवसायाची अफाट वाढ झाली. आज त्यांची उत्पादने 'जल्दीराम' नावाने खूप प्रसिद्ध आहेत.'' मी खुलासा केला.

''जल्दीराम म्हणजे?'' सुखदेवाचा प्रश्न.

''अरे, 'जल्दीराम' म्हणजे भारतीय बनावटीचं 'फास्ट-फूड' असं समज. श्री. जसाना कुत्र्यांच्या स्वादाचे चिवडा, फरसाण, शेव, दालमोठ, गाठी, पापडी असे

पदार्थ करू इच्छितात म्हणे! बरं, ते जाऊ दे, त्या सभेच्या वेळी अगदी सर्वांवर कळस केला संघटनेचे अध्यक्ष कामत यांनी!'' सुखदेवची उत्सुकता वाढवायच्या उद्देशाने मी म्हणालो.

''ते कसं काय?'' सुखदेवने मला अपेक्षित प्रश्न विचारला.

''ते म्हणाले की कुत्र्यांचे पदार्थ फक्त कोरियनच काय तर भारतीयांमध्येही लोकप्रिय करायचा विडा मी उचलत आहे. राजकारणी लोकांप्रमाणे फक्त घोषणा न करता दोन ठोस पावलं मी घेत आहे. मी आज दुपारीच सुप्रसिद्ध पाककलातज्ज्ञ संजीव कपूर यांना भेटणार आहे.''

''म्हणजे ते झी टी.व्ही. वर 'खाना-खजाना' पेश करतात ते? त्यांचा कार्यक्रम मी नेहमी आवडीने पाहत असतो!'' सुखदेव म्हणाला.

''बरोबर, तेच. त्यांना श्री. कामत भेटले व त्यांनी कुत्र्यांचे खाद्यपदार्थ तयार करायच्या पाककृतींचं एक पुस्तक लिहावं व झी टी.व्ही. वर 'खाना कुत्ताना' असा एक कार्यक्रम सादर करावा अशी विनंती केली.''

''पण अजून तरी तसा कार्यक्रम सुरू झालेला दिसत नाही.'' सुखदेव म्हणाला.

''हो. त्याचं कारण नंतर समजलं. जेव्हा श्री. कामत संजीव कपूरना भेटले तेव्हा ते म्हणाले, की सध्या मी खूप कामात आहे. कुत्र्याला वेटिंग लिस्टवर ठेवूया. सध्या माझ्याकडे अन्य काही प्राणी रांगेत आहेत!''

''असं? बरं, कामत साहेबांची दुसरी कोणती घोषणा होती?'' सुखदेवने विचारले.

''फक्त कुत्र्यांचे पदार्थ माफक दरात मिळतील अशी भोजनालयं सर्व भारतभर सुरू करायची. त्यातही विद्यार्थ्यांना व ज्येष्ठ नागरिकांना बिलावर २०% सवलत द्यायची! शिवाय ज्येष्ठ नागरिकांसाठी खायला सोपे असे श्वानखिम्याचे खास पदार्थ उपलब्ध करून द्यायची त्यांनी हमी दिली.''

''अरे वा! खूपच दूरदृष्टी असलेले व्यावसायिक असावेत कामतसाहेब!'' सुखदेव त्यांच्या संभावित उपक्रमांचे कौतुक करत म्हणाला.

''त्यांनी आपल्या अशा उपाहारगृहांची नावंही अगदी यथायोग्य ठेवायची घोषणा केली!'' मी म्हणालो.

''ते काय बरं नाव देणार आहेत?'' बिचारा सुखदेव माझ्या थापांना बळी पडला होता.

''भो-भो-भोजनालय!'' असे म्हणून मी खो-खो हसत सुटलो!

■

कावळ्याचे झाड

त्या झाडाखाली उभे असलेले ५-६ लोक पाहून मला खूप आश्चर्य वाटले. तिथे जायला रस्ता नव्हता. शेजारच्या रस्त्याचा कठडा एका बाजूला तर दुसरीकडे खोल नाला, पण ते लोक कठडा ओलांडून तिथे गेलेले. इतक्यात मागून एक छोटा ट्रक येऊन थांबला. त्या लोकांनी पटपट त्या ट्रकमधील वस्तू उतरून घ्यायला सुरुवात केली...

कुआलालंपूर येथील 'मेनारा बांगसार' या अपार्टमेंट इमारतीतील घरापासून दमानसारा येथील कार्यालय फक्त दोन किलोमीटर अंतरावर आहे हे जेव्हा मला समजले, तेव्हा मलेशियात मी गाडी घ्यायची नाही असे ठरवले. तेथील रस्त्यावरील वाहतुकीची कोंडी, कार्यालयाजवळ गाडी लावायला जागेची चणचण, हवे तेव्हा घरासमोर चटकन मिळणाऱ्या स्वस्त टॅक्सीज व चांगल्या शहरी रेल्वे, मेट्रो वगैरे सर्व गोष्टी लक्षात घेता गाडी न घेण्याच्या माझ्या निर्णयास नीलिमानेही पाठिंबा दर्शवला. शिवाय त्यामागे माझा हेतू ओघाओघाने चालण्याचा व्यायाम होणार हाही होता. मला चालण्याची खूप हौस. नव्या गावी किंवा देशी मी मोकळा असलो तर तासन्तास चालतो. माझ्या घरापासून कार्यालयाला जायच्या रस्त्यावर इतकी दाट व सुंदर झाडी होती की आपण महाबळेश्वरसारख्या रम्य ठिकाणी फिरत आहोत असे वाटावे. वाटेत एक डोह व त्याच्या भोवती खूप मोकळी जागाही लागायची. डोहाशेजारील उंचावरील रस्त्यावरून डोहातील मासे न्याहाळायलाही मला आवडायचे. त्यात कधी कधी कासवे, पाणसाप व मोठाली घोरपडही पोहताना दिसायची.

माझ्या घरातून बाहेर पडल्यावर, उजवीकडे वळल्यानंतर कोपऱ्यावर बरीच मोकळी जागा होती. तेथे ५-६ मोठाली झाडे होती. त्या मोकळ्या जागेत मला जवळजवळ रोज सकाळी रानकोंबड्या व होले चरताना दिसत. झाडांवर हरियल ही हिरवी जंगली कबुतरे व इतर रंगीबेरंगी पक्षीही दिसत. हे सर्व पाहत पाहत ऑफिसला कधी पोहोचायचो हे कळायचेच नाही.

कुआलालंपूर या महानगरात गाड्या इतक्या की सकाळी ८ ते १० व संध्याकाळी ५ ते ८ या दरम्यान सर्व प्रमुख रस्त्यांवर वाहतुकीची हमखास कोंडी व्हायची. तेथील लोकांना जवळपास चालत जावे ही कल्पनाच पटत नसावी. घरापासून जवळच्या कोपऱ्यावरील दुकानातून काही लहानसहान वस्तू आणायची असली तरी गाडी काढतील. त्यात गाड्याही भल्या मोठ्या. एकदा माझ्या रस्त्यावरील एका प्रचंड बंगल्याच्या आवारात लावलेल्या आठ गाड्या दिसल्या! जेव्हा मी रस्त्यावरून चालत जायचो तेव्हा गाड्यांतून जाणारे लोक माझ्याकडे विचित्र नजरेने पाहत. माझ्याकडे नेहमी ऊन-पावसासाठी घडीची छत्री असायची. एकदा मध्यम पाऊस पडत होता. माझ्यामागून एक गाडी येऊन थांबली व गाडी चालवणाऱ्याने खिडकी खाली करून विचारले, "तुम्हाला कोठे सोडू का?"

त्याचा मला सुखद धक्का बसला व त्या गृहस्थाचे आभार मानले.

"आभारी आहे मी आपला. माझं घर इथून अगदीच जवळ आहे!"

असा अनुभव मला वारंवार येऊ लागला, पण फक्त ऑक्टोबर नोव्हेंबरच्या सुमारास, जवळजवळ सतत चार वर्षे. ही गोष्ट मी माझ्या कार्यालयातील मलेशियन शीख सहकारी सुखदेव सिंग याला सांगितली. त्यावर तो हसून म्हणाला, "उमेश, त्याला कारण आहे!"

मला उलगडा झाला नाही.

"काय कारण असू शकतं सुखदेव?"

"तुझ्या लक्षात एक गोष्ट आली का, असा अनुभव तुला फक्त रमजानच्या पवित्र महिन्यातच येतो. त्या महिन्यात सत्कृत्यं करावीत असा प्रघात आहे!"

सहा-सात महिन्यांपूर्वीची गोष्ट. माझ्या घराजवळील वळणावरची जी मोकळी जागा होती, तेथील एका मोठ्या कडुलिंबाच्या झाडावर एरवी शांत असलेला एक कावळा मला पाहताच 'काव...काव...काव...' असे जोराजोरात कावरा-बावरा होऊन जिवाच्या आकांताने ओरडायचा. काहीतरी प्रचंड संकट चालून येत आहे असा त्याचा आविर्भाव असायचा. मी त्याच्या असे वागण्याचा अर्थ शोधू लागलो. त्यात भरीसभर म्हणजे मी त्याच्या झाडापासून जरासा पुढे गेलो, की तो माझ्या मागून जोरात उडत यायचा व माझ्या डोक्याजवळून भर्रकन ओरडत उडत जायचा. तो इतक्या जवळून जायचा की त्याच्या पंखांचा वारा माझ्या कानाला लागायचा. कधी कधी त्याच्या पंखाचा माझ्या कानाला पुसटसा स्पर्शही व्हायचा. माझा अंधश्रद्धेवर विश्वास नसल्यामुळे आपल्याकडे 'कावळा अंगाला शिवणे' याबद्दल जे निष्कर्ष काढले जातात, त्यामुळे मी घाबरून गेलो नाही. शेवटी कावळा हा एक पक्षीच, इतर पक्ष्यांसारखा.

माझ्यावर जणू काही झडपच घालतो आहे अशा आविर्भावातली त्याची भरारी मला कधी कधी दचकवायची. मी त्याचे काय वाकडे केले होते? रस्त्याने गुपचूप

चालत जाणारा मी, पण माझ्या दिसण्याने तो कासावीस व्हायचा, आक्रोश करायचा, मला घाबरवून दूर घालवायचा प्रयत्न करायचा. त्याच्या भरारीमुळे मला त्याचा कधी कधी राग येऊ लागला. मग मी त्यावर एक युक्ती शोधून काढली. त्या झाडाजवळ पोहोचल्यावर मी माझी छत्री उघडू लागलो. तेथून दूर गेल्यावर ती मी बंद करायचो. त्या कोपऱ्यावर झाडीमुळे ऊन नसायचे. ऊन किंवा पाऊस नसताना मी छत्री उघडून डोक्यावर धरल्यामुळे गाड्यांतून जाणारे-येणारे माझ्याकडे विचित्र नजरेने पाहू लागले. आधीच चालत जाणारा हा वेडा कोण असे त्यांना वाटत असावे. त्यात गरज नसताना डोक्यावर छत्री म्हणजे डोक्यावर नक्कीच परिणाम झाला असणार असे भाव त्यांच्या चेहऱ्यांवर दिसू लागले पण मी तिकडे दुर्लक्ष केले. कावळ्याने मला भीती दाखवण्यापासून मात्र माझी सुटका झाली.

कावळ्याने मला पाहताच आक्रोश करायचा प्रकार चालूच होता. मी बारकाईने त्याचा उलगडा होतो का हे पाहू लागलो आणि एके दिवशी सगळा उलगडा झाला! त्या झाडावर त्याचे घरटे होते. त्यात त्याची अंडी किंवा पिल्ले असावीत. रस्त्यावरून कोणीतरी चालत झाडाजवळ येत आहे हे पाहून त्याला वाटत असावे, की आपल्या अंड्यांना किंवा पिल्लांना हा माणूस इजा तर करणार नाही? त्यामुळेच तो मला घाबरवण्यासाठी माझ्यावर जवळजवळ झडपच घालायचा, आकांड-तांडव करायचा! तो नर होता की मादी हे मला कधी कळलेच नाही.

असे जवळजवळ तीन महिने चालू होते. आता मला त्याची सवय झाली होती. एखाद्या दिवशी तो दिसला नाही की मला चुकल्या-चुकल्या सारखे व्हायचे. त्याची भीती ओळखल्यामुळे आमच्यामधील गैरसमज निवळला होता, पण हे मी त्याला पटवून कसे देणार? सुरुवातीला त्याचा राग करणाऱ्या मला आता तो आवडू लागला होता. त्याच्या आक्रोशातून त्याचे आपल्या पिल्लांवरील प्रेम, त्यांना जिवापाड जपण्याची भावना दिसून येत होती; त्यांना जपणाऱ्या एका असाहाय्य पक्ष्याची तगमग दिसून येत होती.

चार महिन्यांपूर्वीची गोष्ट. त्या दिवशी ऑफिसमधून परतत असताना कावळ्याच्या झाडाखाली ५-६ लोक दिसले. एका छोट्या ट्रकमधून त्यांनी झाडे कापायच्या भल्या मोठ्या यांत्रिक करवती उतरून घेतल्या आणि त्यांनी चक्क ते झाड कापायला सुरुवात केली. शेजारच्या झाडावरून कावळा जिवाचा आटापिटा करून आक्रोश करत होता. त्याच्या जिवाची घालमेल मला स्पष्ट दिसत होती. जवळ असता तर त्याचे अश्रूही दिसले असते. मी तेथेच थबकलो. ते झाड का तोडता आहात हे मी त्या लोकांना विचारू शकत नव्हतो. झाड सरकारी जागेवर होते. ट्रकवर एका सरकारी खात्याचे नाव होते. पाहता पाहता त्यांनी झाडाचे तुकडे तुकडे करून त्या ट्रकमध्ये भरले, त्या कावळ्याच्या घरट्यासहित! ट्रक सुरू झाला व तेथून निघूनही गेला. त्यांच्या मागून

थोडावेळ कावळा उडत गेला पण ट्रकचा वेग इतका होता की तो पाहता पाहता दिसेनासा झाला. कावळा परत आला व निमूटपणे शेजारच्या झाडावर बसून राहिला. अगदी शांत, सुतकी चेहऱ्याने. घरात कोणीतरी मृत्यू पावल्यासारखे. जिवाचा आटापिटा करून वाढवलेली त्याची पिल्ले क्षणात दिसेनाशी झाली होती.

मला त्याची दया आली. केविलवाण्या नजरेने तो माझ्याकडे पाहत होता. त्याने मला आता भीती दाखवायचे कारणच उरले नव्हते. त्याचे सांत्वन करावेसे वाटले, पण ते कसे हे मला कळेना. तेथून मी घराकडे जाताना माझे पाणावलेले डोळे त्याला दिसले असतील की नाही कोणास ठाऊक!

त्यानंतर तो कावळा मला पुन्हा कधीच दिसला नाही. माझा एखादा जवळचा मित्र गमावल्यासारखे मला वाटले. माझा छत्री उघडण्याचा त्रास वाचला, पण त्या कावळ्यासाठी मी तो सहन केला असता. मैत्रीसाठी थोडाफार त्याग करावा लागतो, तसा. हल्ली कावळ्याच्या झाडाच्या जागेवर जाहिरातीचा एक भला मोठा बोर्ड आहे, ती जागा जाहिरातीसाठी खूपच मोक्याची, जाणाऱ्या येणाऱ्यांचे चटकन लक्ष वेधून घेईल अशी. ती जाहिरात मलेशियाच्या पर्यटन मंत्रालयाची होती. मी ती वाचली.

"२००७ – मलेशिया भेट वर्ष! स्वातंत्र्याची पन्नास वर्षं पूर्ण! उत्कृष्ट पर्यावरणाचा निसर्गसुंदर खजिना असलेल्या मलेशियास भेट द्यायचे खास वर्ष!"

■

सेकंड होम

"नीलिमा-उमेश, तुम्ही अगदी व्यवस्थित जेवायचं बरं का आज!" मोठ्या डायनिंग टेबलवर वेगवेगळे पदार्थ मांडता मांडता फिरोझा म्हणाली. टेबलावर जवळ जवळ दहा-पंधरा पदार्थांची रेलचेल झालेली. बहुतेक पदार्थ मांसाहारी होते.

"फिरोझा, या जेवणाचा इतका खमंग वास दरवळतोय की सगळे पदार्थ चाखावेसे वाटतात." मी म्हणालो.

"आज तुझ्या घरी जेवायला यायचं म्हणून मी सकाळी नाश्ता केलाच नाही!" नीलिमा म्हणाली.

आम्ही माझी सहकारी फिरोझा बुऱ्हानुद्दिन हिच्या घरी रमजान ईदनिमित्त आयोजित केलेल्या खास भोजनासाठी गेलो होतो. अशी भोजने मलेशियामध्ये ईद झाल्यानंतर महिनाभर चालतात. तिने आमच्या आंतरराष्ट्रीय रेड क्रॉसच्या संपूर्ण स्टाफला घरी जेवायला बोलावले होते. तिचे इतर काही परिचितही जेवायला आले होते. फिरोझा ५-६ महिन्यांपासून आमच्या कार्यालयात जनसंपर्क अधिकारी या पदावर काम करत होती. अंदाजे चाळिशीच्या फिरोझाने ऑस्ट्रेलियातील मोनॅश विद्यापीठातून पत्रकारितेचा दोन वर्षांचा पदव्युत्तर अभ्यासक्रम पुरा केला होता. काही वर्षे 'फ्री लान्स' पत्रकार म्हणून काम केल्यानंतर तिने एका आशियाई वृत्तसंघटनेमध्ये दहा वर्षे काम केले होते.

फिरोझा नेहमी 'बाजू कुरुंग' हा मलेशियन पारंपरिक पेहराव घालायची. ढिला, गुढग्यांच्या खालपर्यंत पूर्ण बाह्यांचा सिल्कचा कुर्ता व त्याच कापडाची लुंगी असे त्याचे थोडक्यात वर्णन करता येईल. मलेशियात बऱ्याच मुसलमान स्त्रिया एका मोठ्या रुमालाने केसही बांधत. पण काही पुरोगामी विचाराच्या महिला केस मोकळेही सोडत. फिरोझा नेहमी केस मोकळे सोडायची. तिचा बॉबकट होता. गोऱ्या, गोल चेहऱ्याच्या, बोलके डोळे व प्रसन्न व्यक्तिमत्त्व असलेल्या फिरोझाला तो मलेशियन पेहराव शोभून दिसायचा.

फिरोझाचे घर कुआलालंपूरचे उपनगर 'शाह आलम' या भागात होते. ते माझ्या

घरापासून जवळजवळ तीस किलोमीटर अंतरावर होते. आम्ही तिकडे माझी साहाय्यिका अल्ताफ हिच्या गाडीतून गेलो होतो. तेथे पोहोचल्यावर फिरोझा आमच्या स्वागतासाठी पुढे आली.

"या, या, उमेश व नीलिमा! तुम्ही आलात, फार बरं वाटलं!" तेथे आधीच येऊन बसलेल्या तिच्या काही अन्य आमंत्रितांना उद्देशून ती म्हणाली.

"हा उमेश, आमच्या विभागीय कार्यालयाचा कायदा सल्लागार व ही त्याची पत्नी नीलिमा. उमेश, मी आता प्रत्येकाची ओळख करून देत नाही. तू स्वत:च त्यांची ओळख करून घे! मी जरा किचनमध्ये तयारी करतेय!"

"नक्कीच मी यांच्याशी गप्पा मारत बसतो. तू निश्चिंतपणे जेवणाच्या तयारीचे पाहा." मी म्हणालो.

फिरोझाची धांदल उडाली होती. जेवण गरम करण्यात, ते मोठ्या भांड्यांतून प्लेटमध्ये काढण्यात, त्या प्लेट्स टेबलावर आणून ठेवण्यात व त्यातून वेळ काढून सर्वांना सरबत व अन्य शीतपेये देण्यात ती गुंतली होती. या कामात तिला आमच्या इतर महिला सहकारीही मदत करत होत्या पण शेवटी सगळे काही व्यवस्थित केले जाते की नाही हे फिरोझालाच पाहायला लागायचे.

काही वर्षांपूर्वी फिरोझाचा घटस्फोट झाला होता असे आमच्या कार्यालयातील एका महिला सहकारीने मला सांगितले होते. बायकांना अशा गोष्टी चटकन कळत असाव्यात. जगात कोठेही जा, 'गॉसिप' करणे हा महिलांचा जन्मसिद्ध हक्क असावा! पण फिरोझासारख्या सुंदर, बुद्धिमान, उच्चशिक्षित व सुस्वभावी व्यक्तीच्या बाबतीत घटस्फोटासारखी दुर्दैवी घटना घडावी, याचे मला राहून राहून वाईट वाटत होते. आम्ही तिच्या घरी गेल्यावर तिने तिच्या एकुलत्या एक मुलाची ओळख करून दिली होती. चौदा वर्षांचा रादिन जरा खिन्न दिसला.

"याला त्याच्या वयाचे कोणी आज येथे नाही म्हणून कंटाळलाय!" फिरोझाने खुलासा केला.

"आमचा अक्षय याच्याच वयाचा आहे." नीलिमा म्हणाली. त्यावेळी अक्षय पुण्याजवळच्या एका निवासी शाळेत राहून शिकत होता.

"तो आज येथे असता तर रादिनला समवयस्क संगत मिळाली असती." फिरोझा म्हणाली.

अशा सणासुदीच्या वेळी रादिनला आपल्या वडिलांची उणीव नक्कीच जाणवत असावी असे मला उगीचच वाटले. फिरोझाचा घटस्फोट कशामुळे झाला आहे हे मला ठाऊक नव्हते व ते जाणून घ्यायची उत्सुकताही नव्हती. फक्त एका गोष्टीची मला खात्री होती, की फिरोझासारख्या पत्नीला घटस्फोट देणारा नवरा महामूर्ख असला पाहिजे. मलेशियातही शरियत कायदा अमलात आहे. त्यानुसार तोंडी

घटस्फोट द्यायची प्रथाही प्रचलित आहे. शरियतची नीतिप्रणाली राबवण्यासाठी व त्या कायद्याची अंमलबजावणी करण्यासाठी वेगळी न्यायव्यवस्थाही अस्तित्वात आहे. त्या कायद्यानुसार पति-पत्नी नसलेल्या स्त्री-पुरुषांनी जवळ आल्यास गुन्हा होतो. अगदी बागेत गप्पा मारत बसले तरी सुद्धा. पण या जवळिकीच्या गुन्ह्याला काही लोक धाडसाने जुमानतही नव्हते.

जेवण व्हायला अजून अवधी होता. नीलिमा फिरोझाच्या मदतीसाठी किचनमध्ये गेली होती. मी फिरोझाच्या काही परिचितांशी ओळख करून घेऊन त्यांच्याशी गप्पा मारू लागलो. फिरोझाचे दोन चिनी वंशाचे मलेशियन शेजारी व तिच्या पूर्वीच्या कार्यालयातील एक सहकारी यांच्याशी काही गप्पा झाल्यानंतर माझे लक्ष एका पाश्चात्त्य व्यक्तीकडे गेले. मी त्यांच्याजवळ जाऊन त्यांच्याशी हस्तांदोलन केले. जवळजवळ पन्नाशीच्या त्या गृहस्थांनी मला आपली ओळख करून दिली.

"मी मार्टिन हॅले, येथे एका खनिजांच्या व्यवसाय करणाऱ्या कंपनीत काम करतो. मी भूगर्भशास्त्रज्ञ आहे."

"खरंच की काय? मी स्वत: भूगर्भशास्त्राचा पदवीधर आहे." मी म्हणालो.

"पण तुम्ही तर कायदा सल्लागार आहात ना?" मार्टिननी आश्चर्याने विचारले.

"हो. बी.एस्सी. झाल्यानंतर मी खाणतंत्रज्ञानाचा पदव्युत्तर अभ्यासक्रम करावा असे माझे आवडते प्राध्यापक विश्वास पाराशर यांनी सुचवले होते. त्यांनी मला बऱ्याच पाश्चात्त्य विद्यापीठांची माहिती दिली. माझी खनिजांच्या अभ्यासातील प्रगती पाहून ते म्हणायचे, की या क्षेत्रात तू नाव कमावशील. पण मला परदेशी उच्च शिक्षणासाठी शिष्यवृत्ती मिळाली नाही. स्वत: पैसे घालून परदेशी शिकायला जायची घरची परिस्थिती नव्हती. माझे वडील सरकारी वकील होते. त्यांनी मी कायद्याचा अभ्यासक्रम करून वकिली करावी असे सुचवले. एक वर्ष मी वकिली केली, पण त्यात मन रमले नाही, मी प्राध्यापकाची नोकरी पत्करली व पुढे आंतरराष्ट्रीय कायद्याचा सखोल अभ्यास केला. जवळजवळ अठरा वर्षे अध्यापन केल्यानंतर आंतरराष्ट्रीय रेड क्रॉसमध्ये कायदा सल्लागार झालो." मी त्यांना खुलासा केला.

त्यानंतर आमच्या गप्पा खूपच रंगल्या.

"मी गेली दहा वर्षे मलेशियातच राहतो. मला हा देश खूपच आवडला." मार्टिन म्हणाले. त्यांचा विनम्र व मनमिळावू स्वभाव मला खूपच आवडला.

मलेशियन सरकारने परदेशी गुंतवणूक वाढवण्याच्या दृष्टीने 'मलेशियन सेकंड होम' अशी एक योजना सुरू केली होती. त्या योजनेनुसार परदेशी व्यक्तींनी मलेशियात घर विकत घेतले तर त्यांना निवासी व्हिसा द्यायची हमी दिली होती. त्या योजनेचा कित्येक पाश्चात्त्य व इतर परदेशी व्यक्तींनी लाभ घेतलेला. माझ्या घराच्या अपार्टमेंट इमारतीमध्ये असे कित्येक लोक राहायचे. मार्टिननी त्या योजनेचा लाभ

घेतला असावा असा मी अंदाज केला.

"आपण कुठे राहता?" मी त्यांना सहजच विचारले.

"इथेच." ते म्हणाले.

'शाह आलम' या सुंदर भागात 'सेकंड-होम' केलेले कित्येक पाश्चात्त्य लोक राहतात हे पूर्वी माझ्या वाचनात आले होते. मार्टिननाही शाह आलम भाग आवडला असावा.

"आपलं 'सेकंड-होम' याच कॉलनीत आहे का?" मी विचारले.

"नाही. मलेशियात मी घर विकत घेतलेले नाही. मी इथे सेकंड-होम केलेलं नाही. माझी कंपनी माझा व्हिसा करून घेते." माझा गैरसमज दूर झाला. मार्टिनना त्यांच्या कंपनीने घर भाड्याने घेऊन दिले असावे. शहरापासून दूर असल्यामुळे शाह आलममध्ये घरांची भाडीही फारशी नसावीत. माझे घर शहराच्या जवळ असल्याने आमचे कार्यालय त्यासाठी भरपूर घरभाडे मोजायचे. मी केवळ उत्सुकतेने मार्टिनना विचारले.

"या भागात घरभाडी फारशी महागडी नसतील, नाही का?"

माझा गैरसमज त्यांच्या लक्षात आल्यावर मार्टिन हसत हसत म्हणाले, "मला कल्पना नाही, पण मला घरभाडे भरावे लागत नाही. मी याच घरात फिरोझाबरोबर राहतो. तिचा मित्र आहे मी!"

हे ऐकल्यावर मला फिरोझाच्या धाडसाचे कौतुक वाटले व तिला योग्य साथीदार मिळाल्याचे समाधानही झाले.

■

दासी बॉबसिदा

"मला फक्त एकदाच हाँगला भेटायला मिळालं तरी माझं उर्वरित आयुष्य समाधानात जाईल. त्याला दाखवण्यासाठी मुलांचे तीन अल्बम आणले आहेत. मला इथे येऊन आठ दिवस झाले, पण अजून सगळं काही अनिश्चित आहे!" डोळे पुसता पुसता रेनेटबाई म्हणाल्या. सेऊलच्या चांगनोगू भागातील एका कोरियन उपाहारगृहात रेनेटबाई, दक्षिण कोरियन रेड क्रॉसचे अधिकारी डॉ. कोग व मी जेवायला गेलो होतो. ऑक्टोबर २००७ च्या पहिल्या आठवड्यात चार-पाच दिवसांच्या कामासाठी माझ्या आंतरराष्ट्रीय रेड क्रॉसच्या कुआलालंपूर येथील विभागीय कार्यालयातून मी दक्षिण कोरियाची राजधानी सेऊल येथे गेलो होतो. तेव्हा एके संध्याकाळी माझे परिचित डॉ. कोग यांनी विचारले, "उमेश, संध्याकाळी मोकळा आहेस का?"

"हो, संध्याकाळी मी हॉटेलच्या जवळपास कोठेतरी जेवायला जायचा विचार करत होतो!" मी उत्तरलो.

"असं करू या, सात वाजता मी तुझ्या हॉटेलवर येतो, आपण जेवायला जाऊ या. माझ्याबरोबर एक व्यक्ती असेल. तुला तिला भेटायला नक्कीच आवडेल." डॉ. कोग म्हणाले.

"कोण बरं असणार आपल्या बरोबर?" मी उत्सुकतेने विचारले.

"ते मी आत्ताच सांगत नाही. प्रत्यक्षात ओळखच करून देईन संध्याकाळी!" डॉ. कोग म्हणाले.

ती व्यक्ती कोण असावी याचा विचार करत मी हॉटेलवर परतलो. ठरल्याप्रमाणे बरोबर सात वाजता हॉटेलच्या स्वागत कक्षात जाऊन थांबलो. थोड्याच वेळात डॉ. कोग तेथे आले. त्यांच्याबरोबर एक सत्तरीची युरोपियन वाटणारी महिला होती.

"उमेश, या रेनेट हाँग. जर्मनीहून आल्या आहेत. रेनेट, हा उमेश कदम, आंतरराष्ट्रीय रेड क्रॉसमध्ये कायदा सल्लागार आहे!"

मी रेनेटबाईशी हस्तांदोलन केले. साधारण साडे-पाच फूट उंच, बॉबकट केलेले

भुरे केस, निळे डोळे, त्यावर बारीक काड्यांचा चष्मा असलेल्या रेनेटबाईंनी एक लांब स्कर्ट व स्वेटर परिधान केले होते. त्यांच्या चेहऱ्यावर गंभीरतेची, किंबहुना खिन्नतेची छटा दिसून येत होती. त्या हस्तांदोलन करताना म्हणाल्या, "हॅलो मिस्टर कदम!"

आम्ही डॉ. कोग यांच्या गाडीतून चांगनोगू भागातील एका कोरियन उपाहारगृहाकडे निघालो. डॉ. कोग यांच्या शेजारी मी बसलो होतो. डॉ. कोग व मी बोलत होतो पण मागे बसलेल्या रेनेटबाई शांत होत्या. डॉ. कोगनी तिघांसाठी एक टेबल फोन करून आरक्षित केले होते. तेथे पोहोचल्यावर मी रेनेटबाईंना सहजच विचारले, "जर्मनीहून कोरिया पाहायला आला आहात का आपण?"

"नाही. मी एका कामगिरीवर आले आहे. आता आठ दिवस झाले येऊन. आल्यापासून बऱ्याच बैठका, भेटी-गाठी चालू आहेत. डॉ. कोग मला त्यात मदत करतात."

त्या कसल्या कामासाठी दक्षिण कोरियाला आल्या असाव्यात याचा मी अंदाज बांधू लागलो, पण मला काही सुचेना. बरे, त्यांना सरळसरळ 'तुमच्या प्रवासाचे प्रयोजन काय आहे' असे विचारणे शिष्टाचारास अनुसरून नव्हते.

डॉ. कोगनी आमच्यासाठी काही वैशिष्ट्यपूर्ण कोरियन खाद्यपदार्थ मागवले. एव्हाना त्यांना माझ्या आवडी-निवडी ठाऊक झाल्या होत्या. जेवणाबरोबर घ्यायला 'सोचू' ही तांदळापासून बनवलेली कोरियन वाईनही मागवली. वाईन, छोटे ग्लास व काही खाद्यपदार्थ टेबलावर ठेवून वेटर गेला. डॉ. कोगनी ग्लास भरले.

"रेनेट, तुझ्या प्रयत्नांना यश मिळावे ही सदिच्छा!" असे म्हणून त्यांनी 'चियर्स' केले.

सोचूचा एक घोट घेऊन डॉ. कोग म्हणाले, "उमेश, रेनेट एका वैयक्तिक कामगिरीवर येथे आल्या आहेत. त्यांना दक्षिण कोरियन रेड क्रॉसच्या वतीने मी मदत करत आहे. तुला मी त्यांची ओळख करून द्यायला व गरज पडली तर कायदेशीर सल्ला देता येईल का हे अजमावण्यासाठी मुद्दाम आज एकत्र जेवायचा बेत केला. रेनेट, उमेशला थोडक्यात पार्श्वभूमी सांगणार?"

रेनेटबाईनी सोचूचा एक घोट घेतला व सांगायला सुरुवात केली.

"हॅलो, मी हाँग ऑक गेऊन, उत्तर कोरियाहून आलो आहे!" एकवीस वर्षांचा उमदा व देखणा तरुण आपल्या पलीकडील बाकावर बसलेल्या अठरा वर्षांच्या एका लाजऱ्या-बुजऱ्या मुलीला म्हणाला.

"हॅलो, मी रेनेट क्लिन्त्ल!"

१९५६ सालच्या सप्टेंबरमध्ये त्या वेळच्या पूर्व जर्मनीतील जेना या शहरातील फ्रेडरिक शिलर विद्यापीठात हाँग व रेनेट रसायनशास्त्राचा अभ्यासक्रम करण्यासाठी

गेले होते. तो त्यांचा अभ्यासक्रमाचा पहिलाच दिवस होता. रेनेट पूर्व जर्मनीच्याच लैपझिग या शहरातून त्या अभ्यासक्रमासाठी आली होती. पूर्व जर्मनी व उत्तर कोरिया या दोन्ही साम्यवादी राष्ट्रांमध्ये खूप घनिष्ठ संबंध होते. त्यावर्षी जवळजवळ ३५० उत्तर कोरियन विद्यार्थ्यांना सरकारने शिष्यवृत्ती देऊन वेगवेगळे अभ्यासक्रम पुरे करण्यासाठी पूर्व जर्मनीला पाठवले होते.

हाँग व रेनेट यांच्या ओळखीचे रूपांतर मैत्रीत व मैत्रीचे प्रेमात व्हायला पुढे फक्त चारच महिने जावे लागले. त्यांच्या भेटी-गाठी वाढू लागल्या. हाँग आपल्याबरोबरच्या इतर १२ उत्तर कोरियन विद्यार्थ्यांबरोबर वसतिगृहात राहायचा तर रेनेट विद्यापीठाजवळ एक छोटीशी खोली भाड्याने घेऊन राहिली होती. तिचे आई-वडील व दोन भाऊ लैपझिगमध्ये राहायचे. तेथे तिच्या वडिलांचा एक छोटासा कारखाना होता.

"१९५९ च्या फेब्रुवारीमध्ये आम्ही विवाहबद्ध झालो. आमचा विवाह नोंदणी पद्धतीने झाला. त्यावेळी त्याचे दोन मित्र व माझ्या दोन मैत्रिणी हजर होत्या. आमच्या विवाहाला माझ्या घरच्यांनी विरोध दर्शविला होता, पण मी तो जुमानला नाही. हाँगच्या आकर्षक व भावुक डोळ्यांनी मला भुरळ घातली होती. आम्ही दोघे १९६१ मध्ये पदवीधर होणार होतो. त्यानंतर हाँग दोन वर्षांचा पदव्युत्तर अभ्यासक्रमही करणार होता. १९६० च्या जानेवारीत पीटर जन्मला. हाँग व मी एकत्र राहू शकत नव्हतो. विद्यापीठाच्या नियमांनुसार रोज त्याला वसतिगृहावर झोपायला जावे लागायचे. हाँगचा पदव्युत्तर अभ्यासक्रम संपल्यावर मी त्याच्याबरोबर उत्तर कोरियाला जायचा निर्णय घेतला होता. अभ्यासक्रम संपल्यानंतर त्याला जर्मनीमध्ये राहता येणार नव्हते. सगळं काही सुरळीत चाललं होतं; पण १९६२ च्या मार्चमध्ये एक अनपेक्षित व धक्कादायी घटना घडली!"

"असं? काय बरं झालं?" मी उत्सुकतेने विचारले.

"उत्तर कोरियाच्या सरकारने आपल्या पूर्व जर्मनीतील सर्व विद्यार्थ्यांना ४८ तासांत तेथील गाशा गुंडाळून मायदेशी परतण्याचे आदेश दिले. अभ्यासक्रम अर्ध्यावरच सोडून त्यांना त्यांच्या देशाला जाणं भाग होतं!"

"पण असा विचित्र आदेश सरकारने कसा काय काढला?" मी विचारले.

"१९६२ च्या मार्चमध्ये चार उत्तर कोरियन विद्यार्थी पूर्व जर्मनीतून पळाले व पश्चिम जर्मनीस पोहोचले. तिथे त्यांनी सरकारकडून आश्रय मागितला. कठोर साम्यवादी सरकारच्या गळचेपी धोरणास आपण कंटाळलो असून एखाद्या पाश्चात्त्य राष्ट्रात आम्हाला स्थलांतर करायचं आहे असं ते म्हणाले. पश्चिम जर्मनीचे सरकार त्यांना अटक करून उत्तर कोरियन सरकारच्या ताब्यात देऊ शकत होते, पण तसं केलं असतं तर त्या चौघांना कसलीही दया-माया न दाखवता राजद्रोह केल्याबद्दल फाशीची शिक्षा नक्कीच झाली असती. या कारणास्तव पश्चिम जर्मनीच्या सरकारने

मानवतावादी दृष्टिकोनातून त्या चौघांना आश्रय द्यायचं व त्यांचं पुनर्वसन करायचं ठरवलं. हे समजल्यावर उत्तर कोरियन सरकारने असा प्रकार पुन्हा होऊ नये या उद्देशाने आपल्या पूर्व जर्मनीतील सर्व विद्यार्थ्यांना तातडीने मायदेशी बोलावून घ्यायचं ठरवलं.''

''अर्थातच हाँगना जाणं भाग पडलं असणार. पण त्याचवेळेस तुम्ही त्यांच्याबरोबर जाऊ शकला नाही?'' मी विचारले.

''नाही. कारण त्यावेळी मी सहा महिन्यांची गरोदर होते. दोन आठवड्यांचा रेल्वेचा अखंड प्रवास मला झेपणार नव्हता. बाळंत झाल्यानंतर काही महिन्यांनी मी उत्तर कोरियाला जायचं ठरलं. पण मला शंका आहे, की नंतर मला कोरियाला जाण्यात बऱ्याच अडचणी येणार आहेत याची त्यावेळी हाँगला कल्पना असावी. ज्या रीतीने निरोप घेताना तो मला व एक वर्षाच्या पीटरला जवळ घेऊन रडला. त्यावरून मला नंतर वाटलं, की त्याच्या दृष्टिकोनातून ती आमची शेवटचीच भेट असावी. जाताना तो 'दासी बॉबसिदा' म्हणजे 'आपण परत भेटू' असं कोरियन भाषेत म्हणाला, पण ते केवळ माझ्या समाधानासाठीच अशी माझी नंतर खात्री पटली.''

''पुढे काय झालं?'' मी विचारले.

''१९६२च्या जून मध्ये वॉल्टर जन्मला. हाँगची पत्रं येत होती. तो नेहमी मुलांच्याविषयी, माझ्याविषयी पत्रातून चौकशी करायचा. आमच्या भेटीसाठी अधिर झाला आहे असे म्हणायचा. वॉल्टर सहा महिन्यांचा झाल्यानंतर मी उत्तर कोरियाच्या दूतावासात व्हिसासाठी अर्ज केला, पण कोणतंही कारण न देता तो नामंजूर करण्यात आला. हाँग पत्रातून लिहायचा की तो राजधानी प्यॉंगयांगमध्ये व्हिसासाठी प्रयत्न करत आहे.''

''त्यांच्या प्रयत्नांनाही यश आलं नाही?'' मी विचारले.

''असं दिसतंय! कारण १९६३ च्या एप्रिलपासून त्याची पत्रं यायचं अचानक बंद झालं. त्याला मी पाठवलेली पत्रं 'पत्ता सापडत नाही' असा शेरा मारून परत पाठवली गेली. हाँगने मुद्दाम पत्रं पाठवायचं थांबवलं, की सरकारने त्याला मना केलं, काही कळायला मार्ग नव्हता.'' रेनेटबाई म्हणाल्या.

''उत्तर कोरियाच्या कडक व कठोर साम्यवादी सरकारने आपल्या नागरिकांवर परदेशी व्यक्तींशी संबंध ठेवण्यावर, पत्रव्यवहार करण्यावर निर्बंध घातले, बाह्य जगताशी देशाचा संपर्क तोडला हे जगजाहीरच आहे.'' मी म्हणालो.

''हो, पण त्या धोरणामुळे माझ्या वैयक्तिक आयुष्यात इतक्या गुंतागुंती होतील असं माझ्या स्वप्नात देखील आलं नाही. दोन लहान मुलांना वाढवायची मोठी जबाबदारी माझ्या एकटीवर तरुण वयात येऊन पडली. मी एका शाळेत शिक्षिकेची नोकरी करू लागले. माझ्या काही मैत्रिणींनी मला पुनर्विवाह करायचा सल्ला दिला,

पण मी त्यास ठामपणे नकार दिला. कारण मला माझ्या मुलांना सावत्र वडील द्यायचे नव्हते.''

रेनेटने आयुष्यात आलेल्या आपत्तीला खंबीरपणे तोंड दिले. मुलांचे शिक्षण, संगोपन कष्ट करून केले. तिचा त्याग खरेच खूप मोठा होता. मी तिला विचारले, ''पुढे हाँगचा काही संपर्क झाला की नाही?''

''हाँगबरोबर जेना येथे शिकत असलेल्या त्याच्या एका मित्राने १९८९ मध्ये माझ्याशी संपर्क साधला. तो उत्तर कोरियाहून जर्मनीला काही कामानिमित्त आला होता. तो मला भेटायला आला. त्याने हाँग ठीक असल्याचं सांगितलं, पण तो जास्त मोकळेपणाने माझ्याशी बोलला नाही. तो माझ्यापासून काहीतरी लपवत आहे असं मला जाणवलं. पूर्वी जवळजवळ १९६५ च्या सुमारास मी जर्मनीतील उत्तर कोरियाच्या दूतावासात एक अर्ज करून हाँगला पूर्व जर्मनीस स्थलांतर करायची परवानगी द्यावी अशी याचना केली होती. ती नाकारून मला सांगण्यात आलं की 'राष्ट्र उभारणीच्या महत्त्वाच्या कामगिरीत सर्व नागरिक गुंतले असल्याने एकाही नागरिकास आम्ही परदेशास स्थलांतर करायला परवानगी देऊ शकत नाही. आमच्या या उदात्त व महत्त्वाच्या उद्दिष्टाखातर तुम्ही आमची अडचण समजून घ्याल अशी आमची अपेक्षा आहे.' हाँग व आम्ही एकत्र येणं अशक्यप्राय झालं.''

''मग आता तुम्ही नव्याने प्रयत्न करत आहात का?''

''गेल्या वर्षी मी जर्मन रेड क्रॉसला एक विनंती केली की निदान एकदातरी मला हाँगला भेटू द्यायची संधी मिळवून द्यावी. त्यासाठी रेड क्रॉस ज्याप्रमाणे युद्ध विस्थापितांना एकत्र आणण्याचा प्रयत्न करतं, तसंच साहाय्य मिळावं. आता वृद्धापकाळात माझी अन्य काही इच्छा नाही. त्याची व मुलांची भेट घडवून आणावी, तेही माझे डोळे मिटण्यापूर्वी असं मला वाटतं. पीटर व वॉल्टर आता आपापल्या व्यवसायात, कुटुंबात रमले आहेत. पीटर एक वर्षांचा असताना हाँग निघून गेले. वॉल्टरने तर त्यांना पाहिलंही नाही. मी त्या दोघांचे वेळोवेळी वाढताना फोटो घेऊन त्याचे आल्बम करून ठेवले आहेत. हाँगच्या भेटीचा योग आला तर त्याला पाहून आनंद होईल. दुर्दैवाने ते दोघे वाढताना, खेळताना, बागडताना तो पाहू शकला नाही. काही वर्षांपूर्वी माझ्या वाचनात आलं, की रेड क्रॉसच्या मध्यस्थीने उत्तर व दक्षिण कोरियामध्ये १९५०-५१च्या युद्धानंतर विभक्त झालेल्या काही नातेनाइकांच्या भेटींना दोन्ही सरकारांनी परवानगी दिली. त्याच धर्तीवर मला फक्त एकदाच हाँगला भेटायची संधी मिळावी या दृष्टिकोनातून मी प्रयत्न सुरू केले.''

खरंच एवढा प्रचंड त्याग केलेल्या रेनेटची इच्छा पुरी व्हावी असे मला मनापासून वाटले. डॉ. कोग म्हणाले, ''उमेश, जर्मन रेड क्रॉसने आमच्याशी संपर्क साधला व रेनेटना मदत करायची विनंती केली. आम्ही उत्तर कोरियन रेड क्रॉसशी व तेथील

सरकारशी संपर्क साधला व हाँगची माहिती मिळवायची विनंती केली. त्यांच्या मार्फत आम्हाला समजलं, की हाँग आता सेवानिवृत्त झाले असून ते त्यांच्या कुटुंबाबरोबर प्याँगयांगमध्ये राहत आहेत. अर्थातच त्यांनी दुसरा विवाह १९६४ च्या सुमारास केला होता.''

''माझा त्याबद्दल काहीच आक्षेप नाही. माझी फक्त एकदाच त्याची भेट व्हावी एवढीच इच्छा आहे.'' रेनेटबाई म्हणाल्या.

''उमेश, सध्या आमचे राष्ट्रपती रो मू हून उत्तर कोरियाच्या ऐतिहासिक भेटीवर गेले आहेत. त्यांची व तेथील अध्यक्ष किम जाँग इल यांच्याशी शिखर परिषद होणार आहे. आमचे राष्ट्रपती हून तिकडे जाण्यापूर्वी दक्षिण कोरियन रेड क्रॉसचे अध्यक्ष त्यांना भेटले. त्यांनी रेनेटबाईच्या वतीने उत्तर कोरियाचे राष्ट्रपती किम जाँग इल यांना हाँग यांच्या भेटीची परवानगी रेनेटना मिळावी अशी विनंती करायचे मान्य केले आहे. जर राष्ट्रपती किम यांनी संमती दिली तर आम्ही रेनेटबाईंची व हाँग यांची भेट आमच्या दोन्ही देशांच्या सीमेवर घडवून आणू. पूर्वी तिथेच विभक्त नातेवाइकांच्या भेटी घडवून आणल्या होत्या. जर परवानगी मिळाली तर पीटर व वॉल्टर तातडीने इकडे येतील.'' डॉ. कोगनी खुलासा केला.

''अरे वा, केव्हा समजेल त्यांची प्रतिक्रिया?'' मी विचारले.

''उद्या दुपारपर्यंत राष्ट्रपती हून यांच्या कार्यालयातून उत्तर अपेक्षित आहे.''

''खरंच, तुमची इच्छा पुरी व्हावी असं मलाही वाटतं, पण एक गोष्ट मात्र खरी, सगळं काही उत्तर कोरियाच्या सरकारवर अवलंबून आहे. कायद्याचा आधार घेऊन काहीही करता येणं शक्य नाही. जे राष्ट्र आंतरराष्ट्रीय करारांपासून दूर राहतं, ज्याने मूलभूत मानवी हक्काविषयीचे करार धुडकावून लावले आहेत, त्याला कायद्याच्या आधारावर काही करायला सांगणं केवळ अशक्य आहे. शिवाय गेल्या पन्नास वर्षांचे उत्तर व दक्षिण कोरियातील शत्रुत्व हा एक मोठा अडसर आहे.'' मी म्हणालो.

''मला त्याची खात्री होतीच. आता पाहायचं उद्या काय होतं. हा माझा शेवटचाच प्रयत्न. आता पुन्हा हा प्रश्न धसाला लावायची माझी हिंमत नाही. आताही जर्मन रेड क्रॉसने मला अर्थसाहाय्य दिलं, इथे दक्षिण कोरियन रेड क्रॉसने राहायची व्यवस्था केली म्हणून मी हा प्रयत्न करू शकले, नाहीतर हेही अशक्य होतं.'' रेनेटबाई म्हणाल्या.

आम्ही जेवण आटोपून तेथून निघालो. रात्रभर रेनेटबाईंचा खिन्न व केविलवाणा चेहरा माझ्या डोळ्यासमोर येत होता.

दुसऱ्या दिवशी सकाळी व दुपारी मी खूपच कामात होतो. संध्याकाळी डॉ. कोगना रेनेटबाईंच्या विनंतीचे काय झाले हे विचारावे म्हणून फोन केला पण ते उपलब्ध नव्हते. संध्याकाळी जेवायला जाण्यापूर्वी सात वाजता दक्षिण कोरियन दूरदर्शनच्या

इंग्रजी बातम्या पाहत होतो. जवळजवळ सगळ्या बातम्या राष्ट्रपती हून व किम यांच्या शिखर परिषदेवरच होत्या. त्या संपता संपता निवेदक म्हणाला, "राष्ट्रपती हून यांनी राष्ट्रपती किम यांना रेनेट हाँग या जर्मन महिलेला आपल्या पंचेचाळीस वर्षांपूर्वी ताटातूट झालेल्या उत्तर कोरियन पतीला एकदाच भेटायची परवानगी द्यावी अशी विनंती केली व ती राष्ट्रपती किम यांनी मान्य केली. दक्षिण कोरियन रेड क्रॉसच्या मदतीने ही भेट पुढच्या आठवड्यात आयोजित करण्यात येणार आहे!"

हे ऐकल्यावर रेनेटबाईंच्या इच्छाशक्तीचे व चिकाटीचे फळ मिळाले याबद्दल मला फार बरे वाटले. कदाचित या घडामोडींमुळेच डॉ. कोग यांच्याशी मी संपर्क साधू शकलो नाही. या घटनेनंतर दोन महिन्यांनी मी पुन्हा सेऊलला गेलो तेव्हा डॉ. कोगनी ती भेट घडवून आणल्याचे सांगितले. उत्तर कोरियन सरकारने या भेटीसाठी दोन अटी घातल्या होत्या. पहिली ही, की फक्त तीन तासांसाठीच त्यांनी भेटायचे होते व दुसरी अशी, की पुन्हा अशा भेटीची परवानगी मिळणार नाही.

पंचेचाळीस वर्षे प्रयत्न केल्यानंतर फक्त तीन तासांसाठी आपल्या ताटातूट झालेल्या पतीला, आपल्या आता मोठ्या झालेल्या दोन मुलांसमवेत भेटून त्यांचा अखेरचा निरोप घेताना रेनेटबाईंच्या हळव्या मनाची काय स्थिती झाली असेल हे माझ्या कल्पनेच्या बाहेरचे होते.

पण मला एका गोष्टीची खात्री होती, यावेळी रेनेटचा निरोप घेताना मिस्टर हाँग 'दासी बॉबसिदा' नक्कीच म्हणाले नसणार!

■

नुझूनुझू आणि झेकामाता

होनिआराच्या राष्ट्रीय वस्तुसंग्रहालयाजवळच्या हस्तकला वस्तू विक्री केंद्रातील भिंतीवर टांगायच्या काष्ठशिल्पांकडे मी नवलाईने पाहत होतो. त्यातील एका उग्र मुखवटा असलेल्या शिल्पाकडे अंगुलिनिर्देश करत मिस्टर लावरी कुमाना म्हणाले, ''हा झेकामाता. आमच्या पौराणिक कथांमध्ये याला राक्षस समजले जाते. हे विध्वंसक प्रवृत्तीचे, अत्याचारांचे व हिंसेचे प्रतीक मानले जाते. शक्यतो याला घरात कोणी ठेवत नाही. ते अपशकुनी मानलं जातं. आमच्या पुराणात त्याचा अंत चांगल्या शक्तींनी केल्याचे उल्लेख आहेत!''

''असं? आणि हे दुसरं शिल्प कशाचं प्रतीक आहे?'' दुसऱ्या एका शिल्पाकडे पाहत मी विचारले. त्यावर मिस्टर कुमाना म्हणाले, ''हा नुझूनुझू! हा संपत्तीचा, सुबत्तेचा व धनदौलतीचा देव मानला जातो. याची मनोभावे पूजा, वेळोवेळी स्मरण व भक्ती केल्याने आर्थिक लाभ होतात अशी आख्यायिका आहे. याचे चित्र अथवा शिल्प घरात ठेवणं शुभ मानलं जातं.''

''असं? केवढ्याचं बरं असावं हे?'' मी विचारले.

मिस्टर कुमानानी तेथील साहाय्यिकेला त्याची किंमत विचारली व ते म्हणाले, ''चाळीस सॉलोमन डॉलर्स म्हणजे अंदाजे ५ अमेरिकन डॉलर्स.''

''ठीक आहे, होनिआराची आठवण म्हणून मी हे विकत घेतो.'' तिने ते छोटेसे शिल्प व्यवस्थित पॅक केले. रेड इंडियनसारखे पंखांचे शिरस्त्राण घातलेले व निमुळत्या हनुवटीचे ते शिल्प नीलिमास नक्की आवडेल असे मला वाटले. त्याचे मोठाले डोळे व केसांचा भाग हस्तिदंतासारख्या दिसणाऱ्या छोट्या छोट्या तुकड्यांनी बनवला होता. मी आत्तापर्यंत खूप काष्ठशिल्पे पाहिली होती, पण नुझूनुझूचे रूप काहीसे वेगळे व अनोखे वाटत होते. नीलिमाला वेगवेगळ्या देशांतील अशा वस्तू जमा करायची खूप हौस. आमच्या कुआलालंपूर येथील घराच्या दिवाणखान्यात कंबोडिया, व्हिएतनाम, इंडोनेशिया, थायलंड, चीन, फिलिपीन्स व खुद्द मलेशियातील

अशा वस्तूंची रेलचेल झालेली, त्यात आणखी एक भर! पण मला 'नुझूनुझू' आवडला होता. शिवाय मी पुन्हा होनिआराला जायची शक्यता जवळजवळ नसल्याने ते शिल्प विकत घ्यावे असे मलाही वाटले होते. अर्थात माझा अंधश्रद्धेवर विश्वास नसल्याने 'नुझूनुझू'मुळे मला मोठा आर्थिक लाभ होईल अशी यत्किंचितही अपेक्षा नव्हती.

होनिआरा या प्रशांत महासागरातील 'सॉलोमन बेटे' या छोट्या, मागासलेल्या व कित्येक वर्षं हिंसाचाराने थैमान घातलेल्या देशाच्या राजधानीस युद्धविषयक आंतरराष्ट्रीय मानवतावादी कायद्याच्या एका कार्यशाळेसाठी मी तिकडे चार-पाच दिवसांसाठी जावे अशा आशयाचा आमच्या जिनिव्हा येथील मुख्य कार्यालयातून जानेवारी २००७ मध्ये जेव्हा संदेश आला, त्यावेळी मला आश्चर्य वाटले. कारण तो देश माझ्या कार्यक्षेत्राबाहेर होता पण त्या कार्यशाळेचे महत्त्व लक्षात घेता मी तिकडे जावे अशी विनंती मला करण्यात आली होती. कुआलालंपूरहून तिकडे जाताना व येताना एक-एक दिवस ऑस्ट्रेलियातील ब्रिस्बेन येथे मला राहावे लागणार होते. कारण सॉलोमन बेटे हा देश आडवळणास असल्याने व तिकडे प्रवासी वाहतूक कमी असल्याने आठवड्याच्या ठरावीक दिवशीच ब्रिस्बेनहून तिकडे विमान जायचे.

जुलै १९७८ मध्ये ब्रिटिशांपासून स्वतंत्र झालेल्या या देशात सतत वांशिक तणाव असायचा व हिंसाचार व्हायचा. तेथील रहिवासी पॉलिनेशियन व मेलानेशियन वंशाचे. त्यांच्याच वेगवेगळ्या आदिवासी टोळ्या बनलेल्या. त्यापैकी दोन शक्तिशाली सशस्त्र गट होते इसाताबू स्वतंत्र चळवळ व मालैता गरुड शक्ती. त्यांच्यामध्ये सतत हिंसाचार चालायचा. इसाताबूचे लोक ग्वालेस वंशाचे, मालैताचे लोक मालैती. त्यात आणखी एक गट भांडायला आला तो काबुतौलाका वंशाच्या लोकांचा. सततच्या हिंसाचारामुळे देशाची प्रगती खुंटली होती. १९९९ मध्ये पंतप्रधान उलूफालू यांनी सुधारणावादी कार्यक्रम हाती घेतला. ते मालैती वंशाचे पण त्यांच्याच वंशाच्या गटाने त्यांचे अपहरण केले व त्यांना राजीनामा द्यायला भाग पडले. त्या गटाच्या मते ते खूप मवाळ होते. त्यांच्या जागी मानासे सोगावरे या तत्कालीन अर्थमंत्र्यांना पंतप्रधान केले गेले. त्यांच्या पुढाकाराने ऑक्टोबर २००० मध्ये सरकार, मालैता गरुड शक्ती व इसाताबू स्वतंत्र चळवळ यांच्यात समझौता झाला व २००१ च्या फेब्रुवारीत शांतता करारावर सह्या करण्यात आल्या. अंतर्गत युद्ध संपले तरी त्या करारास विरोध करणारे हिंसाचार पूर्णपणे थांबवायला तयार नव्हते. त्या शांतता करारानुसार हिंसाचारात भाग घेतलेल्या बहुतांशी लोकांनी आपली शस्त्रास्त्रे सरकारजमा करायची तयारी दर्शवली. त्याच्या बदल्यात त्यांनी हिंसाचारात पूर्वी भाग घेतल्याबद्दल त्यांच्यावर खटले भरायचे नाहीत व त्यांना सरकारने माफी जाहीर करायचे असेही ठरले. तशा आशयाचा कायदा संसदेने २००३ साली संमत केला. परंतु या कायद्यात असे एक कलम

घातले की ज्या लोकांनी हिंसाचारादरम्यान मानवी हक्क व आंतरराष्ट्रीय युद्धविषयक मानवतावादी कायद्याच्या तत्त्वांचा भंग केला आहे ते माफीस पात्र ठरणार नाहीत व त्यांच्यावरील खटले स्थगित केले जाणार नाहीत.

या कायद्यामुळे त्या देशातील सरकारी अधिकारी, पोलीस यंत्रणा, वकील व न्यायाधीश खूप गोंधळून गेले. मानवतावादी कायदा, त्याची मूलतत्त्वे व त्याच्या तरतुदी यांचा त्यांना गंध नव्हता. हे लक्षात घेता सॉलोमन बेटांचे सरन्यायाधीश सर आल्बर्ट पामर यांनी आंतरराष्ट्रीय रेड क्रॉसशी संपर्क साधला व त्या विषयावर तीन दिवसांची एक कार्यशाळा होनिआरामध्ये आयोजित करावी अशी विनंती केली. आमच्या संघटनेत त्या कायद्याचे सखोल अभ्यास केलेले माझ्यासारखे बरेच कायदा सल्लागार आहेत. त्या कायद्याचा प्रसार करायची व त्याचे विश्लेषण करून समाजातील विविध घटकांना त्याची माहिती करून द्यायची जबाबदारी रेड क्रॉसची. त्यामुळे आमच्या मुख्य कार्यालयाने ती विनंती मान्य केली व मला होनिआराला जायला सांगितले.

तेथे गेल्यावर त्या भागाचे काम पाहणारा फिजी येथील कार्यालयातील पॉल ग्लिंझ याची भेट झाली. उंच, गोरा, हसऱ्या चेहऱ्याचा, जवळजवळ साठीचा पॉल खूपच प्रेमळ होता. मी पोहोचलेल्या पहिल्या दिवशीच संध्याकाळी आम्ही हॉटेलच्या बारमध्ये गप्पा मारत बसलो.

"उमेश, जवळजवळ २५ वर्षांपूर्वी मी मुंबईत एक वर्ष राहिलो आहे!" पॉल म्हणाला. तो जर्मन होता, हे मला ठाऊक होते.

"असं? ते कसं काय?" मी आश्चर्याने विचारले.

"त्यावेळी मी एका जर्मन कंपनीत व्यवस्थापकीय साहाय्यक होतो आणि गंमत म्हणजे फावल्या वेळात मी हिंदी सिनेमात काय करायचो!"

"खरंच की काय? पण कसली कामं करायचास तू?"

"अरे, काही दृश्यात पाश्चात्त्य लोक डान्स करण्यासाठी किंवा उपाहारगृहात बसलेले दाखवले जाते. त्यासाठी दिग्दर्शकांना आमच्यासारखे लोक 'एक्स्ट्रा' म्हणून लागतात. आता मला त्या सिनेमांची नावं देखील आठवत नाहीत. हां, मनोजकुमारचा 'पूरब और पश्चिम' हा मात्र आठवतो, कारण त्याच्या चित्रीकरणादरम्यान माझी व मनोजकुमारची मैत्री जमली होती." पॉलने खुलासा केला. ते ऐकून मला गंमत वाटली.

पॉल तत्परतेने मला काही हवं– नको पाहत होता.

"उमेश, अंधार पडल्यावर हॉटेलच्या बाहेर पडू नकोस हं! काही भागात अजूनही हिंसक घटना घडतात." पॉलने मला सावध केले.

"बरं झालं तू हे सांगितलंस. मला रोज ५-६ किलोमीटर चालायची सवय आहे.

मी दिवसा उजेडीच चालून येत जाईन.''

''आणि ते ही आपल्या हॉटेलच्या समोरील प्रमुख रस्त्यावरच चाल. गल्लीबोळात जाऊ नको.''

नव्या शहरात मला पायी फेरफटका मारून स्थानिक जीवनमान जवळून न्याहाळायची खूप हौस, पण होनिआरात सुरक्षिततेच्या कारणास्तव ती पूर्णपणे भागवता येणार नाही हे उघडच होतं.

आमची कार्यशाळा सुरू झाली. त्याचे उद्घाटन करायला सरन्यायाधीश जातीने हजर होते. मला भेटल्यावर म्हणाले.

''प्रा. कदम, तुम्ही आलात, फार बरे झाले. आम्हाला तुमच्यासारख्याची खूप मदत होईल. कित्येक खटले कायद्याच्या अपुऱ्या ज्ञानामुळे खितपत पडले आहेत. आता ते निकालात काढायला चालना मिळेल!''

कार्यशाळेसाठी चाळीस न्यायाधीश, सरकारी वकील व काही खाजगी वकील यांची निवड स्वत: सरन्यायाधीशांनी केली होती. उद्घाटनाच्या भाषणात त्यांनी सर्व उपस्थितांना माझ्याकडून त्यांच्या सर्व शंकांचे निरसन करून घ्यायचे आवाहन केले. चर्चासत्रादरम्यान बरेच लोक प्रश्न विचारत होते पण त्यापैकी एक मिस्टर कुमाना मात्र खूपच प्रश्न विचारायचे. त्यांचे प्रश्नही मुद्देसूद असत. चहाच्या वेळेत, लंचच्या वेळेत ते माझ्याजवळ बसूनही मला प्रश्न विचारायचे. मला त्याचा त्रास वाटत नव्हता. त्यांच्यासारख्यांच्या शंकांचे निरसन करणे हे माझे कर्तव्यच होते. मी केलेल्या खुलाशांची ते बारकाईने टिपणी करत होते. त्यांची अधिक ज्ञान संपादनाची आवड, विषय समजून घ्यायची व आत्मसात करायची तळमळ व जिद्द यामुळे मी खूपच भारावून गेलो होतो. त्यादिवशी कार्यशाळा संपल्यावर मिस्टर कुमाना माझ्याजवळ आले व म्हणाले, ''कदमसाहेब, चला तुम्हाला माझ्या मोटरसायकलवरून होनिआराची चक्कर मारून आणतो.''

मी पॉलला विचारले, ''पॉल, वकील लावरी कुमाना मला शहराचा मोटर-सायकलवरून फेरफटका मारून येऊया म्हणताहेत. गेलो तर चालेल त्यांच्याबरोबर?''

''बेलाशक जा. स्थानिक माणूस सोबत असल्यावर भ्यायचं मुळीच कारण नाही.''

मी कपडे बदलून मिस्टर कुमानांच्या जुनाट मोटरसायकलवरून जायला निघालो. सुरुवातीला आम्ही समुद्रकिनाऱ्याकडे गेलो. तो खूपच अस्वच्छ होता. तिथून ते मला शहराच्या शेजारच्या एका टेकडीवर घेऊन गेले. तिथून शहराचे, लगतच्या समुद्राचे व दूरच्या बेटांचे दृश्य खूपच सुंदर दिसत होते. शहरातील बहुतेक घरे साधी-सुधी, बरीच गंजलेल्या पत्र्यांची छपरे असलेली दिसली. त्यावरून तेथील दैन्य-दारिद्र्याची कल्पना येत होती. तो देश व त्याच्या आसपासचे प्रशांत महासागरातले छोटे छोटे व्हनवातू, नावरू, सामोआ, किरीबाती असे सर्व देश मागासलेले व हिंसाचाराने

ग्रासलेले. अशा देशांच्या उपेक्षित जनतेच्या हाल-अपेष्टा पाहून दया यावी.

होनिआरातील लोक दिसायला रानगटच. काळे, जाड-जूड व उग्र चेहऱ्याचे ते लोक पाहून एखाद्याला भीती वाटावी. त्यांचे कोरडे, राठ, कुरळे केस सदैव अस्ताव्यस्त पसरलेले. त्यात भरीस भर म्हणजे ते सदैव कच्ची सुपारी व काताच्या काड्या चघळायचे. त्यामुळे तोंडे लालभडक व रस्त्यावर लाल रंगाने केलेली रंगरंगोटी हे ओघाओघाने आलेच. त्यांचे डोळेही सदैव तारवटलेले. सोबत मिस्टर कुमाना होते म्हणून मी घाबरून गेलो नाही.

"मिस्टर कुमाना, मला इथला स्थानिक बाजार पाहायचा आहे. घेऊन जाऊ शकाल तिकडे?" मी विचारले. मला नव्या शहरातील बाजारात चक्कर टाकायची खूप हौस. तिथे गेल्यावर सर्वसामान्य माणूस दिसतो कसा, तो खातो काय, त्याची वेशभूषा कशी असते हे अगदी जवळून न्याहाळायला मिळते, स्थानिक संस्कृतीची झलक दिसून येते.

"हो नक्कीच जाऊ तिकडे." कुमाना म्हणाले. आम्ही लगेचच बाजाराजवळ पोहोचलो. पत्र्याच्या एका प्रचंड शेडमध्ये बाजार भरला होता. तिथे गावठी औषधांपासून फळे, भाज्या, धान्ये, मसाले, मासे असे सर्व काही विकायला ठेवलेले. त्या सर्व गोष्टींचा एक संमिश्र दर्प हवेत तरळत होता. गलिच्छपणाही बऱ्यापैकी होता. त्या वातावरणाचे मी माझ्या व्हिडीओ कॅमेऱ्याने थोडे चित्रण करू लागलो. कॅमेरा जेव्हा एका मासे विकणाऱ्या बाईकडे वळला, तेव्हा ती मला त्यांच्या भाषेत काहीतरी रागावून बोलली. ते पाहून मी कॅमेरा बॅगेत ठेवला. मिस्टर कुमाना त्यांच्या मोटरसायकल-जवळ बाहेर थांबलेले. तेथे मोटरसायकल चोरीला जातात म्हणून ते दक्षता घेत होते. तसे पाह्यलं तर त्यांची जुनाट मोटरसायकल कोणी चोरली नसती हा भाग वेगळा. बाजार पाहून झाल्यावर ते मला राष्ट्रीय वस्तुसंग्रहालय पाहायला घेऊन गेले. त्याच्या जवळील हस्तकला विक्री केंद्रातून मी 'नुझूनुझू'चे काष्ठशिल्प विकत घेतले व आम्ही माझ्या हॉटेलवर परतलो.

दुसऱ्या दिवशी देखील कार्यशाळेदरम्यान कुमानांनी प्रश्नांचा भडिमार चालूच ठेवला होता. त्या संध्याकाळी मी हॉटेलच्या जवळपास एक फेरफटका मारायचे ठरवले. शॉर्ट्स, टी-शर्ट व बूट चढवले. हॉटेलच्या प्रवेशद्वारातून उजवीकडे जाणाऱ्या रस्त्याने दोन-अडीच किलोमीटर चालत गेलो. परत येताना अंधार पडत चालल्याचे जाणवले. माझ्या हॉटेलच्या दिशेलाच जाणारा एक शॉर्ट-कट मला दिसला. त्या रस्त्याला मी वळलो व चालू लागलो. जसजसे पुढे जाऊ लागलो तसतसे जळालेल्या इमारतींचे सांगाडे, झोपडपट्टीवजा घरे, दारूचे अड्डे, कचऱ्याचे ढीग वगैरे दिसू लागले. शिवाय रिकामटेकड्या तरुणांच्या टोळ्याही दिसू लागल्या. आपण या रस्त्याला येऊन चूक केली आहे हे समजून चुकले पण आता माघारी

फिरणेही शक्य नव्हते. हॉटेलची इमारत दहा-पंधरा मिनिटे चालत जाण्याच्या अंतरावर दिसत होती. त्या टोळ्यांतील उग्र चेहऱ्याचे, भयावह दिसणारे तरुण माझ्याकडे टक लावून पाहत आपले लालभडक दात विचकावत होते. आता कोणत्याही क्षणी ते मला लुबाडण्याच्या उद्देशाने तेथे अडवणार असे वाटले. माझ्याजवळ मौल्यवान अशी एकही वस्तू नव्हती. पैसेही नव्हते. मोबाईल तेथे चालत नसल्याने हॉटेलवरच ठेवला होता. थोडे फार पैसे असते तर त्यांच्या हातावर टिकवून मी सुटका करून घेतली असती, पण तीही शक्यता नव्हती. माझ्याजवळ लुबाडण्यासारखे काहीच नाही याचा राग येऊन त्यांनी मला चोप द्यायची शक्यताही नाकारता येत नव्हती. मी त्यांच्याकडे न पाहता झपझप पावले टाकत हॉटेलच्या दिशेला जाता झालो. माझा कोणी पाठलाग करत आहे का, हेही एक दोनदा पाहिले. ते तरुण मात्र माझ्याकडे पाहून हसत होते. त्यांच्या पुराणातल्या हिंसेचे प्रतीक असलेल्या 'झेकामाता' राक्षसाच्या चेहऱ्याच्या त्या तरुणांना माझी दया आली असावी. मी हॉटेलच्या आवारात पोहोचलो व सुटकेचा निःश्वास टाकला.

तिसऱ्या दिवशी कार्यशाळा संपली. त्याच्या समारोपास सरन्यायाधीश आले होते. माझा निरोप घेताना म्हणाले, "प्रा. कदम, तुमचे शतशः आभार! माझ्या सहकाऱ्यांनी मला सांगितले की तुम्ही खूप सोप्या शब्दात मानवतावादी कायद्याच्या क्लिष्ट तरतुदी सर्वांना समजावून सांगितल्या. आता माझा एक प्रस्ताव आहे."

"असं? कसला बरं मायलॉर्ड?" मी उत्सुकतेने विचारले.

"अंतर्गत युद्धासंबंधीचे सर्व खटले खंड न पडता चालवायचे व सात-आठ महिन्यांत निकालात काढायचे, म्हणजे त्या प्रकरणावर कायमचा पडदा पडेल!"

"उत्कृष्ट कल्पना आहे, मायलॉर्ड!" मी म्हणालो.

"पण मी तुमच्या मुख्य कार्यालयाला विनंती करणार आहे की त्या सात-आठ महिन्यांसाठी तुमची न्यायालयाचे विशेष सल्लागार या पदावर तात्पुरती नियुक्ती करावी. तेव्हाच ते खटले भरभर निकालात निघतील. अप्रत्यक्षरीत्या तुम्हीच त्या खटल्यांचा निकाल द्यायचा!"

हे ऐकल्यावर माझे धाबे दणाणले. त्या भयावह गावात चार-पाच दिवस राहणेही मला नकोसे झालेले! जिकडे पाहीन तिकडे मला 'झेकामाता' दिसत होते. शिवाय एखाद्या आरोपीच्या विरोधात निकाल द्यावा असा मी सल्ला दिला तर त्याने चिडून माझा कायमचा काटा काढण्याची शक्यताही नाकारता येत नव्हती. खूप मन लावून सचोटीने व प्रामाणिकपणे मी त्या कार्यशाळेत बोलल्याचा मला पश्चात्ताप होऊ लागला. सरन्यायाधीशही मला 'झेकामाता' सारखे दिसू लागले! आमचे मघापासून फोटो काढणारा फोटोग्राफरही 'झेकामाता' सारखा दिसू लागला.

होनिआरातून निघताना पॉलचा निरोप घेतला.

"पॉल, सरन्यायाधीशांचा तो प्रस्ताव मान्य होणार नाही असे काहीतरी कर, बाबा! या शहरात सात-आठ महिने काढायची कल्पनाच मी सहन करू शकत नाही."

पॉल हसत हसत म्हणाला, "मी समजू शकतो, उमेश. तू काळजी करू नकोस. मी सगळा बंदोबस्त करतो."

"तसं केलं नाहीस तर मी तुला सुद्धा तू 'झेकामाता' आहेस असं समजेन!"

होनिआराहून कुआलालंपूरला जायला निघालो. त्या गावाचा व देशाचा निरोप घेतला व तो शेवटचाच असावा अशी मनोमनी प्रार्थना केली. नंतर मला पॉलकडून कळले, की सरन्यायाधीशांचा तो प्रस्ताव आमच्या मुख्य कार्यालयाने अमान्य केला. मी सुटकेचा निःश्वास टाकला!

कुआलालंपूरला पोहोचल्यानंतर मला मिस्टर लावरी कुमानांचे ई-मेल येऊ लागले. त्यातही त्यांनी त्यांच्या बऱ्याच शंका उपस्थित केल्या व त्यांचे निरसनही माझ्याकडून करून घेतले. वेळोवेळी त्यांच्या ई-मेल येणे, त्यातून शंका उपस्थित करणे व मी त्यांचे निरसन करणे पुढे वर्षभर चालूच होते पण परवाची त्यांची ई-मेल वाचली व मला आश्चर्याचा धक्काच बसला! त्यात त्यांनी लिहिलं होतं :

'प्रा. उमेश कदम,

सप्रेम नमस्कार,

तुम्ही इकडे येऊन गेल्यापासून मी युद्धविषयक मानवतावादी कायद्याचा अधिक बारकाईने अभ्यास केला. तुमच्याशी झालेल्या चर्चेमुळे व तुम्ही माझ्या शंकांचे निरसन वेळोवेळी केल्यामुळे त्याची तत्त्वं व त्याच्या तरतुदी समजायला खूपच मदत झाली. त्याचा उपयोग मला माझ्याकडे चालवायला आलेल्या एका खटल्यासाठी झाला. तो खटला अंतर्गत युद्धात भाग घेतलेल्या एका बंडखोराचा होता. त्याने २००३ च्या कायद्याअंतर्गत माफीची याचना केली होती. सरकारने ती धुडकावून लावली होती. मी तो खटला मानवतावादी कायद्याच्या आधारे चालवला. न्यायालयाने तो माफीस पात्र आहे असा निर्णय देऊन त्याची मुक्तता केली. ही बातमी त्याच्यासारख्या अनेक आरोपींच्या कानावर गेली. त्यांचे खटले तोपर्यंत निकालात निघाले नव्हते. त्या आरोपींनी त्यांचे वकील बदलून माझं वकीलपत्र घेतलं. बऱ्याच खटल्यात निकाल माझ्या अशिलांच्या बाजूने लागले. मी प्रसिद्धीझोतात आलो. पाहता पाहता माझे काम वेगाने वाढले. एके काळी माझ्याकडे खूपच कमी काम होतं. आता मी पाच वकिलांना माझ्या हाताखाली घेतलं आहे. पूर्वी मला खूपच आर्थिक विवंचना होत्या, त्या आता कायमच्या दूर झाल्या आहेत. हल्लीच मी नवी कोरी 'होंडा-सिटी' गाडी विकत घेतली. घरही बांधायला घेतलं आहे. मुलाला ऑस्ट्रेलियातील सिडनी विद्यापीठात एलएल.बी.साठी पाठवायची तयारी सुरू आहे. हे सविस्तर लिहिण्याचं कारण की

मला यश, पैसा व कीर्ती केवळ तुमच्या मदतीमुळे मिळाली. मी तुम्हाला विचारलेल्या सर्व शंका माझ्याकडील खटल्यांत उद्‌भवलेल्या क्लिष्ट मुद्द्यांबाबत होत्या. तुमच्या विश्लेषणाच्या आधारेच मी माझा युक्तिवाद करत असे. त्यामुळेच मी असे बरेचसे खटले जिंकले.

'कित्येक वर्षे 'नुझूनुझू'ची भक्ती करूनदेखील तो माझ्यावर प्रसन्न झाला नव्हता, माझ्या आर्थिक विवंचना मिटल्या नव्हत्या पण आता माझ्या बाबतीत बोलायचं तर तुम्हीच माझे 'नुझूनुझू' आहात! नुझूनुझूच्या संदर्भात मी तुम्हाला एक गोष्ट सांगायची विसरून गेलो होतो, ती आता सांगतो. समजा एखाद्यावर तो प्रसन्न झाला व त्याला त्याने संपत्ती व धनदौलत दिली, असा गृहस्थ पैशाच्या मस्तीत व धुंदीत जर 'नुझूनुझू'ला विसरला व उपकाराच्या वृत्तीने त्याने त्याची पूजा-अर्चा करायचं बंद केलं, तर 'नुझूनुझू' त्याच्यावर उलटतो, दिलेली सर्व धन-दौलत हिरावून तर घेतोच पण त्याचं कायमचं दिवाळंही वाजवतो! माझ्याकडून तसा अपराध होऊ नये म्हणून मी माझ्या पाकिटात सदैव तुमचा फोटो ठेवायची खबरदारी घेतली आहे. शिवाय माझ्या कार्यालयातील टेबलावर व घरी माझ्या बेडरूमच्या भिंतीवर तुमचे मोठे केलेले फोटो लावले आहेत. माझ्यावर असलेला आपला वरदहस्त तसाच राहू दे, ही आपल्या चरणी प्रार्थना!

आपला उपकृत भक्त,
लावरी कुमाना.'

हा संदेश वाचल्यावर मी संगणक बंद केला व दिवाणखान्यात जाऊन तेथील भिंतीवर टांगलेल्या 'नुझूनुझू'च्या काष्ठशिल्पाकडे निरखून पाहिले. त्याच्या व माझ्या चेहऱ्यात बरेचसे साम्य आहे असा मला भास झाला, की ते खरंच होतं, हे काही केल्या कळेना!

■

निशिदा आणि कारोशी

१४ मार्च २००७ च्या 'असाही शिंबून' मधील ती बातमी वाचून मन विषण्ण झाले. तेहतीस वर्षांच्या निशिदा यामाकागेचा फोटो त्या बातमीबरोबर छापला होता. हसऱ्या चेहऱ्याच्या तरुण निशिदाचे मेंदूतील रक्तस्रावाने निधन झाले होते. 'कावाहितो इलेक्ट्रॉनिक कार्पोरेशन' या प्रसिद्ध व मोठ्या कंपनीत व्यवस्थापन विभागातील अधिकारी असलेला निशिदा 'कारोशी'चाच बळी आहे असे त्या बातमीमध्ये लिहिले होते. ती बातमी वाचेपर्यंत मला 'कारोशी'च्या बाबतीत काहीच ठाऊक नव्हते. एव्हाना जपानला माझ्या बारा-तेरा चकरा झाल्या होत्या. जपानने केलेल्या अतुलनीय प्रगतीचा प्रत्यक्ष अनुभव घेऊन मी खूपच प्रभावित झालो होतो, पण त्या प्रगतीसाठी देशाला एक जबरदस्त किंमत मोजावी लागली होती ती 'कारोशी'च्या रूपाने! 'कारोशी' म्हणजे कामाच्या अतितणावामुळे आलेला अकाली मृत्यू...

त्या दिवशी संध्याकाळी माझा प्राध्यापक मित्र आकिरा मायामा माझ्या शिबा-पार्क हॉटेलवर आला. आम्ही दोघे तेथून जवळच्याच 'गिंझा' या टोकियोच्या गजबजलेल्या भागातील एका छोट्याशा उपाहारगृहात जेवायला जायचे ठरवले होते. 'गिंझा'मध्ये छोट्या-छोट्या गल्ली-बोळांचे जाळे होते. सर्व भाग उपाहारगृहे व बार यांनी गजबजलेला. निऑनच्या लुकलुकणाऱ्या दिव्यांचा झगमगाट, घाईघाईने जाणारे-येणारे लोक, रस्त्यावर लहानलहान वस्तू विकणारे फेरीवाले व या सर्वांचे नवलाईने निरीक्षण करणारे प्रवासी यामुळे त्या भागात एक अनोखे चैतन्य आले होते.

"उमेश, सुशी व साशिमी जेवण चालेल का?" आकिराने विचारले.

"हो, कसलेही चालेल!" मी उत्तरलो. वारंवार परदेशी प्रवासाची मला सवय असल्याने विविध प्रकारचे भोजन खायची माझी तयारी होती.

आकिराने जेवण मागवले, सोबत किंचित कोमट 'साके' हे तांदळापासून बनवलेले मद्यही मागवले. आमच्या गप्पा सुरू झाल्या. 'गिंझा' मधील जवळजवळ सर्व उपाहारगृहात सूट परिधान केलेले जपानी मध्यमवयीन लोक भरभर बीअर किंवा

साके प्यायचे, घाई-घाईने काहीतरी खायचे, सिगारेट ओढायचे व लगबगीने जवळच्या शिंजूकू या उपनगरी भुयारी रेल्वेच्या स्टेशनकडे पळायचे, अगदी वाघ मागे लागल्यासारखे!

"आकिरा, हे लोक शांतपणे का खात-पित नाहीत?" मी विचारले.

"उमेश, यातील बहुतेकांना घरी पोहोचायला दीड ते दोन तास रेल्वेचा प्रवास करावा लागतो. आता सात वाजून गेलेत. नऊ-साडेनऊला घरी जाऊन ते सरळ झोपी जातील. सकाळी साडेचार किंवा पाचला उठून ऑफिसला यायच्या तयारीला लागतील. आठ वाजता कामाला सुरुवात करतील. सकाळी रेल्वेत बसायच्या आधी स्टेशनच्या स्टॉलवर थोडंफार काही खाल्लं तोच नाश्ता. दुपारी घाई-घाईत ऑफिसजवळ काहीतरी खातील... एखाद्या यंत्रात सापडल्यासारखं त्यांचं आयुष्याचं चक्र फिरत असतं!"

"पण रोज दहा ते अकरा तास काम करायची गरज आहे?"

"कायद्याने मुळीच नाही, पण बरेचसे अधिकारी कामाची वेळ सुरू व्हायच्या आधीच कामावर जातात व ती वेळ संपली तरी काम करत राहतात."

"पण तसं का बरं?"

"आपलं काम उत्कृष्टपणे करून दाखवायची चढाओढ असते. कामात जरा जरी कुचराई झाली तर नोकरीवर गदा येणार या सततच्या भीतीपोटी आपल्या वरिष्ठांना खुष ठेवायचा आटोकाट प्रयत्न चालू असतो. वरिष्ठ त्यांच्या वरिष्ठांना खुष ठेवायच्या मागे लागलेले असतात."

"आणि त्यामुळे 'कारोशी'चे प्रमाणही वाढत जाते!" मी म्हणालो.

"तू 'कारोशी'विषयी वाचलं आहेस?"

"हो, कारोशीने काल एक बळी घेतल्याची बातमी आज सकाळी वाचण्यात आली."

"खरं आहे, उमेश. जपान दुसऱ्या महायुद्धात बेचिराख झाला होता. त्यातून वर येण्यासाठी सगळ्यांनी अपरंपार कष्ट करून अर्थव्यवस्था सुधारण्याच्या व राष्ट्रउभारणीच्या कार्याला वाहून घेतले. यथावकाश देशाने देदीप्यमान प्रगती करून साऱ्या जगाला थक्क केले पण त्यासाठी जबरदस्त किंमत मोजावी लागली. दिवसातून बारा-बारा तास काम करणाऱ्या व आठवड्यातून एकही सुटी न घेणाऱ्या कित्येक लोकांचे हृदयविकाराने किंवा मेंदूतील रक्तस्रावाने अकाली निधन व्हायचे प्रमाण वाढल्यावर 'कारोशी'ची समस्या लक्षात आली."

"त्यावर उपाय म्हणून लोकांना सक्तीची विश्रांती दिली जात नाही?" मी विचारले.

"तसं करून पाहिलं, पण सततच्या कामाचं व्यसन लागलेल्यांना कधीच गप्प

बसवत नाही. काम नसलं की ते बेचैन होतात. त्यांच्या मनाचा समतोल बिघडतो.''

"अरे बापरे! ही खूपच बिकट समस्या आहे!'' मी म्हणालो.

"एवढंच नाही, सततच्या तणावामुळे लोकांमध्ये मद्यपान व धूम्रपान यांचं प्रमाणही वाढलं आहे. कृत्रिमरीत्या तणावातून पळवाट शोधायचा तो प्रयत्न असतो. तसंच दिवसाचा सारा वेळ कामासाठी व घरी येण्या-जाण्यासाठी जात असल्याने कुटुंबासाठी यांच्याकडे वेळच नसतो. कित्येकांचं कौटुंबिक जीवन उद्‌ध्वस्त झालेलं असतं. त्यांचं कामजीवनही समाधानकारक नसतं. त्यासाठी हवा असलेला उत्साह कोठून आणणार?''

"आकिरा, राष्ट्रीय पातळीवर या समस्येवर उपाय शोधायला सरकारने काही ठोस पावलं उचलली की नाही?''

"१९८२ मध्ये या विषयावर तीन डॉक्टरांनी एक पुस्तक प्रकाशित करून सरकारला व लोकांना जागं केलं. एक राष्ट्रीय संघटना काढली. कित्येक वकिलांनी व कारोशीग्रस्त कुटुंबांनी त्यात पुढाकार घेतला पण या साऱ्या उपक्रमांना समाजातील एका वर्गातून प्रखर विरोध होत होता!''

"विरोध? ते कसं काय? आणि असा विरोध करणारे कोण होते निर्दय लोक?'' मी आश्चर्याने विचारले.

"उद्योगधंद्यांचे मालक! कारण कर्मचारी कमी काम करणार तर त्याचा परिणाम त्यांच्या उत्पादनावर होणार. कित्येक वर्षं ते 'कारोशी' ही राष्ट्रीय समस्या आहे हे मानायलाच तयार नव्हते! त्यांच्या मते असे मृत्यू कामाच्या तणावामुळे नव्हे तर अन्य कारणांनी होत असावेत, पण वैद्यकशास्त्रातील कित्येक तज्ज्ञांनी संशोधन करून आकडेवारीच्या आधारे असे मृत्यू व कामाचा तणाव यांचा परस्पर संबंध नि:संदिग्धपणे सिद्ध करून दाखवला. प्रत्येकवर्षी जवळजवळ दहाहजार लोक कारोशीला बळी पडतात. त्यातले बहुतांशी तिशी व चाळिशीत असतात!''

"कारोशीग्रस्त कुटुंबांना काही नुकसानभरपाई मिळते?''

"हो, कित्येक वकिलांनी नुकसानभरपाईचे दावे मालकांवर दाखल करून त्यांच्याकडून नुकसानभरपाई वसूल केली. अर्थातच घरातील कमावणाऱ्या तरुण व्यक्तीच्या अकाली मृत्यूने झालेली पोकळी कशानेच भरून काढता येणार नाही!''

कारोशीचा जपानी समाजाला पडलेला विळखा जबरदस्त होता. साऱ्या जगाला जपानची प्रगती दिसते पण त्यामागचा त्याग व बहुमोल मानवी जीवनाची किंमत मात्र दिसत नाही याचा खेद वाटला.

उपाहारगृहातून आम्ही निघालो. आकिराला घरी जाण्यासाठी शिंजूकू स्टेशनवरून उपनगरी रेल्वे घ्यायची होती. मी त्याचा निरोप घेण्यापूर्वी म्हणालो,

"आकिरा, तुला तुझ्या कामाचा ताण-तणाव नाही ना रे?''

"छे, छे, मुळीच नाही. विद्यापीठात तशी चढाओढ किंवा आटापिटा करायची गरज नसते. खाजगी उद्योगधंद्यांत त्याचे प्रमाण जास्त आहे." आकिराच्या खुलाशाने माझा जीव भांड्यात पडला.

दुसऱ्या दिवशीच्या 'असाही शिंबून' मध्ये कारोशीच्या समस्येवर अग्रलेख आला होता. आतील पानावर निशिदावर अंत्यसंस्कार केल्याची बातमी होती. तिच्या सोबत त्याची पत्नी किको व पाच वर्षांची एक मुलगी व दोन वर्षाचा एक मुलगा यांचे शोकग्रस्त केविलवाणे चेहरे असलेला फोटो पाहून खूप वाईट वाटले. त्या बातमीच्या खालीच 'होंडा' कंपनीने अलीकडेच बनवलेल्या अत्याधुनिक गाडीची झगमगीत जाहिरात पाहून मनात विचार आला की नव्या गाडीचे हे मॉडेल बनवण्यासाठी किती जण कारोशीला बळी पडले असावेत?

त्या दिवशी संध्याकाळी हॉटेलपासून जवळच असलेल्या अझाबु-जुबान या गजबजलेल्या चौकाजवळ उभा होतो. जवळजवळ सात वाजत आले होते. मुंग्यांच्या रांगेप्रमाणे सूट घातलेले लोक कार्यालयांतून बाहेर पडत होते. शिस्तबद्ध रीतीने पण लगबगीने ते उपनगरी रेल्वेच्या स्टेशनकडे चालले होते. मी त्यांच्या चेहऱ्यांकडे निरखून पाहिले. सगळे अगदी एकमेकांचे जुळे भाऊ असल्यासारखे एकाच चेहऱ्याचे दिसत होते. त्यांचा चेहरा मी कुठेतरी पाहिल्यासारखे वाटले. इतक्यात मला आठवलं, तो अगदी हुबेहूब काल 'असाही शिंबून'मध्ये पाहिलेल्या निशिदा यामाकागेच्या चेहऱ्यासारखाच वाटत होता!

■

थंडी, ऊब आणि सौंदर्य

"अलास्काच्या थंडीतून या भागात आलं, की अफाट फरक जाणवतो. सतत शून्याच्या खाली तपमान असल्यामुळे आम्हाला सदैव गरम कपडे घालूनच वावरावं लागतं. संपूर्ण राहणीमानावर त्याचा परिणाम होतो!"

विली सांगत होता व आम्ही ऐकत होतो. तशी आमची व त्याची ओळख फक्त पाच मिनिटांपूर्वी झालेली, तीही अगदी योगायोगाने. जानेवारी २००८ मध्ये मी हनोईला कामानिमित्त गेलेलो. आमच्या बँकॉकच्या कार्यालयातून माझा थाई सहकारी तिरापात आसवसुंगसिधी व हो-ची-मिन्ह शहरातला व्हिएतनामी सहकारी व्हांग तुंग हाही हनोईमध्ये आलेला. आम्ही तिघे एका चर्चासत्रात भाग घेणार होतो. काही मिटिंग देखील होत्या. आम्ही तिघेही फान्-दिन्ह-फुंग रस्त्यावरच्या गॅलॅक्सी हॉटेलमध्ये उतरलेलो. त्यादिवशी सकाळी आठ वाजता नाश्त्याच्यावेळी एकत्र भेटायचे आमचे ठरलेले. हॉटेलच्या उपाहारगृहात त्या दिवशी बरीच गर्दी होती. पाश्चात्त्य प्रवाशांचा एक मोठा ग्रुप तेथेच उतरलेला. आम्ही तिघे नाश्ता घेत, गप्पा मारत बसलो होतो. जवळच २७-२८ वर्षांचा एक पाश्चात्त्य तरुण हातात ट्रे घेऊन बसायला कोठे जागा मिळते का हे पाहत होता. आमच्या टेबलावर चार जणांची बसायची सोय होती. एक जागा मोकळीच होती. त्याचे तिकडे लक्ष गेल्यावर त्याने आमच्याजवळ येऊन 'मी येथे बसलो तर चालेल का?' असे अजिजीने विचारले, आम्ही त्याला 'आनंदाने बसा!' असे म्हणालो. बिचारा किती वेळ ताटकळत उभा होता कोण जाणे! शिष्टाचाराला अनुसरून आम्ही त्याला मोकळे वाटावे म्हणून त्याच्याशी जुजबी संभाषण केले.

"कधी नव्हे ते आज एवढी गर्दी झालीय इथे!" मी म्हणालो.

"अहो, गेली दहा मिनिटं मी जागा शोधत होतो. शेवटी विचार आला की नाश्ता राहू दे आता, एखादं सँडविच खावं झालं! अरे हो, मी विली स्टॅनफोर्ड, अलास्काहून आलो आहे!" त्याने आपली ओळख करून दिली. आम्हीही आमची नावे सांगितली.

अलास्का हा अमेरिकेच्या आर्क्टिक भागातला प्रांत, सदैव बर्फाळलेला.

"गेली तीन वर्षं मी अलास्कामध्ये एका खनिज तेल उत्खनन करणाऱ्या कंपनीत काम करतो. मी इंजिनियर आहे. त्या कंपनीबरोबर माझा सहा वर्षे काम करायचा करार आहे. त्यापैकी निम्मा कालावधी संपला. आता कशीबशी उरलेली तीन वर्षं काढली की अलास्काला कायमचा रामराम ठोकणार!" विली म्हणाला.

"म्हणजे तुम्ही मूळचे अलास्काचे नाही?" तिरापातने विचारले.

"छे, छे! मी मूळचा न्यू जर्सीचा. पदवीधर झाल्यावर नोकरीच मिळेना. जी एकमेव मिळाली ती अलास्कात. मी विचार केला की ५-६ वर्षं अनुभव घ्यायचा व दुसरी शोधायची!"

"सध्या इकडे कामानिमित्त येणं झालं काय?" मी विचारले.

"छे, काम कसलं आलंय, मी इकडे सुट्टीवर आलोय. गेली चार वर्षं, वर्षातून एकदा मी या भागातच सुट्टीसाठी येतो." विली म्हणाला.

"म्हणजे तुम्हाला हा प्रदेश खूपच आवडत असावा असं दिसतंय!" मी म्हणालो.

"मला संपूर्ण दक्षिण-पूर्व आशिया खूपच आवडतो. इथल्या उबदार हवेची किंमत अलास्कासारख्या ठिकाणी राहून आल्यावरच कळते. शिवाय या भागातलं सौंदर्यही अप्रतिम आहे. गेल्या आठ-दहा दिवसांत मी थायलंड, लाओस, कंबोडिया असा प्रवास करत इथे पोहोचलो. सारा प्रवास बसने केला. इथला भूप्रदेश न्याहाळत प्रवासात वेळ कसा गेला समजलं नाही. शिवाय या भागातले खाद्यपदार्थही किती वैविध्य असलेले आणि चविष्ट आहेत! वर्षातून या भागात दोन-तीन आठवडे घालवले की पुन्हा गोठलेल्या अलास्कात गेल्यावर करमत नाही. तिथली माणसंही थंडगारच. इकडे पाहा, किती जिव्हाळा, किती नम्रपणा दिसतो! मी तर भारावून गेलो आहे या भागातील माणसांमुळे, इथल्या सौंदर्यांमुळे व इथल्या उबदार हवेमुळे!"

अलास्कातील अफाट थंडी, तशीच थंड प्रवृत्तीची माणसं, तेच तेच बेचव जेवण, बघावे तिकडे बर्फच बर्फ, एखादे खुरटे झुडूप देखील पाहायला मिळणार नाही असे दृश्य यामुळे वैतागलेला विली या प्रदेशाने भारावून गेला नसता तरच नवल!

"आता इकडे फिरायचा बेत असेल तुमचा?" तुंगने विचारले.

"हो आज हा-लाँग खाडीला भेट द्यायची आहे!" विली सॉसेजचा एक मोठा तुकडा तोंडात टाकत म्हणाला. हा-लाँग खाडीला हनोईपासून तास-दीड तासात पोहोचता येते. व्हिएतनामच्या पूर्व किनाऱ्यावरील ती रम्य जागा अतिशय सुंदर आहे. दोन वर्षांपूर्वी नीलिमा व मी हनोईला आलो असताना तिथे एक दिवसासाठी जाऊन आलो होतो. खडकाळ बेटे, सुंदर स्वच्छ समुद्रकिनारे, नितळ पाणी, किनाऱ्यावरची नारळीची झाडी यामुळे त्या संपूर्ण खाडीचा परिसर पाहायला, तेथे बोटिंग, सर्फिंग करायला लोक मोठ्या संख्येने जात.

''तसं पाहिलं तर मला गर्दीच्या प्रेक्षणीय स्थळांना जायला आवडत नाही पण हा-लाँग खाडीचं नाव इतकं ऐकलं आहे, की उत्सुकतेपोटी आज तिकडे जाणार आहे! पदरी निराशा न यावी हीच अपेक्षा. खरं म्हणजे या देशातल्या उबदार हवेत सृष्टिसौंदर्य न्याहाळत ग्रामीण भागात फिरायला मला आवडतं!'' विलीच्या बोलण्यात वारंवार थंडी, ऊब व सौंदर्य हे शब्द यायचे, त्याची मला गंमत वाटली. विली दिसायला तसा देखणा होता, पण बरोबर पत्नी अथवा मैत्रीण दिसत नव्हती. कदाचित आधीच नाश्ता करून खोलीवर परतली असावी किंवा आज तिला भूक नसावी. हल्ली पाश्चात्त्य तरुणांच्या बरोबर 'पत्नी' असण्याची शक्यता कमीच असते. बहुतेक जणांच्या बरोबरची साथीदार 'मैत्रीण'च असते. लग्न न करता एकत्र राहणे यात कोणाला वावगे वाटत नव्हते.

आमचा नाश्ता झाला होता. विलीचा अजून बाकी होता. आता इतका वेळ आमच्याशी मोकळेपणाने गप्पा मारणाऱ्या विलीचा नाश्ता होईतोपर्यंत आम्ही त्याला सोबत देत त्याच्याशी गप्पा मारत तेथेच बसलो. त्यानेही आमच्या रेड क्रॉसच्या कामाविषयी आम्हाला बरेच प्रश्न विचारले. त्याचा नाश्ता झाल्यावर तो म्हणाला, ''चला, खूप आभारी आहे मी तुम्हा तिघांचा. तुमच्याशी गप्पा मारायला आवडलं! पुन्हा भेटू या असेच!''

''हा-लाँग खाडीला मजा करून ये!'' मी त्याला म्हणालो. आम्ही तिघे थोड्याच वेळाने विदेश मंत्रालयात एका महत्त्वाच्या बैठकीसाठी जाणार होतो. सकाळी ११ ते १२.३० या दरम्यान बैठक झाल्यावर मंत्रालयाजवळील एका उपाहारगृहात आम्ही हलके लंच घेतले व टॅक्सीने हॉटेलकडे निघालो. त्यादिवशी दुपारी व संध्याकाळी आम्ही मोकळेच होतो. टॅक्सी हॉटेलच्या दिशेने धावत होती. तुंगने मला विचारले,

''उमेश, संध्याकाळी मिळून जेवायला जायचे का? एका खास ठिकाणी तुम्हा दोघांना घेऊन जावं म्हणतो!'' तुंग व्हिएतनामी असल्यामुळे त्याला हनोईतील 'खास' ठिकाणे ठाऊक असणे साहजिकच होते.

''चालेल! पण कसल्या प्रकारचं जेवण मिळतं तिथे?'' मी विचारले. व्हिएतनाममध्ये काहीही खातात म्हणून खात्री करण्यासाठी मी विचारले.

''तेथे फक्त माशाचा एकच प्रकार मिळतो.'' तुंग म्हणाला.

''मासा माझ्या आवडीचा. तिरापात, तुला चालेल का?'' मी विचारले.

''हो, मलाही मासा आवडतो!'' तिरापात म्हणाला.

''चला, मग बरोबर साडेसात वाजता हॉटेलच्या स्वागत कक्षात भेटायचं?'' तुंगने विचारले. आम्ही त्याला होकार दिला. ठरल्याप्रमाणे साडेसात वाजता आम्ही भेटलो.

''ते उपाहारगृह इथून दहा मिनिटं चालत जाण्याच्या अंतरावर आहे. चालत

जायचं की टॅक्सी करायची?'' तुंगने विचारले.

''मला तरी चालायला आवडेल. तिरापात, तू काय म्हणतोस?'' मी विचारले.

''आनंदाने चालत जाऊ!'' तिरापात म्हणाला.

आम्ही हॉटेलच्या बाहेर पडून उजव्या बाजूला वळलो. तेथील हांग-कॉट रस्त्याने थोडे चालल्यावर डाव्या बाजूच्या रस्त्याला वळलो. त्या रस्त्याचे नाव लिहिलेला एक फलक कोपऱ्यावर होता. त्याकडे बोट दाखवत तुंग म्हणाला, ''हा पाहा का-चा-ला-व्हाँग रस्ता. या रस्त्याला आपण ज्या उपाहारगृहात जाणार आहोत, त्याचंच नाव दिलं आहे आणि ते नाव तिथे माशाचा जो एकमेव पदार्थ मिळतो त्याचंच आहे!''

''अरे वा, खूपच प्रसिद्ध असावं ते उपाहारगृह!'' मी म्हणालो. तो रस्ता अगदीच अरुंद, गर्दीचा व हनोईच्या जुन्या वस्तीत होता. इमारती दुमजली, पण जुनाट वाटल्या. खाली दुकाने तर वर राहायची घरे. सारा फुटपाथ छोट्या उपाहारगृहांनी व किरकोळ विक्रेत्यांनी इतका गजबजलेला की चालणे मुष्किल व्हावे. शिवाय रस्त्यावर दुचाकी वाहनांची गर्दी! आम्ही कसेबसे त्या उपाहारगृहाजवळ पोहोचलो. तेथील एका गल्लीकडे बोट दाखवत तुंग म्हणाला, ''त्या गाड्या पाहिल्या, उमेश?''

मी त्या गल्लीत नजर टाकली. तेथे गाड्यांची रेलचेल झालेली. सगळ्या गाड्यांना दूतावासांना असतात तशा खास 'राजनैतिक' नंबर प्लेट्स!

''दूतावासांतील अधिकारी, राजदूत अशी मंडळीही मासा खायला याच उपाहारगृहात येतात!'' तुंगने खुलासा केला. आता माझी उत्सुकता शिगेला पोहोचली होती.

''हे ठिकाण तर खूपच प्रसिद्ध दिसतंय!'' तिरापात म्हणाला. आम्ही तेथे पोहोचलो. खालच्या मजल्यावर ६-७ टेबल्स होती. त्यापैकी फक्त एकच रिकामे होते. आम्ही वरच्या मजल्यावर गेलो तर तेथे पाय ठेवायलाही जागा नाही! पंधरा वीस टेबल्सभोवती बसलेले सगळे पाश्चात्त्य खवय्ये. जेवणावर लक्ष केंद्रित करून त्याचा आस्वाद घेण्यात मग्न. आम्ही खालच्या मजल्यावर कोपऱ्यातील रिकाम्या टेबलभोवती बसलो. खुर्च्या व टेबल अगदी साधे, पत्र्याचे. आतले वातावरण जुनाट, १९४० किंवा ५० सालचे असावे तसे!

''१८७१ साली हे उपाहारगृह सुरू झालं. तेव्हापासून आजतागायत इथे एकच पदार्थ मिळतो व त्याची चवही तेव्हा होती तशीच आहे असं म्हटलं जातं. इथल्या इतर उपाहारगृहांनी त्याची नक्कल करायचा प्रयत्न केला पण कोणालाच जमलं नाही. ज्या कुटुंबाचं हे उपाहारगृह आहे, त्यांच्या सदस्यांनाच ती पाककृती ठाऊक आहे. जुनी पिढी नव्या पिढीला तो पदार्थ शिकवते व ती पाककृती कसोशीने त्यांच्याच घराण्यात ठेवली जाते.'' तुंग म्हणाला. त्याने आमच्यासाठी जेवण मागवले.

''पण मला एक कळत नाही, इतक्या परदेशी प्रवाशांना याची माहिती कशी

काय?'' मी विचारले.

''उमेश, व्हिएतनामविषयी युरोप, अमेरिका, ऑस्ट्रेलिया इकडे प्रकाशित झालेल्या एकूणएक प्रवासी मार्गदर्शनपर पुस्तकांमध्ये म्हटलं आहे, की 'तुम्ही हनोईस गेला व का-चा-ला-व्हाँग खाल्ला नाहीत तर तुमची हनोई भेट अर्धवट झाली असे समजा!' यामुळे हनोईला आलेला प्रत्येक प्रवासी एकदा तरी इथे जेवायला येतोच!'' तुंगने खुलासा केला. इतक्यात आमचे जेवण आले. त्या पदार्थांची चव अवर्णनीय होती. ते उपाहारगृह एवढे प्रसिद्ध का आहे हे समजायला तो पदार्थ चाखूनच पाहायला हवा!

''तुंग, तू आज इकडे यायचं सुचवलंस हे फार छान केलंस! हा एक वेगळाच अनुभव आला. आता प्रत्येक खेपेला माझी इकडे एक चक्कर होणारच!''

आमच्या टेबलावरची रिकामी भांडी व प्लेट्स एक मुलगी घेऊन गेली. आता बिल भागवून आम्ही तेथून निघणार एवढ्यात विली त्या उपाहारगृहात आला. एका तोकडे कपडे घातलेल्या खिदळणाऱ्या व्हिएतनामी तरुणीच्या कमरेभोवती त्याचा हात व तिचा त्याच्या गळ्यात! आम्हाला पाहून त्याने न पाहिल्याचे भासवले व समोरच्याच जिन्याने वरच्या मजल्यावर त्या मुलीला घेऊन गेला. आम्ही तिघेही एकमेकांकडे पाहून गालातल्या गालात हसलो. इतक्यात वरती बसायला जागा नसल्याने ते दोघे खालच्या मजल्यावर आले. मी उठून म्हणालो, ''आमचं झालं आहे, निघतच होतो आम्ही. तुम्ही इथे बसा!''

माझ्याकडे ओशाळल्या नजरेने पाहत तो 'आभारी आहे' असे पुटपुटला. आम्ही बिल भागवून बाहेर पडलो. मी तिरापात व तुंगला म्हणालो, ''सकाळी बोलताना विलीला या प्रदेशातली कसली 'ऊब' व कसलं 'सौंदर्य' अभिप्रेत होते व तो वारंवार इकडे का येतो याचा आता उलगडा झाला!''

■

हनोईचा फाम-दोई

"जवळ जवळ पंचवीस वर्षांपूर्वीची गोष्ट. माझं मूळ गाव मध्य व्हिएतनाममधलं दा-नांग. गावाच्या बाहेर आमची भातशेती. मी, माझे आई-वडील व भावंडं शेतातल्या घरातच राहायचो. त्यादिवशी रविवार होता. शाळेला सुट्टी होती. मी व माझे चार-पाच मित्र खेळत होतो. तेव्हा मी बारा वर्षांचा होतो. एक मित्र म्हणाला की शेताजवळच्या जंगलात खूप रांबूतान लागलेत. तुम्ही रांबूतान खाल्ले आहेत साहेब?" फाम-दोईने मला विचारले.

"हो, कुआलालंपूरला मिळतात रांबूतान. फार छान चव असते त्याची." मी म्हणालो. रांबूतान हे दक्षिण-पूर्व आशियात मिळणारं, अंड्याएवढं व त्याच आकाराचं फळ. जाड लाल केसाळ साल काढलं की आतील रसगुल्ल्यासारखा दिसणारा पांढरा गर अतिशय मधुर व चविष्ट लागतो. जरा जरा लिचीसारखा व तशीच बी आत असलेला.

फाम-दोई पुढे सांगू लागला. "आम्हा मुलांच्या सुट्टीच्या दिवशी उनाडक्या चालायच्या. आम्ही रांबूतान गोळा करायला जायचं ठरवलं. जसजसं जंगलात जाऊ लागलो तसतसं रांबूतानची आणखी झाडं दिसत गेली. आम्ही पोटभर रांबूतान खाल्ले व घरच्यांसाठीही गोळा केले. घरून पिशव्या घेऊनच जय्यत तयारीनिशी आम्ही गेलेलो. आम्ही भान हरपून चालतच राहिलो. कधी नव्हे ते जंगलात खूप आतपर्यंत आम्ही गेलेलो, जंगल तसं तुरळकच असल्याने भीती वाटायचं कारण नव्हतं. एवढ्यात...'

कुआलालंपूरहून माझे कामानिमित्त वारंवार हनोईला जाणे व्हायचे. मी नेहमी फान्-दिन्ह फुंग रस्त्यावरच्या गॅलॅक्सी हॉटेलवर उतरायचा. हॉटेल तसे खूप सोयीच्या ठिकाणी होते. बाहेर पडल्यावर डाव्या बाजूला फान्-दिन्ह फुंग रस्त्यावर बरीच उपाहारगृहे होती. उजव्या बाजूला हांग-कॉट रस्ता होता. त्या रस्त्यावरच्या व त्याला

लागून असलेल्या हांग-तान-दाऊ या रस्त्यावरच्या फुटपाथवर छोटीछोटी साधी उपाहारगृहे होती. त्यांना नावे नसायची. अशी फुटपाथवरची उपाहारगृहे हे हनोईचे एक वैशिष्ट्य होते. उपाहारगृहासमोर फुटपाथवर दीड फूट बाय दोन फुटांची छोटी प्लॅस्टिकची टेबल्स व त्यांच्यासमोर छोट्या खुर्च्या, अगदी लहान मुलांसाठी असतात तशा किंवा प्लॅस्टिकचे बाथरूममध्ये अंघोळीसाठी असते तसले स्टूल. संध्याकाळ झाली की बसायला जागा मिळणे कठीण. अशाच एका उपाहारगृहात म्हणजे चक्क फुटपाथवर बसून रस्त्यावरून जाणाऱ्या-येणाऱ्यांचे निरीक्षण करायला मला खूप आवडायचे. काम झाल्यानंतर ६-७ च्या सुमारास तेथे बसून एखादी हा-नॉय बीअर घेत वेळ मजेत जायचा. तेथे मिळणारे जेवणही चविष्ट होते. अशा उपाहारगृहात सूप नूडल्स, व्हिएतनामी सॅलडचे प्रकार असे पदार्थ मिळत. काही ठिकाणी 'स्टीम-बोट' हा पदार्थही मिळे. माझ्या तिथे वारंवार जाण्यामुळे तेथील एक वेटर मला ओळखू लागला होता. कधी कधी मोकळा असला तर माझ्याशी गप्पा मारायचा. ३७-३८ वर्षांच्या, बारीक डोळ्यांच्या व नकट्या नाकाच्या त्या वेटरचे नाव होते फाम-दोई. त्याचा चेहरा सदैव हसतमुख असायचा. तो मला काही हवं– नको अगदी तत्परतेने पाहायचा. तो चालताना लंगडायचा. कदाचित त्याच्या एका पायात दोष असावा.

रस्त्यावरून कावड घेऊन जाणाऱ्या, गवताच्या काड्यांपासून केलेल्या शंक्वाकृती टोप्या घातलेल्या काही म्हाताऱ्या बायका खाद्यपदार्थ विकताना दिसत. देशात बऱ्यापैकी दैन्य, दारिद्र्य होते. लहान लहान मुले उपाहारगृहात काम करताना किंवा रस्त्यांवर छोट्या-छोट्या वस्तू विकताना पाहिली की त्यांची दया यायची. ज्या वयात खेळा-बागडायचं, शिकायचं, त्या वयात उदरनिर्वाहासाठी त्यांना कष्ट करायला लागायचे हे केवढे दुर्दैव! कधी कधी तिशी– चाळिशीच्या काही बायका व पुरुषांच्या चेहऱ्यावर व हाता-पायांवर खूप काळे छोटे ठिपके दिसायचे. त्याचे कारण होते 'एजंट ऑरेंज'! १९६५ ते १९७५ च्या व्हिएतनाम युद्धादरम्यान अमेरिकन फौजांनी 'एजंट ऑरेंज' या नावानं ओळखले जाणारे एक रसायन विमानातून हवेत फवारून कृत्रिम पाऊस पाडून हल्ले चढवले होते. जेथे शत्रू लपला आहे किंवा शत्रूचा तळ आहे त्याच्या आसपास अशा प्रकारे मुसळधार पाऊस पाडायचा व नद्या-नाल्यांना पूर आणायचा, तसे केल्यावर शत्रूला तेथून पळ काढता यायचा नाही. अशा रीतीने त्यांची कोंडी करून त्यांच्यावर हल्ला करायचे तंत्र मोठ्या प्रमाणावर अवलंबले गेले. अशा पावसाचे पाणी रासायनिक प्रक्रियेमुळे नारंगी रंगाचे असायचे. प्रत्यक्ष अथवा अप्रत्यक्ष रीतीने ते माणसांच्या शरीरात गेले तर बऱ्याच लोकांना त्याची तीव्र प्रतिक्रिया व्हायची व वेगवेगळ्या प्रकारचे आजारही व्हायचे. काही लोकांना त्याच्यामुळे अंगभर छोटे छोटे काळे डाग उमटायचे. त्यांना घालवण्यासाठी कसलाही इलाज नव्हता. एखाद्या तरुणीला आपल्या चेहऱ्यावर व सर्वांगावर ते डाग

पाहून काय वाटत असावे? एरवीचा गोरा रंग, स्वच्छ, नितळ कांती पण तिच्यावर कधीही न पुसले जाणारे डाग म्हणजे किती मोठा अन्याय!

माझी सर्वांत अलीकडची हनोई भेट जानेवारी २००८ मधली. नेहमीप्रमाणे माझ्या ठरलेल्या उपाहारगृहात गेलो. फाम-दोईने हसतमुखाने स्वागत केले.

"काय साहेब, खूप दिवसांनी आलात!"

"हो, तसं बरेच दिवस इकडे महत्त्वाचं काम नव्हतं. तू कसा आहेस?"

"ठीक आहे, साहेब!" असे म्हणून तो बीअर आणण्यासाठी आत गेला. आज मला तिथे पोहोचायला जरा वेळ झाला होता. साडेआठ वाजले होते. गर्दी ओसरत चालली होती. फाम-दोई बीअर घेऊन आला.

"आज गर्दी नाही. बैस जरा गप्पा मारत." मी त्याला म्हणालो. एरवी तो उभा राहूनच माझ्याशी गप्पा मारायचा.

"ठीक आहे, बसतो जरा. मी देखील दमलोय. आन-दाओ नऊ वाजता आली की घरी जाईन!"

"आन-दाओ म्हणजे तुझी बायको?"

"हो, साहेब. इथे एका कपड्यांच्या फॅक्टरीत काम करते. ती रोज नऊच्या सुमारास इथे पोहोचली की आम्ही घरी जातो. एक जुनी मोपेड वापरते ती. हनोईमध्ये दुचाकीशिवाय जमत नाही."

"घरी कोण कोण असतं?"

"घर म्हणजे दोन खोल्या आहेत, साहेब. आम्ही फक्त दोघंच, आम्हाला आठ वर्षांची एक मुलगी आहे. गावाकडे माझे आईवडीलच तिला सांभाळतात. आम्ही दोघेही नोकऱ्या करणारे. तिच्याकडे पाहायला कोणीच नाही." फाम-दोईने खुलासा केला. तो खुर्चीवर जरा अवघडूनच बसला होता. त्याला उजव्या पायाची घडी घालता येत नव्हती. त्या पायानेच तो लंगडायचाही.

"तुझ्या पायाला काही इजा झाली आहे का, फाम-दोई?" मी सहजच विचारले.

"साहेब, माझा उजवा पाय नकली आहे!"

"खरंच की काय? मला वाटलं की काही इजा झाली आहे तुझ्या पायाला."

"माझा पाय कापून काढावा लागला!"

"ते कसं काय?" मी विचारले.

"जवळजवळ पंचवीस वर्षांपूर्वीची गोष्ट..." फाम-दोईने सांगायला सुरुवात केली, "त्या दिवशी रांबूतान गोळा करायच्या नादात जंगलात चालतच राहिलो, अगदी भान हरपून आणि अचानक माझा पाय एका भू-सुरुंगावर पडला... प्रचंड स्फोट झाला. मी जखमी झालो होतो. रक्ताच्या थारोळ्यात पडलो होतो. मित्रांनी उचलून गावात आणलं. गावातले डॉक्टर म्हणाले की जखम खूप गुंतागुंतीची आहे.

वेदनाशामक देऊन त्यांनी हनोईला न्यायला सांगितलं. तेथील सरकारी दवाखान्यात आठ दिवस ठेवून घेतलं. संपूर्ण पाय छिन्नविछिन्न झाला होता...''

व्हिएतनाम युद्धादरम्यान मोठ्या प्रमाणावर भू-सुरुंग वापरले गेले होते. भू-सुरुंग एक धोकादायक स्फोटक होते. बनवायला सोपे व स्वस्त, फक्त एखाद्या चेंडूएवढे लहान. जमिनीत पुरून ठेवले की शत्रूची आगेकूच रोखून धरायला खूपच प्रभावी पण एकदा युद्ध संपले की ते शोधायला व त्यांना बाहेर काढून निकामी करायला अतिशय अवघड. एक भू-सुरुंग तयार करून जमिनीत पेरायला फक्त १००-२०० रुपये पुरतील, पण तोच भू-सुरुंग जमिनीत कोठे आहे ते नंतर शोधून त्याला निकामी करायला जवळजवळ दहाहजार रुपये खर्च येतो! एकदा जमिनीत पेरलेला भू-सुरुंग कमीत कमी पन्नास वर्षे जिवंत असतो! त्याची रचना अशी असते की त्याच्यावर थोडासा दबाव पडला की त्याचा स्फोट होतो. त्यामुळे एकदा ते पेरून ठेवले की काम संपले! पण युद्ध संपल्यानंतर काय? भू-सुरुंगावर पडणारा दबाव शत्रूच्या सैनिकांच्या पायाने पडला आहे की एखाद्या निष्पाप बालकाच्या हे त्या स्फोटकाला माहीत नसते, त्याचा स्फोट हा होणारच. जगाच्या वेगवेगळ्या युद्धग्रस्त भागातील देशांची पाहणी केल्यानंतर असे आढळून आले की भू-सुरुंगांचे बळी सैनिक नसून साधे नागरिकच अधिक आहेत. कंबोडिया, व्हिएतनाम, अंगोला, अफगाणिस्तान अशा देशांतील आकडेवारी थक्क करणारी आहे. बहुतेक स्फोटांमध्ये लोक जागच्या जागीच मृत्यू पावतात किंवा हात किंवा पाय गमावतात.

भू-सुरुंगाचा हा प्रताप पाहून १९८०-९० च्या दशकांमध्ये त्यांच्या वापरास कायद्याने बंदी घालावी या मागणीसाठी आंतरराष्ट्रीय आंदोलन छेडले गेले. त्यामध्ये प्रिन्सेस डायनादेखील सहभागी झाली होती. १९९७ मध्ये या आंदोलनाच्या प्रभावामुळे भू-सुरुंगांवर बंदी घालणारा 'ओटावा करार' संमत झाला. आज तो १५५ राष्ट्रांनी स्वीकारला असून त्या सर्वांनी आपल्याजवळचे भू-सुरुंगांचे साठे नष्ट केले आहेत व आंतरराष्ट्रीय स्तरावर सहकार्य करून जमिनीतील भू-सुरुंग शोधून ते नष्ट करायची मोहीम हाती घेतली आहे. आंतरराष्ट्रीय रेड क्रॉसही त्यामध्ये सहभागी झाले असल्याने मला त्या विषयाची बरीच माहिती होती.

''तुला फारच त्रास सहन करावा लागला रे, फाम-दोई!'' मला त्याच्या हालअपेष्टा व त्याने भोगलेल्या यातना पाहून खूप वाईट वाटले.

''काय करायचे साहेब, नशीब म्हणायचं आमचं. मोठमोठी बलाढ्य राष्ट्रं पैशाच्या जोरावर युद्ध खेळतात आणि आमच्या सारख्या असंख्य लोकांच्या आयुष्याचा खेळखंडोबा करतात! युद्ध संपून तीस वर्षं होऊन गेली तरी आम्ही अजूनही त्याचा परिणाम भोगतोय!''

फाम-दोईचे शब्द अंतर्मुख करणारे होते. तो जे सांगत होता ते कटु सत्य

होते. जागतिक राजकारण, बलाढ्य राष्ट्रांचे शक्तिप्रदर्शन, शस्त्रास्त्रे खपवण्यासाठी अप्रत्यक्षरीत्या अंतर्गत कलहांना खत-पाणी घालणारी त्यांची धोरणे उबग आणतात.

''सुरुवातीला काही वर्षे कुबड्या वापरल्या. गेली दहा-बारा वर्षे हो-ची-मिन्ह शहरातले आंतरराष्ट्रीय रेड क्रॉसचे कृत्रिम हात-पाय बनवायचे केंद्र मला विनामूल्य पाय बसवून देते. एकदा बसवलेला पाय तीन-चार वर्षांनी बदलावा लागतो!''

''त्या केंद्राचा प्रमुख जेफरी स्टोनला तू ओळखतोस?'' मी विचारले. त्यावर आश्चर्याचा धक्का बसलेला फाम-दोई म्हणाला, ''तुम्ही जेफरी साहेबांना ओळखता? त्यांनी मला खूपच मदत केली आहे!''

''फाम-दोई, जेफरी माझा मित्र आहे. मी देखील मलेशियात आंतरराष्ट्रीय रेड क्रॉसमध्येच काम करतो!''

''खरंच की काय? साहेब, तुम्ही कुठे काम करता हे मी आत्तापर्यंत तुम्हाला कधीच विचारलं नाही. मला वाटलं, की तुम्ही एखाद्या बहुराष्ट्रीय कंपनीचे अधिकारी आहात! साहेब, त्या केंद्रामुळेच तर मी आज चालू शकतोय! त्यांचे माझ्यावर खूप उपकार आहेत!'' फाम-दोईला मी आंतरराष्ट्रीय रेड क्रॉसमध्ये काम करतो हे समजल्यावर खूप आनंद झाला होता.

''अरे, युद्धाची झळ बसलेल्यांना मदतीचा हात द्यायची आमची जबाबदारी आहे आणि असं काम युद्धं संपल्यानंतरही कित्येक वर्षं चालू ठेवायलाच लागतं!'' मी म्हणालो.

इतक्यात एका मोपेडवरून तिशीतली एक तरुणी तेथे आली. आम्ही तर फूटपाथवरच होतो, ती फाम-दोईकडे पाहून त्यांच्या भाषेत काहीतरी म्हणाली.

''ही काय, आन-दाओ आलीच!'' असे म्हणून फाम-दोई तिला खूप उत्तेजित होऊन त्यांच्या भाषेत माझ्याविषयी सांगू लागला. त्याचा चेहरा एका उतावीळ मुलासारखा वाटला. कधी एकदा ते तिला सांगू असे त्याला झालेले. ती ते ऐकून माझ्याकडे पाहत स्मितहास्य करत होती. तिच्या चेहऱ्यावर व हसण्यात एक वेगळाच गोडवा होता, एखाद्या निरागस लहान मुलीच्या चेहऱ्यावर असावा तसा. तिला इंग्रजी येत नव्हते. माझ्याकडे पाहून केवळ हसण्यातून व नजरेनेचे ती आपल्या भावना व कृतज्ञता व्यक्त करत होती.

''साहेब, निघतो! पुढच्या खेपेला आलात की बीअर व जेवण माझ्यातर्फे, बरं का!'' फाम-दोई म्हणाला व मोटरसायकलवर आन-दाओच्या मागे बसून माझा निरोप घेऊन गेला.

त्या दिवशी वारंवार माझ्या डोळ्यांसमोर आन-दाओचा निरागस चेहरा व तिच्या हसण्यातील गोडवा येत होता. संपूर्ण चेहऱ्यावरचे 'एजंट ऑरेंज'चे काळे डाग त्या चेहऱ्यावरची निरागसता व त्याचा गोडवा तसूभरही कमी करत नव्हते!

■

कॉलेज

डॉ. छाया महाजन

'या कॉलेजमध्ये यूज अँड थ्रो पॉलिसी आहे. डिपार्टमेंट सुरू मी करायचं. एस्टॅब्लिश मी करायचं. मग हळूच कोणीतरी संधिसाधू मतलबी वाकडेबाई गरजू म्हणून, लाचार बनून येणार आणि शिरजोर होऊन टेकओव्हर करणार. विद्यार्थी आपण जमवायचे. तुकड्या वाढवण्यासाठी प्रयत्न करायचे. मग तथाकथित संस्थाचालक आणि प्राचार्य आपल्यापुढं गोंडा घोळणाऱ्या माणसांची अध्यापक म्हणून वर्णी लावणार. रिझल्ट उत्तम लागावेत म्हणून आपण मरमर करणार. रजा न घेता एक्स्ट्रॉ क्लासेस घेणार. नोट्स देणार. त्यातून तुकडी तयार होणार. त्या तुकडीला हे नवे लोक शिकवणार. उत्तम शिक्षक म्हणून आपलाच उदो उदो करायला विद्यार्थ्यांना चलाखीनं प्रेरित करणार. इतकं सगळं किळसवाणं आहे, ओंगळ आहे... या सगळ्याची चीड येत नाही तुम्हाला, सर?'

'तुम्ही अजूनही पक्क्या मुरलेल्या प्राध्यापिका झाला नाहीत. अजून अनुभव येतील. मग इतकी चीड येणार नाही. फक्त असहाय्यता जाणवेल. तीही आपण काही करू शकत नाही याची! सगळेजण एकच गोष्ट सांगतील. सगळ्या कॉलेजमध्ये असंच चालतं. पुढं पुढं आपलीही खात्री पटते की, सगळीकडे हेच चालत असेल तर भल्याभल्यांनी हात टेकले असणार. त्यामुळे तुम्हाला एक पोक्त सल्ला देतो- तुमचं करियर पाहा.'

सध्याच्या महाविद्यालयीन वातावरणातील मूल्यहीनतेचा सर्वंकष आलेख काढणारी आणि अंतर्मुख करणारी सामर्थ्यशाली कादंबरी.